द वॉन्टेड

रॉबर्ट क्रेस

अनुवाद
सुरेश देशपांडे

मेहता पब्लिशिंग हाऊस

Please contact us at **Mehta Publishing House Pvt. Ltd.**
✆ +91 020-24476924 / 24460313 / Mob. No. 9545000513
Email : production@mehtapublishinghouse.com
Website : www.mehtapublishinghouse.com

- *या पुस्तकातील लेखकाची मते, घटना, वर्णने ही त्या लेखकाची असून त्याच्याशी प्रकाशक सहमत असतीलच असे नाही.*

THE WANTED by **ROBERT CRAIS**

Translated into Marathi Language by Suresh Deshpande

द वॉन्टेड / अनुवादित कादंबरी

TBC-32 Book No. 5

अनुवाद : सुरेश देशपांडे
authors@mehtapublishinghouse.com

मराठी अनुवादाचे व प्रकाशनाचे हक्क मेहता पब्लिशिंग हाऊस प्रा. लि.

संस्थापक : सुनील अनिल मेहता

प्रकाशक : मेहता पब्लिशिंग हाऊस प्रा. लि.
१९४१, सदाशिव पेठ, माडीवाले कॉलनी, पुणे ४११०३०

मुद्रक : ट्रिनिटी ॲकॅडमी फॉर कॉर्पोरेट ट्रेनिंग लिमिटेड

मुखपृष्ठ : सतीश भावसार

प्रथमावृत्ती : फेब्रुवारी, २०२३

किंमत : ₹ ४१०

P Book ISBN 9789357200165
E Book ISBN 9789357200158
E Books available on : amazonkindle Apple Books Google Play Books

---

या अस्थिर जगातली स्थिर सोबत
असणारा माझा मित्र,
ओट्टो पेन्झलर यांस...

उपोद्घात

हॉटेलमधला नोकर

हार्वी आणि स्टेम्स

क्लबच्या बाहेर असलेले हार्वी आणि स्टेम्स यांनी त्यांच्यावर सोपवलेल्या शोधात खूपच प्रगती केली होती, आता ते एका क्लबबाहेर उभे होते आणि त्यांच्याकडे असलेला फोटो त्यांना कुणाला तरी दाखवायचा होता. पण ते काही त्या क्लबमध्ये जाऊन कोणालाही फोटो दाखवून विचारू शकत नव्हते. त्यांच्याकडे असलेल्या फोटोतील क्र.१ चा अनोळखी मुलगा हा धोकादायक होता. त्या फोटोमुळे फोटोतील मुलगा, नटाच्या अंगावर ओकणारी मुलगी, आणि नंतर घडणाऱ्या सर्व घटनांचा हार्वी आणि स्टेम्स यांच्याशी थेट संबंध जोडला जात होता. पण शक्यतो अशा प्रकारचा संबंध जोडला जाऊ नये याची ते काळजी घेत होते, अन्यथा ते त्या दोघांच्या जीवावर बेतलं असतं.

डान्स क्लबच्या बाहेर प्रवेशासाठी लोकांची मोठी रांग पाहून हार्वी वैतागला. ‘‘हा मूर्खपणा आहे. तुला खरंच या शंभरभर लोकांमध्ये जायचं आहे?’’ हार्वीने स्टेम्सला विचारले.

‘‘केवळ तुझ्या त्या नोकराकरीता रे, हार्वी.’’ स्टेम्स म्हणाला.

‘‘कदाचित आज रात्री तो कामावर नसेलदेखील, माझ्या खबऱ्याला नक्की माहिती नाहीय. ’’

हा नोकर म्हणजे बावीस वर्षांचा, जामिनावर सुटलेला जेसी गझमन नावाचा मुलगा होता. हार्वी आणि स्टेम्स यांना एका मुलीने सांगितलेली गोष्ट खरी आहे किंवा नाही याची शहानिशा करायची होती. त्यासाठी त्यांनी काही फोन केले.

चौकशी केली आणि ते जेसी गझमनपर्यंत पोहोचले. या गझमनचा पूर्वेतिहास काही फार चांगला नव्हता. गैरवर्तणूक आणि शिवीगाळामुळे तुरूंगाची हवा खाल्लेला आणि अत्यंत वाईट नशीब असलेल्या या गझमनचे नशीब हार्वी आणि स्टेम्स यांच्या भेटीमुळे आणखीनच खडतर होणार होते.

"तो जर इथे भेटला नाही तर आपण त्याला त्याच्या घरी गाठू, अजूनही सगळ्या गोष्टी त्याच्या लक्षात असतील." स्टीम्स उदासपणे म्हणाला.

यावर हार्वी डोळे गरागरा फिरवीत म्हणाला.

"लक्षात काय ठेवणार, ओकारी? असल्या जागी ओकणाऱ्यांना कोण ओळखत बसेल? इथं रोज रात्री ओकाऱ्या पुसल्या जात असतील."

हार्वीचा नकारात्मक दृष्टिकोन स्टेम्सला आवडला नाही.

"ती काही बाथरूम मध्ये ओकली नाही हार्वी, ती त्या टीव्ही कलाकाराच्या अंगावरच ओकली." स्टेम्स म्हणाला.

"स्टेम्स, मला म्हणायचं आहे की तिथे लक्षात ठेवण्यासारखं काहीच नसणार, ती तिनं तयार केलेली कथा आहे." हार्वी मोठा निःश्वास सोडत आणि मान हलवीत म्हणाला.

"ती खोटं बोलत नव्हती, त्या बाईने आपल्याला खरे तेच सांगितले आहे."

"नाही, त्या प्रौढ बाईबद्दल मी बोलत नाही, पण ती ओकणारी मुलगी..ती असंच सांगेल, हे मला निःसंशय वाटत होतं. माझा या गुन्हेगारांवर अजिबात विश्वास नाही, ते नेहमीच खोटं बोलतात, विशेषत: स्वत:बद्दल. यालाच आपण जगणं रंगविणं असं म्हणतो, हा मूर्खपणा आहे."

"हार्वी," स्टेम्सने हाक मारली.

"काय?"

"तू म्हणतोयस ते बरोबर आहे, हा तिचा कदाचित बनावदेखील असू शकेल, पण आपण एकदा खात्री करून घेऊ."

हार्वीने मान डोलावली.

त्या दिवशी सकाळी हार्वी आणि स्टेम्स सांता मोनिका येथील आठवडे बाजारात गेले असता, त्यांना तेथे एका चोरलेल्या एसएलआर कॅमेऱ्याची माहिती कळली. रापलेल्या त्वचेच्या आणि अंगावर पिवळे डाग असलेल्या त्या प्रौढ स्त्रीला कॅमेरा विकणारी जोडी स्पष्टपणे आठवत होती. अंगाने सडपातळ, हिरवे डोळे आणि मनगटावर व्रण असलेली मुलगी आणि छान दिसणारा, गालाला खळी पडणारा मुलगा अशी ती जोडी होती. ती सुदृढ मुलगी पिवळ्या कपातून व्होडकाचे घुटके घेत काहीच्या काही गोष्टी सांगत होती. जेड हॉर्स किंवा ग्रे हॉर्स सारख्या भपकेबाज हॉलीवूड क्लबमध्ये ती बऱ्याचदा जात असे आणि तिथे एका होतकरू नटाच्या

अंगावर ती कशी ओकली वगैरे. स्टेम्सने लगेच एक फोटो त्या बाईला दाखविला, पण त्या फोटोतील मुलगा त्या मुलीबरोबरचा नव्हता. आपण फोटो दाखविण्याची घाई केली, असे स्टेम्सला वाटले, पण त्याचमुळे तो त्या ओकणाऱ्या मुलीपर्यंत पोहोचला आणि तिचा हॉलीवूडच्या क्लबशी संबंध होता. हार्वी किरकिऱ्या होता, पण ते त्या मुलीपर्यंत पोहोचू शकले, तर पुढे त्यांना फोटोतील क्र. १च्या मुलाचा आणि बाकी गोष्टींचा शोध लागला असता, ज्या गोष्टी शोधण्याची कामगिरी या दोघांवर सोपविली गेली होती.

जेड हाऊस हा एक उच्चभ्रूंचा क्लब होता. दरवाजावर फोटोग्राफरचा ताफा. तीनशे पाऊंडाचे दणदणीत सुरक्षारक्षक. एकीकडं तरण्या पोरींची रांग, तर दुसरीकडं आत सोडावं म्हणून सुरक्षारक्षकाला गयावया करणाऱ्या अगतिक तरुणांची गर्दी.

स्टेम्सने आपली चोरलेली क्रिस्टलर गाडी कोपऱ्यात लावली. हळूच पहारेकऱ्याच्या हातात एक हजाराची नोट सरकवली आणि आपला आत घुसायचा मार्ग मोकळा केला.

स्टेम्सला अशा जागेचा तिटकारा होता. नाचून घामाने थबथबलेले तरुण, दारू पिणारे, ढोंगी, परदेशी श्रीमंत अशा लोकांची गर्दी होती. ड्रमच्या लयीवर आणि स्वीडिश डीजेच्या तालावर हिपहॉप नृत्य सुरू होते. आत गेल्यावर स्टेम्स आणि हार्वी दोघे वेगवेगळ्या दिशेला गेले. त्यांना त्या नोकराला शोधायचे होते. तिथल्या नोकरांशी गप्पा मारत ते त्या विशिष्ट नोकराविषयी चौकशी करत होते. अशी काही चौकशी चालू आहे हे त्यांच्या कोणाच्या लक्षातही आले नाही. तासाभराच्या चौकशीनंतर हार्वी हळूच स्टेम्सकडे आला आणि म्हणाला,

"मला त्याचा शोध लागलाय, ती बदमाश मुलगी खरं बोलली."

"खरंच? मस्करी नाही ना करत?" स्टेम्सला आश्चर्याचा धक्का बसला.

"आपल्याला माहिती देणाऱ्या मुलाची आता सुटी होईल, पण तो पुढच्या चौकात गल्लीत भेटेल."

"तुला कोणी पाहिलं नाही ना?" स्टेम्सने विचारले.

"छे, छे! कोणीसुद्धा नाही."

स्टेम्स घाईघाईने गाडीकडे गेला. गाडी सुरू करून तो पुढच्या चौकात पोहोचेपर्यंत हार्वी एका सडपातळ, सुंदर दिसणाऱ्या सावळ्या तरुणाला घेऊन आला. पुढे स्टेम्सच्या बाजूला त्या तरुणाला बसवून, हार्वी मागच्या बाजूस बसला.

"जेसी, हा गुप्तहेर मुनसन, आणि रीच हा गझमन." हार्वीने ओळख करून दिली.

गझमनने पुढे केलेल्या हाताकडे स्टेम्सने दुर्लक्ष केले.

"तो जरा रागावलाय," हार्वी म्हणाला.

भित्र्या काजव्याप्रमाणे गझमनचे डोळे चमकले तो घाबरला.

''नाही, नाही सर, मी तर कार्यक्रमात असतो.''

''मी जर तुला काही प्रश्न विचारले तर खरीखरी उत्तरे देशील?'' स्टेम्सने विचारले.

गझमनच्या खांद्यावर थोपटत हार्वी म्हणाला, ''रीच, त्याला घाबरवू नकोस. ती मुलगी जेव्हा त्या नटाच्या अंगावर ओकली तेव्हा हा तिथेच होता.''

गझमनने मान हलविली.

''बऱ्याचदा ती येते, आणि खूपदा आजारीदेखील पडते.''

''ठीक आहे, नाव काय तिचं?''

''तसं मी तिला ओळखत नाही, शिवाय त्यांच्याशी माझं बोलणंही होत नाही, मी फक्त एक नोकर आहे.'' गझमन चाचरत म्हणाला.

स्टेम्सला ते पटलं नाही, तो रागाने म्हणाला,

''हा बहुधा काहीतरी थापा मारत असावा.''

''जेसी, घाबरू नकोस. ती मुलगी कशी दिसते याचं थोडंसं तरी वर्णन कर ना,''

हार्वी अगदी शांतपणे त्या मुलाला म्हणाला.

''ती खरंच सुंदर होती दिसायला, हिरवे डोळे आणि तिच्या मनगटावर व्रण होता.'' गझमनने वर्णन केले.

स्टेम्सने चमकून हार्वीकडे बघितलं. आठवडे बाजारातल्या प्रौढ बाईने केलेल्या वर्णनाशी हे वर्णन जुळत होतं. स्टेम्सने आता मागे रेलून गझमनचे निरीक्षण केले.

''तू म्हणतोस त्याप्रमाणे ती मुलगी बऱ्याचदा येते ना?''

''हो, येते.''

''मग आजही असेल का?'' स्टेम्सने विचारले.

''मला माहीत नाही, म्हणजे आता असेल असे वाटत नाही, आणि त्यातून हा क्लब खूप मोठाही आहे ना.'' गझमन म्हणाला.

''तिला कोणी मित्र वगैरे?''

कसंनुसं हसत गझमन म्हणाला. ''तिच्यासारख्या उत्तान मुलीला मित्र असणारच.''

''त्याला फोटो दाखव.'' हार्वी मागून म्हणाला.

स्टेम्स थोडंसं घुटमळला, पण हार्वीने पुन्हा सांगितल्यावर त्याने फोन बाहेर काढला. हा फोटो टेहेळणी करणाऱ्या एका उच्च प्रतीच्या कॅमेराने रात्रीच्या वेळेस काढलेला होता. त्यात तीन आकृत्या एकामागून एक अशा पुढे सरकताना दिसत होत्या आणि आपल्यावर कॅमेऱ्याची नजर आहे याची कल्पना असल्यामुळे त्यांनी डोकी खाली झुकवलेली होती. त्या तिघांनीही चेहरा झाकण्यासाठी कापडी टोप्या

घातल्या होत्या.

त्या फोटोतील दुसरी व्यक्ती जी आता क्रमांक एकची होती तिने कॅमेराकडे बघितले आणि नंतर नजरेच्या टप्प्याबाहेर गेली. खरं तर तो फोटो मोठा आणि अधिक स्पष्ट करून घ्यायची आवश्यकता होती. तिघांचे चेहरे जरी झाकले गेले होते तरी त्यांची देहयष्टी लक्षात येण्यासारखी होती. आता त्यांना त्याचे नाव हवे होते.

गझमनला फोटो दाखवून स्टेम्सने त्याला विचारले,

''या मुलाबाबत काय? त्या मुलीबरोबर याला तू बघितलं आहेस का?''

''याला मी बघितलाय, पण तिच्याबरोबर दुसराच मुलगा असतो.''

''उंच, देखणा, गालावर खळी पडणारा.''

गझमनचे डोळे लकाकले, ''हो आठवलं, अलेक!'' तो पटकन म्हणाला.

स्टेम्सने हार्वीकडे खूश होऊन पाहिलं. हार्वीने गझमनचे खांदे दाबले, जणू तो त्याला प्रोत्साहन देत होता. ''बरोबर पण तुला अलेकचं पूर्ण नाव माहित्येय का?''

गझमनने काही क्षण विचार केला,जणू त्याला वाटत होतं की त्याला ते नाव माहीत असायला हवं होतं, पण माहीत नव्हतं. तो म्हणाला, ''क्लबमध्ये काही जणांना माहीत असेलही, कारण तो खोऱ्यातील हॉटेलमध्ये वेटर आहे.''

''तुला कसं हे माहीत?''

''ते त्याला फुकट दारू पाजतात, गप्पा मारतात आणि अलेक इथे त्या मुलीपेक्षा जास्त वेळा येतो.''

''अच्छा, मग या क्लबमधील कोणकोण त्याला ओळखतं?''

''क्रिस्टल, इथला नोकर आणि दारू देणारा पॉल त्याला ओळखतात. मी त्यांना विचारून अलेकचं पूर्ण नाव सांगीन तुम्हाला.'' स्टेम्सने त्याच्याकडे दुर्लक्ष केले.

''यापूर्वी कोणी त्याची चौकशी करण्यास आले होते का?''

''पोलीस वगैरे?''

''हं, कोणीही.''

''नाही, कोणीही नाही.'' गझमन म्हणाला. ''निदान माझ्याकडे तरी कोणी चौकशी केली नाही. इतरांकडे केली असेल तर माहीत नाही.''

''ती मुलगी, अलेक किंवा त्याचे मित्र कोणीच यांच्याबद्दल चौकशी नाही केली?'' हार्वीने विचारलं

''नाही, काय करतात ते?'' गझमनने विचारले.

त्याच्या प्रश्नाकडे स्टेम्सने दुर्लक्ष केले. त्याने हार्वीकडे बघितलं.

''तुला काय वाटतं गझमन?'' हार्वीचा आवाज घोगरा झाला.

''जेसी, तुझी आम्हाला खूप मदत झालीये, आम्ही तुझे आभारी आहोत.''

स्टेम्स म्हणाला. ''आम्ही तुझे देणे लागतो.''

''मग मी आता जाऊ ना?''

''हो, नक्की,'' असं म्हणत स्टेम्सने हात पुढे केला.

गझमनला आश्चर्य वाटले, थोडंसं बिचकतच पुढे झुकत त्याने त्याचा हात हातात घेतला.

तेवढ्यात हार्वीने गझमनच्या गळ्याभोवती दोरीचा फास टाकला, स्टेम्सने दोर घट्ट आवळला, हार्वीने त्याच्या कानशिलावर जोरात फटका मारला. गझमन कळवळून वाकडातिकडा झाला. त्याने लाथा झाडल्या. हार्वीने फास आणखीन घट्ट आवळला. हळूहळू गझमनचा देह शांत झाला, स्टेम्सने तो मेला असल्याची खात्री करून घेतली आणि त्याचं प्रेत खाली ढकललं. हार्वी काहीच बोलला नाही, त्याचा श्वासोच्छ्श्वास जोरात चालला होता. स्टेम्सने गाडीला वेग दिला.

गझमनचे प्रेत टाकण्यासाठी, स्टेम्स आणि हार्वी दोघेही हॉलिवूडभर फिरले. त्यांच्याकडे असलेला फोटो हा सोळा दिवसांपूर्वी घेतलेला होता. त्यातील क्रमांक १ ह्या अनोळखी मुलाचा शोध हे दोघे इतरांच्या आधीपासून घेत होते. पोलीस आणि विमा कंपन्या आणि खासगी गुप्तहेर यांच्या पुढे ते होते आणि आता तर अधिकच पुढे गेले. त्यांच्या व्यवसायात ते तरबेज होते.

स्टेम्सने आरशात पाहिलं.

''हार्वी..''

पण हार्वी जणू सावलीत हरवलेल्या सावलीसारखा शांत होता.

स्टेम्सने पुन्हा त्याच्याकडे पाहिलं.

''आपण खूपच वाईट आहोत ना..!'' म्हणत तो हसू लागला. निसटत्या रात्रीसोबत त्याचं हसू वाढत गेलं, पण हार्वी त्याच्यासोबत हसला नाही.

◆

भाग १

श्रीमंत लोक

१

एल्विस कोल

जेम्स टायसन कॉनर, हा १७ वर्षांचा सडपातळ आणि नाजूक चणीचा, सौम्य नजरेचा त्यामुळे नेहमीच लहान वाटणारा मुलगा, आपल्या १२ वर्षं जुन्या व्होल्वो गाडीतून जवळजवळ एक तास उशिरा शाळेत जायला निघाला. त्याची शाळा नेहमीची शाळा नव्हती तर वेगळा अभ्यासक्रम किंवा विद्यार्थ्यांच्या आवडीप्रमाणे शिक्षण देणारी शाळा होती. त्याच्याकडे बघून कोणालाही वाटलं नसतं की लॉस एंजलीसमधला सर्वांत मोठा, पोलिस मागावर असलेला हा अपराधी आहे.

टायसन आणि त्याची आई शाळेजवळच असलेल्या एका एकमजली घरात राहत होते. मी पुढच्याच चौकात त्याची वाट पाहात उभा होतो. तो नेहमी अस्वस्थ असायचा, शाळेत जायचा त्याला कंटाळा म्हणून मग रोजच त्याला उशीर होतो, हे त्याच्या आईने मला सांगितले होते. सतत गैरहजर राहण्यामुळे आधीच्या दोन शाळांतून त्याला काढून टाकण्यात आले होते. त्यामुळे त्याच्या आईने त्याला या शाळेत घातलं, जिथे शिक्षणाची पद्धत लवचीक होती. तिला आता या निर्णयाचा पश्चात्ताप होत होता.

टायसन गेल्यावर त्याच्या आईने मला फोन केला.

''मि. कोल, तुम्ही आहात का अजून इथे?''

''दोन तास झाले, मी इथेच आहे, सूर्योदय छान होता.'' मी म्हणालो.

टायसनची आई, डेव्हॉन, एनसीनो, येथे एका कायदेविषयक आस्थापनेत

नोकरी करत होती. तिने दार उघडलं तेव्हा ती नीटनेटकं आवरून कार्यालयात जाण्याच्या तयारीत होती, पण तिच्या चेहऱ्यावरचा तणाव स्पष्टपणे जाणवत होता.

''मी एल्विस कोल.'' माझी ओळख करून देत मी म्हणालो.

''मी डेव्होन कॉनर, तुम्ही आलात ते बरं झालं, टायसन आत्ताच गेला. तुम्हाला खूप वेळ थांबावं लागलं ना..'' ती दिलगिरीच्या स्वरात म्हणाली.

मी तिच्या दिवाणखान्यात गेलो, माझ्यामागे तिने दार बंद केलं ते पाहिलं.

घरात पॅनकेक आणि फिशचा दरवळ सुटला होता, बैठकीच्या बाजूलाच मत्स्यालय होतं.

''शाळेत उशिरा गेल्याबद्दल शाळा काही करत नाही?''

''ते जे शुल्क घेतात ना त्यात त्यांनी खरं तर लिमोझीनच पाठवायला हवी,'' ती काहीशी चिडून म्हणाली. ''माफ करा मला, मी मूर्खासारखी बोलले.''

''ठीक आहे, तुम्हाला तुमच्या मुलाची काळजी वाटतेय म्हणून तुम्ही बोलता.''

''अहो, मी त्याच्याकरिता एवढे कष्ट केलेत ना त्यानं शाळेत जावं म्हणून, आणि आता असं वाटतं की मी एका जनावरालाच पोसत होते.'' ती सात्त्विक संतापाने बोलत होती.

डेव्हॉनला, टायसनच्या खोलीत अत्यंत मौल्यवान वस्तू आणि खूप पैसे मिळाले होते. तिला खात्री होती की तो अमली पदार्थांची तस्करी करणाऱ्या टोळीत सामील झाला असावा; आणि तो नेमके काय करतो ते मी शोधावं अशी तिची अपेक्षा होती. हे काम स्वीकारावे किंवा नाही याविषयी माझा निर्णय होत नव्हता.

''कदाचित तुम्ही म्हणताहात तितकी वाईट परिस्थिती नसेल,'' मी त्यांना आश्वासित करत म्हणालो. ''आणि सहसा ती तशी नसतेच.''

मी काहीतरी मूर्खासारखे बोलत असल्यासारखे तिने माझ्याकडे पाहिले आणि ''माझ्यामागे या आणि हे किती भयंकर आहे, ते पाहा'' असं म्हणाली. एखाद्या सर्वसामान्य मध्यमवर्गीय मुलाची असावी तशीच त्याची झोपण्याची खोली होती. भिंतीवरचे कपाट, ड्रेसिंग टेबल, अस्ताव्यस्त बिछाना, ओसंडून वाहणारा कचऱ्याचा डबा, खाद्यपदार्थांच्या पिशव्या, खिडकीखालच्या टेबलावर लॅपटॉप आणि व्हिडिओ गेम खेळण्याची साधने.

''त्याला व्हिडिओ गेम खेळण्याचे व्यसन असावे.'' मी माझे अनुमान सांगितले.

''हो, शाळेत अजिबात शांत बसत नाही, इथे मात्र तासनतास गेम खेळत बसतो.''

डेव्हॉनने पुढे जात त्याच्या खणातून काहीतरी वस्तू बाहेर काढली, मला दाखवत ती म्हणाली. ''हे बघा, किती भयंकर आहे ते!'' तिच्या हातात वरचा भाग

शुभ्र असलेले, तीन डायलचे आणि कडेला तीन बटणे असलेले अत्यंत महाग असे घड्याळ होते. ते नक्कीच वैशिष्ट्यपूर्ण असे रोलेक्स घड्याळ होते.

"रोलेक्स?" मी आश्चर्याने विचारले.

"रोलेक्स कोस्मोग्राफ डायटोना, १८ कॅरेट पांढऱ्या सोन्याच्या नवीन घड्याळाची किंमत चाळीस हजार डॉलर्स आहे, वापरलेले घड्याळसुद्धा वीस हजाराखाली नाही, हे घड्याळ तो मनगटावर बांधून आला, तेव्हा मी त्याला विचारले, 'हे रोलेक्स आहे, कुठून आणलेस?' एखादा ओरखडा सोडला तर घड्याळ नवीनच वाटत होते."

"मग काय म्हणाला तो?"

"आठवडे बाजारातून! विश्वास ठेवाल तुम्ही? अनधिकृतपणे बनवलेले घड्याळ त्याला तिथे मिळाले म्हणे! तुम्हाला वाटते अशा वस्तू मिळतात तिथे?" डेव्हॉन दुखावलेली होती, ती निराशेने बोलत होती.

तिने घड्याळ माझ्याकडे दिले, चांगलं भरभक्कम असं ते घड्याळ अचूक वेळ दाखवीत होतं; परंतु मी काही घड्याळामधला तज्ज्ञ नव्हतो.

"कदाचित हे घड्याळ त्याला कोणी भेट म्हणून दिले असेल आणि तुम्हाला सांगायचं नसेल."

"कोण भेट देणार त्याला?" ती म्हणाली.

"वडील? आजोबा?"

"टायसनचा जन्म होण्यापूर्वीच त्याचे वडील सोडून गेले आणि बाकीचे सगळे 'वर' गेले. टायसनने असल्या महाग वस्तू वापरता कामा नये किंवा त्याच्याकडे असता कामा नये, त्याला अटक होण्यापूर्वी किंवा तो मारला जाण्यापूर्वी त्याला आपण थांबवायला हवं." डेव्हॉनच्या बोलण्यात काळजी दिसत होती.

"आपण?" वातावरणातला ताण हलका करण्यासाठी मी म्हणालो. "कदाचित आपण बरोबर काम करू, पण जर हे घड्याळ खरे असेल तर ते टायसनकडे असता कामा नये. पण ही वस्तूच अशी आहे ना की टायसनला जर उचलेगिरीची सवय असेल तर त्याने मित्राच्या घरनं उचललंदेखील असेल, आणि हे सांगण्यासाठी डिटेक्टिव्हची आवश्यकता नाही," मी समजावून सांगत होतो, पण डेव्हॉन उदास वाटली.

"या घड्याळापेक्षाही अधिक काही आहे यात." असं म्हणत ती कपाटाजवळ गेली आणि तिने कपाट उघडले.

"या सगळ्याची या शर्टांपासून सुरुवात झाली, घड्याळासारखंच हे शर्ट लपवायचे कष्टही घेतले नाहीत त्यानं."

मी म्हणालो "शर्ट"

तिच्या हातात एक वेल्वेटचा अत्यंत महागडा शर्ट होता, ''नवीन शर्ट्स, नवीन बूट आणि या सगळ्या महाग वस्तू बेव्हर्ली हिल्स येथल्या बार्नेसच्या दुकानातून. बार्नेसच्या दुकानातल्या वस्तू आम्हाला परवडणाऱ्या नाहीत.''

एवढ्यात तिच्या फोनवर मेसेज टोन वाजली, तिनं मेसेज वाचून फोन स्वतःच्या पाकिटात ठेवून दिला.

''शाळेतून निरोप होता, टायसन पोहोचलाय. तो इथून निघाला की मी फोन करते आणि तो पोहोचला की ते कळवतात.'' तिने सांगितलं.

मी शर्टावरून हात फिरविला, अत्यंत मुलायम, रेशमी स्पर्श. अर्थात महागही!

डेव्हॉन माझ्याकडे अपेक्षेने पाहात होती.

''या वस्तू पण आठवडे बाजारातून आणल्या असं तो म्हणाला का?'' मी विचारलं.

''नाही, या वेळेस त्याच्या मित्राच्या वडिलांचे कपड्याचे दुकान आहे, त्यांना खूप कपडे फुकट मिळतात, तिथे टायसनला हवे ते कपडे मिळू शकतात.''

मी ऐकत होतो.

''मी बार्नेसमध्ये फोन केला तर कळले की हा शर्ट टायसननेच खरेदी केला होता. तिथल्या विक्रेताच्या टायसन लक्षात होता कारण टायसनने तीन हजार डॉलर्स रोख दिले होते.'' डेव्हॉन बोलत होती.

तिने शर्ट कपाटात ठेवला, आणि ती त्याच्या बिछान्याकडे गेली. ''बार्नेसबद्दल कळल्यानंतर मी त्याची खोली तपासली.'' त्याच्या पलंगाखालून तिने एक पेटी काढली. त्या पेटीत खूप की बोर्ड्स, गेम बॉयस, गिअर्स आणि काही आकृत्या होत्या. तिने एक की बोर्ड हलवला आणि त्याच्याखालून एक डबा बाहेर काढला. त्या डब्यात नोटांची थप्पी होती. एकूण ४२०० डॉलर्स होते. ''त्या आधी तेवीसशे आणि एकदा तर सात हजार डॉलर्स होते. प्रत्येक वेळी रक्कम बदलते.'' ती सांगत होती.

''तुम्ही त्याला पैशाबद्दल विचारलंत?''

''मी विचारलं तर खोटं बोलणार जसं घड्याळ आणि कपड्याच्या बाबतीत बोलला तसं. त्याच्याशी प्रत्यक्ष बोलण्याआधी तो काय करतो, कोणाकरिता करतो हे मला कळायला हवं.''

''मी विचारू शकतो,'' मी म्हटलं.

''तुम्ही विचारलं तर आपण त्याच्यावर नजर ठेवतोय हे त्याच्या लक्षात येईल, मग तो आणखीन खोटं बोलेल. गुप्तहेराप्रमाणे तुम्ही त्याचा पाठलाग करून शोध घेऊ शकणार नाही का?'' डेव्हॉनने विचारले.

''करता येईल, पण ते खूप खर्चिक काम असेल. त्यापेक्षा सरळ विचारलेलं

बरं.''

तिने ओठ आवळले, दूरवर काहीशा चिंताग्रस्त नजरेने पाहात राहिली.

''आधी आपण तुमच्या मोबदल्याबद्दल बोलू, माझी नोकरी चांगली असली तरी मी काही श्रीमंत नाही.''

''ठीक आहे, काय माहिती हवी आहे तुम्हाला?''

''पाठलाग करण्याचे किती होतील?''

''कमीतकमी दोन गाड्या लागतील, एका गाडीवर एक ड्रायव्हर, दिवसरात्र तो तयारीत राहील, त्याकरिता समजा तीन हजार डॉलर्स प्रत्येक दिवशी.''

''बाप रे!'' तिला एवढी अपेक्षा नव्हती. शुष्क पडलेल्या ओठांवरून जीभ फिरवीत ती शून्यात पाहात राहिली. पैसे कसे उभे करावेत याचा ती विचार करीत होती.

तिचे सर्व पर्याय फारसे फलदायी नव्हते. डेव्हॉनसारख्या शेकडो पालकांना मी भेटलोय, आणि त्यांच्या डोळ्यांत असंच भय मी पाहिलंय, जणू काही पालक आपल्या पोहता न येणाऱ्या मुलांना बुडताना पाहताहेत.

मी विषय बदलला.

''केव्हापासून हा प्रकार चाललाय?''

''शाळा सुरू झाल्यापासून, आणि तो जे काही करतोय ते शाळेतल्या मुलांबरोबर करतोय.'' पुन्हा दूरवर पाहात ती म्हणाली. ''टायसन खरोखरच चांगला मुलगा होता. तो कुठेही बाहेर जात नसे, नेहमी घरीच असायचा, तो सगळ्याला घाबरत असे. पण त्याला ती मुलगी भेटल्यापासून तो बदलला.''

''ओह!''

''टायसनला मैत्रीण! मी थरारून गेले. तो मुलींना कधीच भेटत नसे, मुलींची त्याला भीती वाटे.''

''तुम्ही तिला भेटलात का?'' मी डेव्हॉनला विचारले.

''छे! त्याने नावदेखील सांगितले नाही. त्याची अलेक नावाच्या मुलाशी मैत्री आहे. ते दोघे मॉलमध्ये जातात. मी विचारले तर उडवाउडवीची उत्तरे देतो किंवा खोटं बोलतो. टायसन पूर्वी असा नव्हता. मॉलमध्ये जातही नसे आणि आता घरी थांबत नाही.''

डेव्हॉन सांगत होती त्यावरून जर पैसे आणि घड्याळ सोडले तर टायसन इतर मुलांसारखाच होता.

''अलेक त्याला शाळेत भेटला का?''

''मला तसं वाटलं म्हणून मी शाळेतल्या सर्व मुलांची नावे तपासली.'' डेव्हॉनने त्याच्या टेबलावरून एक लाल रंगाची पुस्तिका काढली. सुंदर नक्षीकाम

केलेल्या पानावर उडणाऱ्या पक्ष्यांची आकृती आणि शाळेचे नाव होते. 'कार्ल-मॅट्रिक्स अल्टरनेटिव्ह शाळा '- जिथे मुले भरारी घेतात. या पुस्तिकेत कुठेही अलेक किंवा अलेक्झांडर हे नाव आढळले नाही. यावरून तर आम्हाला काहीच धागादोरा मिळू शकत नव्हता.

मी घड्याळ हातात खेळवत होतो, रोलेक्सच्या अधिकृत घड्याळात क्रमवार क्रमांक आणि नमुना क्रमांक पट्ट्यामागे कोरलेला असतो, किंवा चकतीच्या आतल्या बाजूस क्रिस्टलच्या खाली, खोट्या रोलेक्सवरपण क्रमांक असतात, पण निर्मात्याकडे त्याची नोंद नसते.

''मी काय म्हणतो, माझ्या मैत्रिणीला घड्याळातलं खूप समजतं. ती हे घड्याळ खरं आहे की खोटं आहे, हे सहज सांगेल, शिवाय खरं असेल तर ते कोणाचं आहे तेही सांगू शकेल.''

''पण तुम्ही घड्याळ नेलं तर टायसनच्या लगेच लक्षात येईल.''

मी डेव्हॉनला क्रमांकाविषयी सांगितलं. मी पट्टा काढून त्यावरचे क्रमांक नक्कल करतो, घड्याळ इथेच राहील असं सांगितलं.

''तुम्ही त्याचा पाठलाग नाही का करणार?''

''आपण लहानलहान गोष्टींपासून सुरुवात करू म्हणजे तुमचा खर्च कमी होईल मग प्रगती पाहून ठरवू. चालेल?''

तिच्या चेहऱ्यावर उत्साह दिसला, ती हसली.

तिने दाखवलेले पैसे आणि घडाळ्याविषयी मी विचार केला आणि त्याशिवाय टायसनने आणखी काही लपवलं असेल का, असा विचारही माझ्या मनात तरळून गेला.

''तुम्ही त्याची खोली तपासलीत पण त्याच्या गाडीचे काय?''

''दोनदाच बघितली, पण टायसन जेव्हा घरी असतो तेव्हाच गाडी इथे असते.''

''तुमच्याकडे दुसरी किल्ली आहे का, म्हणजे घड्याळाबरोबर मी त्याची गाडी तपासीन,'' मी म्हटलं.

तिने दुसरी किल्ली शोधायला सुरुवात केली, पण ती थबकली आणि म्हणाली,

''मी तुमचं संकेतस्थळ बघितलं, 'एल्विस कोल डिटेक्टिव्ह एजन्सी.' त्यात तुम्ही असं म्हटलंय की तुमच्या सर्व कामात गुप्तता असते.''

''हो.''

''याचा अर्थ टायसन काय करतो, हे कळल्यावर तुम्ही पोलिसांना सांगणार नाही.''

"ते काही गोष्टींवर अवलंबून आहे." मी खुलासा केला.

"अवलंबून असणाऱ्या गोष्टींविषयी संकेतस्थळावर उल्लेख नाही."

"पण मला जर त्याच्या गाडीत मृतदेह आढळला तर पोलिसांना सांगावेच लागेल."

"तेवढी वेळ अजून तरी आली नसावी."

तिचा 'अजून तरी' हा शब्द मला आवडला नाही.

डेव्हॉनने मला किल्ली दिली. घड्याळाच्या पट्ट्यावरचे क्रमांक मी उतरवून घेतले. घड्याळ पुन्हा खणात टाकले. आम्ही दोघे एकदमच बाहेर पडलो. डेव्हॉन आधी निघून गेली. तिला खूप लांब जायचे होते. आधीच उशीर झाला होता.

मी गाडी सुरू केली पण तिथेच थांबलो, माझ्या डोळ्यांपुढे आकर्षक डोळ्यांचा, कृश शरीरयष्टीचा मुलगा घरात पैसे लपवताना, उभा राहिला. तो अनेकप्रकारे पैसे मिळवू शकत होता, पण त्यातला एकही मार्ग चांगला नव्हता.

डेव्हॉनचा मार्ग मध्यमवर्गीय, शांत, समाधानी होता, तिथे कोणीही तिचा किंवा टायसनचा खून करायला येणार नव्हते, पण आता हे सगळं बदलत चाललं होतं.

२

शेरी टोयोडा आणि तिच्या कुटुंबाच्या मालकीचे सांता मोनिकामध्ये घड्याळ विक्रीचे दुकान होते. सर्वसामान्यांना परवडतील अशी माफक किमतीची घड्याळे ते विकत असत. त्यांच्याकडे असलेल्या जुन्या घड्याळांच्या संग्रहामुळे त्यांचे दुकान आख्यायिकांचा विषय झाले होते. दुकानात शेरीच्या आईवडिलांचे समाजातील प्रतिष्ठित आणि मोठमोठ्या व्यक्तींबरोबरचे फोटो लावले होते. अकरा खासदार आणि सर्वोच्च न्यायालयाचे चार न्यायाधीश त्यांचे सन्माननीय ग्राहक होते. मी शेरीला फोन केला. पूर्वी आम्ही एकत्र फिरत वगैरे असू.

''शेरी, रोलेक्ससंबंधात मला तुझी मदत हवी आहे.'' मी विचारले.

''आम्ही रोलेक्स विकत नाही, पण शक्य झाल्यास मदत करीन,'' शेरी म्हणाली.

''नाही, मला विकत घ्यायचे नाही, पण एक रोलेक्स डायटोना घड्याळ आहे.''

''अरे, वा! तुला जर हे परवडत असेल तर मी पुन्हा तुझ्याबरोबर फिरायला यायला तयार आहे.'' ती मस्करी करत म्हणाली.

''मला हे घड्याळ खरे आहे की खोटे याची माहिती हवी आहे.''

''तू ते घड्याळ घेऊन तर ये, पाच सेकंदात मी तुला सांगते.'' शेरी तत्पर होती.

“माझ्याकडे घड्याळ नाही पण त्याचे अनुक्रम आणि नमुना क्रमांक आहेत.”

“निदान घड्याळाबरोबर येणारे वर्ष निदर्शक प्रमाणपत्र तरी आहे का?”

“नाही, फक्त क्रमांकच आहेत.” मी सांगितले.

काही क्षण शेरीने विचार केला आणि म्हणाली, “तू ते क्रमांक तर पाठव, मुख्य कार्यालयात माझा एक मित्र आहे, त्याला मी ते क्रमांक पाठवते. जर त्याच्या क्रमांकाशी ते जुळले तर घड्याळ अस्सल आहे असं समज.”

“छान!”

“नुसतं छान नाही; जर घड्याळ चोरलेले असेल तर मला हे क्रमांक कुठून मिळाले आणि मी का चौकशी करते आहे हे तो विचारेल.”

“शक्य आहे पण त्यांना हे कसं कळणार?”

“मित्रा, तू तुझ्या हातावर वीस तीस हजार डॉलर्सचं घड्याळ बांधून हिंडणार याचा अर्थ...?”

“ते चोरलेलं आहे....”

“किंवा हरवलेलं....”

“कंपनी अशा चोरीला गेलेल्या किंवा हरवलेल्या घड्याळांची नोंद ठेवते. तू तुझं घड्याळ हरवलं तर कंपनीला क्रमांक कळवतोस, आणि कधी कोणी अशी चौकशी केली तर ते क्रमांक ताडून पाहतात आणि मूळ मालकाशी संपर्क साधतात.”

“याचा अर्थ हे घड्याळ कुणाचं आहे हे कळू शकेल?” मी उत्सुकतेने विचारले.

“अगदी तसंच नाही, काही वेळेस लोक ही घड्याळं विकतात किंवा भेटही देतात, ते कंपनीला माहीत नसतं.”

“ओह, असं आहे तर...”

“तुला घड्याळाचा मूळ मालक हवा आहे का?” तिने विचारले.

“चालेल.”

पुन्हा काही क्षण तिने विचार केला.

“मी अजूनही तुला मदत करू शकेन. कोणी असं घड्याळ घेतलं तर कंपनी हमीपत्र देते. मूळ मालकाच्या नावाने हमीपत्र असेल, मी बघू का?”

“शेरी, तू महान आहेस, मनापासून धन्यवाद!”

मी तिला क्रमांक सांगितले.

मी विचार करीत होतो, डेव्हॉनने टायसनची खोली तपासली ती आईच्या नजरेने. नक्कीच काहीतरी तिच्या नजरेतून सुटले असणार. मी प्रशिक्षित व्यावसायिक गुप्तहेर आहे. कुठे, काय शोधायचे हे मला ठाऊक आहे. गाडी बंद करून मी पुन्हा डेव्हॉनच्या घराकडे गेलो. प्रवेशद्वार कुरकुरले. मी टायसनच्या खोलीच्या बाजूने पुढे

गेलो आणि स्वयंपाकघरातून आत शिरलो.

आत तीन शयनकक्ष, दोन न्हाणीघरं होती. टायसन, आईच्या खोलीत किंवा न्हाणीघरात काही लपविणार नाही म्हणून त्या जागेचा विचार सोडून मी टायसनच्या न्हाणीघराकडे वळलो.

न्हाणीघरात दात घासायच्या काड्या, तोंड धुवायच्या बाटल्या, सुगंधी फवाऱ्याच्या बाटल्या, क्रीम्स आणि न्हाणीघरात नेहमीच्या आढळणाऱ्या वस्तू, दाढीचे वस्तरे सगळं पडलं होतं. आरशाखाली औषधे पडली होती. औषधांच्या कागदावर जी नावे होती ती नैराश्य, उत्कंठा आणि एकाग्रता न होणे यावरील औषधे होती. मात्र तिथे कुठेच शंका घेण्यासारखं काहीच नव्हतं.

तिसरे शयनकक्ष कार्यालयासारखे वाटत होते. डेव्हॉन सर्वच गोष्टी तिथे करत असावी. सरकत्या काचेची एक भिंत होती. पुस्तकांच्या कपाटात कायद्याची पुस्तके होती. काही रहस्यकथा, 'मूल कसे वाढवावे', 'दु:खी मूल', 'एकल मातेचे नियम' यासारखी पुस्तके होती. खोक्यामध्ये ख्रिसमसच्या शोभेच्या वस्तू, व्यायामाची साधने, टेबलावर अनेक कागदपत्रं, न वाचलेली मासिके आणि टायसनच्या शाळेचे कागदपत्र, एका नस्तीमध्ये जाहिराती, विद्यार्थ्यांच्या नावाची सूची. मी ती कागदपत्रं घेऊन, सूची घेऊन टायसनच्या खोलीत गेलो. त्याच्या कपाटात तर काहीच पुरावा नव्हता. टायसनच्या खणात पावती, एखादी चिठ्ठी, मित्राचा फोटो काहीतरी मिळेल असं वाटत होतं; पण हाती काहीच लागलं नाही. जर त्याच्याकडे फोटो वगैरे असतील तर ते त्याच्या लॅपटॉपमध्ये असणार. खुर्चीखाली खाण्याचे पदार्थ पडले होते.

मी वरचा खण उघडला. टेबलाच्या बाजूतून खण सोडवून घेतला, खेचून बाहेर काढला. डेव्हॉनने खणाची आतली बाजू बघितली होती; पण बाहेरची बाजू बघितली नव्हती. खणाच्या मागील बाजूस एक बंद पांढरे पाकीट चिकटवून ठेवले होते. मी चाचपडून बघितले तर आत नोटा असलेल्या जाणवल्या. मी ते पाकीट काढलेही नाही की उघडलेही नाही, फक्त त्याचा फोटो काढून घेतला व खण परत जागेवर लावला. मधल्या खणासदेखील असेच एक पाकीट चिकटवून ठेवले होते. प्रत्येक पाकीट जाडजूड होते, त्यात नक्कीच हजारो डॉलर्स होते. निराशाजनक होते ते.

मी पुन्हा स्वयंपाकघरात गेलो, फ्रीजच्या दरवाजावर लहानग्या टायसनचे खूप फोटो चिकटवले होते. डिस्नेलँडमध्ये लहान टायसन आणि डेव्हॉन चेहऱ्यावर मिकी माऊसचा मुखवटा, हॅलोवीनमध्ये मित्रांबरोबर तेरा वर्षांचा टायसन व्हिडिओ गेम खेळताना, असे सर्व फोटो चुंबकाने चिकटवून ठेवले होते.

मी बाहेर आलो, पैशांची पाकिटं मिळाल्यानं मला वाईट वाटले. डेव्हॉनसाठीही. तिने मला शोध घ्यायला सांगितले होते, पण काय मिळाले ते तिला आवडण्यासारखे

नव्हते.

आता मला टायसनची गाडी शोधायची होती.

‘द काल-मॅट्रिक्स अल्टरनेटिव्ह हायस्कूल’ नावाची टायसनची शाळा अठरा मिनिटांच्या अंतरावर होती. शाळेसंदर्भातल्या इंटरनेटवरच्या ट्रोलमध्ये शाळेला बड्या बापांच्या, नामांकित व्यक्तींच्या पोरांना वाईट संगतीपासून आणि व्यसनांपासून लपवून ठेवणारी शाळा म्हंटलं गेलं होतं. तर शाळेचे माजी विद्यार्थी आणि पालक मात्र शाळेची वेगळी प्रतिमा मांडत होते. किशोरवयीन मुलांसाठी पोषक वातावरण असणारी आणि मुलांची काळजी घेणाऱ्या गुणी शिक्षकांची शाळा म्हणून त्यांनी या शाळेला नावाजलं होतं. एका मुद्द्यावर मात्र सर्वांचं एकमत होतं, ते म्हणजे शाळेचं शुल्क! भविष्याची किंमत होती ती!

शाळा पाहून माझी निराशाच झाली. मोठी शाळा म्हणून वर्णन करण्यात आलेली शाळा प्रत्यक्षात, रेसेडामधील गजबजलेल्या रस्त्यावरची एक साधी इमारत, एखाद्या दंतवैद्यकाचा दवाखाना वाटत होती.

मी त्या शाळेवरून दोनदा चक्कर मारली. अमली पदार्थांचा व्यापार करणाऱ्या टोळीबरोबर टायसनचा संबंध असेल असं वाटत नव्हतं. त्याची वोल्वो गाडी शाळेच्या आवारात गाड्यांसाठी असलेल्या जागेत उभी असलेली दिसत होती. कुंपण घालून बंदिस्त असलेल्या त्या जागेत तीस एक गाड्या असाव्यात. टायसनची वोल्वो सर्वांत जुनी होती. मी गाडी रस्त्यावर लावली आणि सर्व रचना नजरेखालून घातली. शाळेभोवती कुंपण होते, ‘प्रवेश निषिद्ध’ या फलकावरची अक्षरे पुसट झाली होती. अभ्यागतांनी कार्यालयात भेटावे अशी सूचना होती. वोल्वोपर्यंत पोहोचण्यासाठी शाळेच्या प्रवेशद्वारातून जाणं भाग होतं, आणि तिथे कुणीही पहारेकरी नव्हता.

मी गाडीच्या बाहेर पडलो, पण लगेच आत बसलो. कारण पंधरा सोळा वर्षांची एक सडपातळ मुलगी प्रवेशद्वाराबाहेर आली, तिने सिगारेट शिलगावली, मोठा झुरका मारला. मला वाटलं एकतर ती सिगारेट संपवेल किंवा सिगारेट तिला!

शेवटी तिने थोटूक पायाखाली चिरडले आणि पुन्हा शाळेत गेली. मी धावतच वोल्वोपर्यंत गेलो, सामान ठेवण्याच्या जागेचे झाकण उघडले. आत काही थातूरमातूर सामान होते, पण मृतदेह नव्हता! कोणी येत नाहीये ना असं पाहून मी चालकाच्या जागेवर बसलो.

टायसनची गाडी म्हणजे हलता कचऱ्याचा डबा होता. प्लॅस्टिक नळ्या, वापरलेले टॉवेल्स, खाण्याच्या वस्तूंची पाकिटे, सर्व दरवाजाजवळ कोंबून ठेवले होते. बसण्याची जागा आणि समोरची फळी यातही फालतू सामान खच्चून भरले होते. मागची जागा तर आणखीन वाईट होती. वेष्टणे, कप्स, सगळं अस्ताव्यस्त.

खूप शोधूनही तिथे काहीच पुरावा मिळू शकला नाही. चालकाच्या बाजूच्या जागेवर मी गेलो, दार उघडणार एवढ्यात सिगारेट ओढणारी मुलगी पुन्हा बाहेर आली म्हणून मी दार बंद केले. खाली वाकून मी तिचे निरीक्षण करत होतो. ती पुन्हा प्रवेशद्वारापाशी गेली, सिगारेट पेटविली. धुराचं वलय हवेत विरत गेलं, ती आकाशाकडे पाहात होती. मी अजूनही वाकूनच बसलो होतो, बसण्याच्या जागेखाली मला गॉगलची एक डबी सापडली. ही डबी एकदम नवी आणि टायसनच्या गाडीतील इतर वस्तूंपेक्षा स्वच्छ होती. वळणदार अक्षरांनी त्या डबीवर नाव कोरले होते – 'अंबर!' गॉगल नाजूक, सुंदर होता आणि त्यावर क्रिस्टल्स लावले होते. 'गुस्सी' या नावावरूनच तो खूप महाग आहे हे न सांगता कळत होते. गॉगल मुलीचा होता. मी पुन्हा नाव वाचले - अंबर!

मी गॉगलचा फोटो काढला आणि ती डबी जागेखाली ठेवून दिली.

ती मुलगी अजूनही सिगारेट ओढतच होती, तिने एक मोठा कश मारला, सिगारेटच्या मागे बोटाने टकटक केलं आणि देवमाशाने सुळकन पाण्यावर यावं त्याप्रमाणे हवेत धुराचे वलय सोडले. पुनःपुन्हा ती तेच करत होती; जणू काही अनंत काळपर्यंत ती सिगारेटच ओढणार होती. आणि मी गाडीत अडकलो होतो– सॉस, लोणच्याचे वास घेत.

ती मुलगी अजून तिथेच असताना माझा फोन वाजला. नाव बघितलं – हेस!

मी म्हटलं, "एल्विस कोल, गुप्तहेर संस्था, जिथे ग्राहक नेहमी संतुष्ट असतात."

"हो, तुझी ग्राहक संतुष्टच आहे, पण तू आहेस कुठे?" तिने विचारले.

"एका गाडीत लपून बसलोय, आणि एका अल्पवयीन मुलीला बघतोय."

"आता एकही शब्द बोलू नकोस, नाहीतर तुला अटक करेन."

"ती सिगारेट ओढते आहे"

"थांब, मला स्वतःला तुझ्याकडे जेवणाचं आमंत्रण द्यायचंय. स्वयंपाक करशील ना?"

"नक्की तुला पाहिजे ते."

"ओके, रात्री भेटू."

हेसने फोन ठेवला. आणि माझ्या चेहऱ्यावर हसू पसरलं.

जेनेट हेसनं आणि मी एका अवघड प्रकरणात डोकं फोडून घेतलं आणि प्रकरणाचा छडा लागल्यावर आमचं डेटिंग सुरू झालं. हेस पोलीस होती पण साधीसुधी पोलीस नव्हती, तर मद्य, तंबाखू आणि शस्त्रास्त्रे प्रतिबंधक विभागाच्या क्षेत्रीय कार्यालयात विशेष अधिकार असलेली अधिकारी होती. हेस हुशार, तल्लख होती, माझ्यापेक्षा तिचे उत्पन्न जास्त होते. आणि ती माझ्या विनोदांवर मनमोकळं

हसायची. मला ती खूपच आवडायची.

सिगारेट ओढणाऱ्या मुलीला त्यात समाधान मिळत असावं, पण जितका जास्त मी टायसनच्या गाडीत राहीन तितकं मला शाळेतील विद्यार्थी, शिक्षक किंवा कोणीतरी पाहण्याची शक्यता जास्त होती. तिचं लक्ष रस्त्यावर होतं. मी बाहेर पडायचं ठरवलं.

वोल्वोतून बाहेर पडून मी हळूच दार बंद केले. पुढे पाऊल टाकलं तेवढ्यात, त्या मुलीने मला पाहिलं, पण तिच्या चेहऱ्यावरचे भाव बदलले नाहीत आणि समजा टायसनच्या गाडीतून बाहेर पडताना तिने जरी मला पाहिलं असलं तरी तिची काहीच प्रतिक्रिया नव्हती. मी चालत राहिलो, सिगारेट ओढणारी मुलगी धुराच्या पडद्याआड अदृश्य झाली. माझ्या गाडीपर्यंत पोहोचतोय तोच माझा फोन वाजला.

''शेरी,'' मी गाडीत बसून दार लावलं. तिला म्हटलं, ''बोल.''

''तुला माहित्येय, ते घड्याळ चोरीचं आहे, मूर्खा काय चाललंय काय?''

''नाही, मला माहितीच नव्हतं, म्हणून तर तुला विचारलं,'' मी म्हणालो.

''हे साध्या घड्याळ चोरीचे प्रकरण नाही, त्यापेक्षा गंभीर आहे. मोठा शोध घ्यावा लागेल.'' शेरी म्हणाली.

मी दीर्घ श्वास घेतला आणि तिचं म्हणणं ऐकून घेतलं.

३

रस्त्यावरच्या वर्दळीमुळे शेरीचे बोलणे मला नीट ऐकू येत नव्हते.

"हे बघ, मूळ खरेदीदार रिचर्ड स्लॉसन. सोळा वर्षांपूर्वी त्यांनी हे घड्याळ खरेदी केले, इथेच लॉस एंजलीसमध्ये. आणि बत्तीस दिवसांपूर्वी त्यांनी घड्याळ चोरीला गेल्याचं कळवलंय आणि ते चोरीच्या यादीत टाकायला सांगितलंय. तुला त्यांची माहिती हवी आहे का?"

"हं! सांग," मी तिला म्हणालो.

शेरीने रिचर्ड स्लॉसनचा फोन क्रमांक आणि बिव्हर्ली हिल्स इथला पत्ता सांगितला.

'तू चिडल्यासारखी वाटते आहेस, काय झालं?" मी शेरीला म्हणालो.

"मला तुझा खरंच राग आलाय एल्विस," शेरी म्हणाली. "हे घड्याळ जर चोरीच्या यादीत असेल तर काय होईल हे मी आधीच तुला सांगितलं होतं. मी क्रमांक सांगताच तिथल्या माणसाने ते ओळखले आणि तो माझ्यावर भडकला."

"तुझ्यावर रागावण्याचं कारणच काय? त्याने तुला ती माहिती का हवी आहे विचारले?"

"नुसताच रागावला नाही तर धमकावलंसुद्धा! पण तू काळजी करू नकोस, मी तुझं नाव नाही सांगितलं त्याला."

"नाही, मी नाही काळजी करत, पण माहिती विचारली तर एवढं काय

त्यात?'' मला प्रश्न पडला.

''पोलीस! चोरीला गेलेल्या घड्याळांच्या यादीत स्लॉसनच्या घड्याळाची नोंद झाल्यावर काही दिवसातच पोलीस आले. इतकी वर्षे माझा मित्र या व्यवसायात असून प्रथमच पोलीस त्याच्या कार्यालयात आले आणि ते याच घड्याळाची चौकशी करीत होते. आणि काही कळलं तर कळवायला सांगितलं आहे.''

''केवळ या घड्याळासाठी?''

''एका घड्याळासाठी पोलीस इतके तत्पर असल्याचे पूर्वी त्याने कधी बघितले नव्हते?''

''स्लॉसन एवढी महत्त्वाची व्यक्ती आहे?''

''मला माहीत नाही, पण तो माहिती सांगण्यास तयार नव्हता.'' शेरी म्हणाली.

ती का नाराज झाली याचा अंदाज येऊन मी म्हटलं, ''तुझा मित्र तू चौकशी केल्याचं पोलिसांना सांगणार आहे का?''

''कल्पना नाही, पण सांगेलही कदाचित.''

''ठीक आहे, तू माझ्यावर सोपव. जर पोलिसांनी विचारलं तर खरं खरं सांग, माझ्यामुळे तू अडचणीत यायला नकोस,'' मी स्पष्टीकरण दिले.

तिचा आवाज थोडा नरमला. ''तुला मी आधीच सांगितलं होतं, आता काळजी घे.''

स्लॉसन हे नाव काही ओळखीचं वाटेना म्हणून मी इंटरनेटवर शोध घेतला. मला बरीच माहिती व फोटो मिळाले.

७२ वर्षांचे रिचर्ड स्लॉसन आणि ७१ वर्षांच्या मार्गारेट, त्वचा तज्ज्ञ म्हणून निवृत्त झाले होते. दोन मुली आणि पाच नातवंडं होती; सामाजिक कार्यात पुढाकार घेणारे हे दाम्पत्य बराच दानधर्मही करत असत. फारच चांगले कुटुंब होते ते.

टायसनने त्यांचं घड्याळ त्यांनाच प्रत्यक्ष परत द्यावे म्हणून मी त्यांना भेटायचं ठरवलं. त्यांना फोन केला पण त्यांनी फोन घेतला नाही म्हणून मी प्रत्यक्षच तिथे गेलो.

बिव्हर्ली हिल्सच्या शेजारच्या ट्राऊसडेल इस्टेट येथे स्लॉसन राहत होते. गंजलेल्या लोखंडी प्रवेशद्वाराच्या आत त्यांचे घर होते. वर टेहेळणी कॅमेरा होता. रस्त्याच्या बाजूला गाडी लावून मी प्रवेशद्वारापर्यंत गेलो. ते घर खूप छान होते. मी घंटीची कळ दाबली. आत कुठेतरी आवाज झाला, पूर्ण एक मिनिट घंटी वाजूनही दार उघडले गेले नाही, याचा अर्थ स्लॉसन घरी नव्हते.

निरोप ठेवावा म्हणून मी माझं कार्ड काढलं. कार्ड पत्रपेटीत टाकणार एव्हढ्यात एका माणसाने मला मागून हाक मारली. त्याला टक्कल होते.

''तुम्ही जागा खरेदी-विक्री करणारे दलाल का?'' शरीराला न शोभेलशा

आवाजात त्याने विचारले.

"नाही, मी एल्विस कोल, मला रिचर्ड स्लॉसनना भेटायचं आहे." मी म्हणालो.

"मी जॉर्ज विलकॉक्स. समोरच राहतो." ते म्हणाले. मी दिलेल्या कार्डाकडे पाहात ते म्हणाले, "गुप्तहेर, म्हणजे तुम्ही त्या चोरीच्या प्रकरणाच्या चौकशीसाठी आलात का?"

"हो, मी त्यात लक्ष घालतोय," मी उत्तर दिले.

कार्डाची घडी घालत विलकॉक्स म्हणाले, "स्लॉसन पाम स्प्रिंगला गेलेत. मार्गरिटला इथे खूप भीती वाटायला लागली म्हणून."

"इथे चोरी झाली म्हणून?" मला आश्चर्य वाटले.

"हो, तिला झोप लागत नव्हती. रात्री भीतिदायक स्वप्ने पडायची, अजूनही तिला स्वप्नं पडतात. रिच सांगत होता." विलकॉक्सने माहिती दिली.

"चोरी झाली त्या दिवशी ते घरी होते का?" मी विचारले.

"अं, नाही, त्या दिवशी ते पाम स्प्रिंगला होते. इथे आल्यावर चोरी झाल्याचे त्यांच्या लक्षात आले. त्यांनी खरं तर पोलिसांकडे जायला नको होतं, आता तर जिकडेतिकडे पोलीसच दिसतात, सारखं विचारतात, बघितलं का."

आम्ही बोलत असताना आमच्या बाजूने बांधकाम करणाऱ्या मजुरांचा एक ट्रक गेला, त्याच्याकडे रागाने पाहात विलकॉक्स म्हणाले, "यांच्यापैकीच कुणीतरी असावा."

"तुम्ही खरंच काही पाहिलंत का?"

"छे, छे मी नाही पाहिलं पण या टेहेळणी कॅमेऱ्याने टिपलंय त्यांना, मुखवटे घातले होते त्यांनी, मी रिचला म्हटलंदेखील तुम्ही घरी नव्हतात ते बरं झालं."

'फर्स्ट टायर सिक्युरिटी' अशा नावाचा कोपऱ्यावर एक फलक होता. २४ तास ही कंपनी सुरक्षाव्यवस्था पुरवीत असे. बिव्हर्ली हिल्स इथल्या काही घरात अन्य सुरक्षाव्यवस्था होती, पण 'फर्स्ट टायर सिक्युरिटी'च बहुतेकांकडे होती. या कंपनीच्या संस्थापकांना मी पूर्वी मदत केली होती, अनेकवेळा त्यांच्याबरोबर काम केलं होतं.

"तुम्ही धोक्याचा इशारा देणारा भोंगा ऐकलात का?"

"कसला भोंगा, अहो, ही चोरटी मुले खूप हुशार आहेत. बिव्हर्ली हिल्सपासून एन्सिनोपर्यंत यांनी खूप घरे लुटली आहेत." मी त्यांना सुरक्षाफलकाकडे निर्देश केला. "सगळा पैसा फुकट हो, माझी बायको म्हणते आता आपण घोड्याएवढ्या उंचीचा, माणसांना खाणारा जर्मन शेफर्ड पाळू या. रिचर्डला हे घर खूप आवडतं, पण मार्गरिटला भीती वाटते म्हणून हे घर तो विकतोय. त्यासाठीच दलाल येथे

चकरा मारताहेत. एकापाठोपाठ गोष्टी घडताहेतच.''

आम्ही बोलत असतानाच आमच्या बाजूने एक सेदान (मोठी गाडी) गेली. आत चाळिशीचा, रुंद चेहऱ्याचा गलेलठ्ठ चालक होता, त्याने हलक्या प्रतीचा गॉगल लावला होता. त्याच्या बरोबरच्या बाईची नजर तीक्ष्ण होती. तिने आपल्या अस्ताव्यस्त केसांचा बुचडा बांधला होता. आमच्या बाजूने जाताना त्याने गाडी हळू नेली. विलकॉक्सला चिडण्यासाठी आणखीन एक कारण मिळाले. ''बघितलं या बघ्यांना?''

मी कार्डाचा उल्लेख करत म्हटलं, ''तुम्ही स्लॉसनना मला फोन करायला सांगाल का?''

ते कार्ड घेऊन काही न बोलताच जड पावलांनी परत गेले.

मी दुसरे कार्ड त्यावर निरोप लिहून पत्रपेटीत टाकले. त्याच वेळेस ती मघाचीच गाडी परत आली, त्यांनी मला पाहिले; मीही त्यांना बघितलंय हे त्याच्या लक्षात आलं. ती स्त्री त्याच्याशी काहीतरी बोलली. मग त्यांनी माझ्या गाडीकडे पाहिलं. ते निघून जाईपर्यंत मी थांबलो, मग पत्रपेटीतून माझं कार्ड काढलं. मी गाडीकडे आलो. 'फर्स्ट टायर सिक्युरिटी'च्या डेव्ह डेटमनला फोन केला. तो त्या कंपनीच्या संस्थापकांपैकी एक होता.

''काय रे, बऱ्याच दिवसांनी फोन केलास? काय करतोयस?''

''आता ट्रासडेल इथल्या डॉ. स्लॉसन यांच्याकडे.'' मी पत्ता सांगणार तोच तो म्हणाला, ''मला माहित्येय ते, पण तू आता कामगिरीवर आहेस?'' त्याने विचारले.

''कोणती कामगिरी?'' मी विचारले.

''मस्करी करू नकोस, इथल्या उच्चभ्रूंच्या घरातील घरफोड्या... विमा कंपनीचे लोक तर वैतागले आहेत.''

''मी दुसऱ्याच कामगिरीवर आहे, पण त्याच्याशी ह्या चोऱ्यांचा काही संबंध असू शकेल. पण लॉस एंजलीस पोलीस खात्याने कोणाला अटक केली आहे का?''

''अजून नाही, पण लवकरच होईल. कारण चोरी करणाऱ्या मुलांनी खूपच पुरावे मागे ठेवले आहेत.'' त्याने मला माहिती सांगितली.

''मुलांनी?'' मी आश्चर्याने विचारले.

''हो रे, अर्धवट बुद्धिच्या मुलांनी,'' तो म्हणाला.

''मुले?'' मी खात्री करून घेण्यासाठी पुन्हा विचारले.

''विशीतली मुले रे, तरुण म्हण हवे तर, एक मुलगी आणि दोन मुले, ते काही अगदी लहान नाहीत.'' त्याने अधिक स्पष्ट केले.

मी खिडकीबाहेर बघितलं. विलकॉक्सनेही असाच काहीसा उल्लेख केला होता.

''एकूण किती घरफोड्या झाल्या?''

“सतरा अठरा असतील. आता विशेष कार्यकारी दलाचे अधिकारी हाताच्या बोटांचे ठसे जुळविण्याचे काम करत आहेत.”

“विशेष कार्यकारी दल?”

“हो, तुम्ही श्रीमंत माणसांकडे लफडी करा आणि मग भोगा. त्यांच्याकडे बोटांचे ठसे, डीएनए आहेत; पण ओळखपत्रे नाहीत.” डेटमन म्हणाला.

“होतं असं कधीतरी. पूर्वी ही मुले कधीही न अडकल्यामुळे आपल्याकडे नोंद नाही.”

“त्यांनी कॅमेऱ्याला चकवले पण शेवटी एक मुलगा सापडलाच. अनोळखी मुलगा क्रमांक एक. ‘फर्स्ट टायर सिक्युरिटी’कडे त्याचा फोटो आहे.” डेव्हला स्वत:चाच अभिमान वाटला. तो हसला.

“मला तो फोटो बघायला मिळेल का?” मी विचारले.

“हो, का नाही, हा बघ मी पाठवला.” त्याने त्याच्या फोनमधून फोटो पाठवला.

माझा फोन चिरचिरला म्हणजेच फोटो पोहोचला होता. डेव्हची मेल पाहण्यापूर्वीच मला तो फोटो कोणाचा असणार याची माहिती होती. प्रतिमा अंधूक होती. चेहरा टोपीने झाकल्यामुळे पूर्णपणे दिसत नव्हता, पण त्याची शारीरिक ठेवण कळत होती.

डेव्हॉनचे घर सोडल्यापासून फक्त तीन तास सतरा मिनिटे झाली होती. विक्रमी वेळात मी या प्रकरणाचा उलगडा केला होता!

टायसन मागे वळून पाहत असलेला फोटो माझ्या हातात होता. डेव्ह बोलत होता; पण त्याचा आवाज ऐकू येत नव्हता. मी डेव्हॉनचा विचार करत होतो, मला ठाऊक होते तिला खूप प्रश्न पडलेत, पण मी तिला उत्तर देऊ शकणार नव्हतो, आणि मदतीची गरज असेल तर करता येईल की नाही याविषयी मी साशंक होतो.

४

हार्वी आणि स्टेम्स

क्लबमध्ये दारू देण्याचे काम करणाऱ्या पॉलचं खरं नाव होतं चार्ल्स पॉल स्किलनर. त्याचं नाव कळल्यावर स्टेम्सने त्याचा फोटो आणि पत्ता शोधून काढला. के- शहरापासून जवळच असलेल्या विलशायरच्या मध्यभागात असणाऱ्या दोन मजली इमारतीत तो राहत होता.

ही एक जुनाट इमारत होती. तळमजल्यावरच्या खिडक्यांना, दरवाजांना लावलेल्या गजांना गंज चढला होता. थोडंसं निराश होऊनच हार्वीने प्रवेशद्वार बघितलं. अशा घाणेरड्या इमारतीत, जिथे हवा नाही तिथे आपण राहू शकलो नसतो. पॉल इथे राहतो की नाही याची खात्री करून घ्यायची होती, म्हणून हार्वी गाडीच्या बाहेर पडला. स्टेम्स गाडीतच थांबला, त्याने गाडीचे इंजिन सुरूच ठेवले होते.

हार्वी लगेचच परत आला. ''तो नाहीये पण त्याचं नाव तिथल्या फलकावर आहे. आता काय करायचं?'' त्याने विचारलं.

''रात्री उशिरा आल्यामुळे झोपला असेल.'' स्टेम्स म्हणाला.

''मी पाच वेळा घंटी वाजविली.''

''कानात पुंगळी घालून झोपला असेल.''

''काहीही असो, आपल्याला वाट बघावीच लागेल, बघू तो घरी केव्हा येतो ते.''

त्यांचा शोध इतक्या वेगात होता की वाट पाहणं त्यांना शक्य नव्हतं; पण या

पॉलकडूनच त्यांना अलेकचा ठावठिकाणा कळणार होता. पॉल मिळणे आवश्यक होतं.

स्टेम्सने जेड हाऊस क्लबमध्ये फोन केला, व्यवस्थापक नव्हता, पण त्याचा साहाय्यक वाल्डर फोनवर होता.

"तुमच्या इथे मद्य देणारा जो मुलगा आहे ना, काय नाव त्याचे, मला वाटतं पॉल स्किलनर, काही दिवसांपूर्वी मी आणि माझे मित्र तुमच्या येथे आलो होतो, तेव्हा त्याने अतिशय उत्तम सेवा दिली होती; म्हणून त्याच्यासाठी काही भेट पाठवायची आहे. कृपया त्याला फोन द्याल का?" स्टेम्सने विनयशील शब्दात विचारले.

"हो, हो का नाही, मला आनंदच वाटेल," वाल्डर म्हणाला.

"धन्यवाद, पण पॉल आता किंवा आज रात्री आहे का, असेल तर माझ्या सहकाऱ्याबरोबर लगेच पाठवितो."

वाल्डरने नोंद वही बघून सांगितले की पॉल परवापर्यंत कामावर नाही.

"बाप रे! तो दुसरीकडे कुठे काम करतोय का?"

"तो कलाकार आहे. कलाशाळेत जातो, तालमीसाठी, चाचणीसाठी जात असावा," वाल्डर म्हणाला.

"धन्यवाद मित्रा, मी दोन दिवसात भेटतो."

कलाकार? हं! तो तर मद्य वाटप करणारा नोकर आहे. तालीम, चाचणी, कलाकार सगळ्या थापा, तो जर कुठे आहे हे माहीत असतं तर इथे थांबण्याची गरजच नव्हती.

हार्वीने जरा मागे सरकून डोळे मिटले. स्टेम्सने इमारतीकडे पाहून विचारले, "तुला कोणी पाहिलं तर नाही ना?"

"मला कधीच कोणी पाहत नाही?" हार्वी म्हणाला.

"एखादा कॅमेरा? आपण त्याच इमारतीपुढे उभे आहोत ना?" असं म्हणत स्टेम्सने बाहेर पडण्यासाठी दार उघडले, हार्वीने त्याला थांबविले.

"मी जाऊन बघतो," तो म्हणाला.

हार्वी पुन्हा त्या इमारतीत गेला. जवळपास अर्धा तास झाला. स्टेम्स कंटाळला, वैतागला, शेवटी चिडला. गाडीच्या बाहेर पडायच्या विचारात असतानाच हार्वी डुलत आला. त्याच्या चालण्यावरून काम झालं की नाही हे कळत नव्हतं.

"घरात कोणीच नव्हतं." गाडीत बसताबसता हार्वी म्हणाला.

"इतका वेळ जाऊन तुला एवढंच कळलं?" स्टेम्सने चिडून विचारले.

"मी इतरही बरंच काही पाहून आलो होतो म्हणून पुन्हा आत गेलो."

"पण काही सापडलं का?"

"हस्तलिखिते, सगळीकडे नाटकाची पुस्तके, फोटो. याचे नाटकातले तर

खूपच फोटो होते.''

स्टेम्सला हा सर्व विनोदच वाटत होता.

एकदम दात दाखवीत नि हातातील चिठ्ठी दाखवीत हार्वी म्हणाला, ''हा आपला नट व्हॅली व्हिलेजमधील नाटकशाळेत जातो.''

स्टेम्सने पत्ता वाचला आणि आपली क्रिस्टलर जोरात हाणली. ''आपण पोहोचेपर्यंत तो तिथेच असेल, बाहेर पडताना आपण त्याला धरू,'' स्टेम्स म्हणाला.

''नक्की,'' हार्वी म्हणाला.

स्टेम्सला वाटायला लागले की तो समुद्राच्या लाटांवर खेळणारा खेळाडू असून, तो एकामागोमाग येणाऱ्या लाटांवरून अजून वरवर जातोय, जणू काही न संपणारी शक्तीच त्याच्या अंगी संचारलीये.

पॉल आपल्याला अलेकपर्यंत पोहोचवेल आणि अलेक त्या ओकणाऱ्या मुलीपर्यंत. त्या मुलीकडून त्या फोटोतील मुलांपर्यंत, सगळ्या गोष्टी त्यांना पाहिजे तशा मिळतील.

ते दोघे सगळ्यांच्या पुढे होते. स्टेम्सला सावजाचा बरोब्बर वास येतो!

५

एल्विस कोल

मी फोटो मोठा करून बघितला, त्याचे डोळे गाडीच्या पुढच्या दिव्यांनी दिपावेत तसे मोठे दिसत होते. पोलीस टायसनपर्यंत केंव्हा पोहोचतील, त्याच्यावर कोणते आरोप ठेवतील मला माहीत नव्हते; पण डेव्हॉनला त्वरित सांगायला हवं.

डेव्ह अजूनही बोलतच होता, पण मी त्याला थांबवले.

"लॉस एंजलीस पोलीस त्यांना अटक करणार आहेत का?" मी विचारले.

"तुला एवढा यात रस का?" डेव्ह म्हणाला.

"तूच म्हणालास ना की पोलीस या बाबतीत खूप उत्सुक आहेत. मग मला उशीर व्हायला नको, माझ्या हातातही काही पडायला हवं ना!" मी उत्तरलो.

डेव्ह हसला. "तू इकडेच ये आणि माझ्या माणसाशी बोल, तो तुला मदत करेल."

मी त्याचे आभार मानले आणि त्याला भेटायला निघालो.

मरीना डेलच्या एका टोकाला कल्वर शहरात, फर्स्ट टायर सिक्युरिटीचे कार्यालय होते. एखाद्या संगणक कार्यालयासारखे वाटत होते. लॉस एंजलीसमध्ये डेव्हच्या कंपनीचे सहा हजाराहून अधिक ग्राहक होते. डेटमनने हस्तांदोलन करून माझं स्वागत केलं आणि कॉन्फरन्सरुममध्ये नेलं.

आम्ही आत गेलो तसे एक अगदी कृश असा माणूस उठून उभा राहिला. टीम बेन्सन, हा कंपनीच्या तांत्रिक विभागाचा प्रमुख होता. त्याने अर्ध्या बाह्याचा पांढरा

शर्ट घातला होता, अरुंद, काळा टाय लावला होता आणि खाकी रंगाची पँट घातली होती. त्याच्या हातावर गोंदणाचे उभे पट्टे होते आणि त्याचे डोळे उग्र होते.

''टीमनेच त्या व्हिडिओवर काम केले असून सुरक्षा ओळख पटवण्यासाठी काम केले आहे तो आमचा स्लॉसन तज्ज्ञ आहे.''

डेव्हने सांगितले. त्याने हस्तांदोलन केले, तो कृश असूनही त्याच्या हाताची पकड घट्ट होती.

''ती मुलं जरी अर्धवट बुद्धीची असली तरी अठरा घरफोड्या म्हणजे गंभीर आहे.'' मी म्हटलं.

अठरा म्हणजे काहीच नाही अशा अर्थाने टीमने खांदे उडविले. ''आपण फक्त घरफोडीबद्दल बोलतोय, बँक लुटीबद्दल नाही,'' टीम म्हणाला.

मला बरे वाटले, कारण घरफोडी म्हणजे एखाद्या घरात अनधिकृत प्रवेश. डेव्हने मला बसायला सांगितले आणि स्वतः माझ्याशेजारी येऊन बसला. आमच्यासमोर टीव्हीचा पडदा होता. बेन्सन वायरलेस कीबोर्ड आणि हातात माऊंटन ड्यूचा कॅन घेऊन बसला. डेव्हने टीमला पडद्यावर टेहेळणी कॅमेराने घेतलेले फोटो दाखवायला सांगितले.

''आत्तापर्यंत तरी ब्रेंटवूड, बेल एअर, होमबी, बिव्हर्ली हिल्स येथल्या अठरा घटना माहीत आहेत, ज्या सनसेट बोलेवॉर्डच्या उत्तरेस घडल्या. स्लॉसनचे घर...''

''आत्तापर्यंत म्हणजे..?'' मी विचारले.

''ही कृत्ये करणारे अजून कार्यरत आहेत. आणि विशेष कृती दल जुन्या प्रकरणाशी ठसे जुळवत आहेत. त्यामुळे कदाचित ही संख्या वाढेल.''

माझा विचार अधिक वेगाने धावत होता.

''याच तिघांनी सर्व घरफोड्या केल्या असाव्यात का?'' मी विचारले.

''शंका वाटते, कॅसेट म्हणाली की त्यातील दोघांनी पूर्वी काही केले असावे.''

''कॅसेट कोण?''

''डॅनी कॅसेट आणि माईक रिव्हिएरा हे दरोडा तज्ज्ञ आहेत. कॅसेट विशेष दलाची प्रमुख आहे.''

कीबोर्ट जवळ ओढत टीम बेन्सन म्हणाला, ''या चित्रात एक स्त्री आणि दोन पुरुष आहेत, माहीत नाही कोण आहेत ते. कुलूप नसलेल्या काचेच्या दरवाजातून स्लॉसनच्या घरात घुसले आणि प्रत्येक ठिकाणी त्यांनी हीच पद्धत वापरली.''

मी विचार करत होतो, जर टायसन क्रमांक एक असेल, अलेक दुसरा तर अंबर तिसरी असेल. मी डेव्हकडे बघितलं. ''स्लॉसनच्या शेजारचा माणूस म्हणाला, की त्यांनी धोक्याचा इशारा देणारा भोंगा निकामी केला.''

''नाही, स्लॉसनकडे धोक्याचा इशारा देणारी यंत्रणाच नव्हती. शिवाय सरकता

दरवाजा कुलूपबंद नव्हता, स्लॉसनला वाटलं आपण दरवाजा बंद केलाय.''

''लोक सुरक्षिततेवर पैसे खर्च करतात पण घाई करतात.'' डेव्ह म्हणाला.

''आपण कॅमेरा सुरू करू या?'' टीम बेन्सनने डेव्हला विचारले.

बेन्सनने कॅमेरा सुरू केला. पडद्यावर सहा चौकोन दिसले. त्यात स्लॉसनच्या घराचे सहा भाग दिसत होते. प्रत्येक चौकोनात खाली तळाला वेळही दिसत होती स्लॉसनकडे सहा कॅमेरे होते म्हणून सहा दृश्ये दिसली. ''पोलिसांसाठी मी वेळ टाकली.'' डेव्ह म्हणाला. ''वर डावीकडे घराची घंटी, कॅमेरा क्रमांक दोन, पुढच्या दरवाजापासून रस्त्यापर्यंतची पायवाट-तिसरा घराची बाजू, त्यासमोरचा चौथा, पाचवा व सहावा कॅमेरा पाठीमागची बाजू दाखवतो.'' घड्याळाकडे बोट दाखवत तो म्हणाला, ''या चित्रात आता रात्रीचे ११/२२ झाले आहेत. बाहेर येईपर्यंत गुन्हेगारांना सेहेचाळीस मिनिटे लागली.''

टेहेळणी कॅमेराचे चित्रण सतत चालू होते. एक तास चित्रण चालले म्हणजे सहा कॅमेराचे सहा तास झाले. बेन्सनने त्यातले निवडक भाग एकत्रित केले होते.

त्याने पुन्हा कळ दाबली. आता प्रवेशद्वाराजवळचे दृश्य पडदाभर पसरले. मागच्या बाजूस पायवाटेवरचे प्रवेशद्वार आणि त्यापलीकडे रस्त्याचा भाग दिसत होता. टायसनची वोल्वो इथून जाते की काय असं मला वाटलं.

''उजेड कमी आहे, रस्त्यावर बघ, ते उजवीकडून आत आले,'' बेन्सन म्हणाला. त्याने पुन्हा कळ दाबली, घड्याळाचे काटे फिरले, प्रवेशद्वारापलीकडे दोन दणकट आकृत्या दिसल्या आणि पायवाटेवर येऊन थांबल्या.

''ती मुलगी आपल्या डावीकडे आहे, ओळखू येत नसलेला मुलगा क्रमांक एक उजव्या बाजूस आहे.'' अंधूक प्रकाशामुळे त्या आकृत्या धूसर दिसत होत्या.

''कोण, कोण आहे ते तू कसं सांगू शकतोस?''

''मुलगी आणि मुलगा क्रमांक १ हे दोघे आकाराने सारखेच आहेत. अनोळखी मुलगा क्रमांक२ हा उंच आहे. ही दृश्ये मी शेकडो वेळा पाहिली आहेत.''

''ते चालत आले का?'' मी विचारलं.

''शक्यता अशी आहे, की त्यांनी गाडी एक दोन घरे अलीकडे उभी केली असावी. पण पोलिसांनी अजून खात्री केली नाही. कदाचित त्यांना कोणीतरी सोडले असेल आणि नंतर नेलेही असेल. तो तिसरा मुलगा त्यांना सामील झाला आणि ते प्रवेशद्वाराकडे चालत गेले.'' कॅमेरा पुन्हा घंटीकडे गेला. चौकटीत आधी काहीच दिसत नव्हते, नंतर एक हात पुढे झालेला दिसला. बेन्सनने कॅमेरा थांबवला, प्रतिमा स्थिर झाली.

''ती मुलगी घंटी दाबत्येय. प्रत्येक ठिकाणी ते असंच तपासतात, की घरी कोणी आहे का? जर नसेल तर ते उडी मारून किंवा कसेही आत शिरतात किंवा

कुलूप नसलेले दार शोधतात. ते कधीही खिडक्या तोडत नाहीत किंवा जबरदस्तीने घरात घुसत नाहीत. इशारा भोंगा वाजला किंवा कुत्रा असला तर ते वेगवेगळीकडे जातात. प्रत्येक वेळी असेच होते.''

''ही मुलगी आहे हे कसं कळलं?''

''बघशील तू,'' बेन्सन म्हणाला.

डेव्ह म्हणाला, ''ते बघ ती ४/५ वेळा बेल वाजवत्येय. तो भाग आपण सोडून देऊ.''

बेन्सनने प्रतिमा पुढे सरकविली.

एक गाडी आली. त्यावेळेस उजेडही पसरला -तेवढ्यात कॅमेऱ्यासमोर कोणीतरी आलं, त्यामुळे जवळपास दहा सेकंद काहीच दिसलं नाही, नंतर कॅमेऱ्यापासून दूर कोणीतरी गेलं. आम्हाला फक्त पाठ दिसली.

''तिचे पाय बघितलेस, तिने लेगिंज घातलीये, पँट नाही.'' तिच्या पाठोपाठ दुसरी व्यक्ती धावत आली, पाठमोरी. बेन्सनने चित्र थांबवलं.

''हा अनोळखी मुलगा क्रमांक एक, त्याने पँट घातली आहे आणि त्याचे कपडे नेहमी गडद रंगाचे असतात. डोकं झाकलेलं.''

व्हिडिओ पुन्हा सुरू झाला. टायसनने त्या मुलीला गाठले. मागून जवळजवळ आपटलाच तो तिच्यावर, ती मुलगी एकदम वळली, पण तिचाही चेहरा झाकलेला होता. तिने हलकेच एका पायाने टायसनला गमतीत मारले. तिचा पाय हवेत असतानाच बेन्सनने प्रतिमा थांबवली.

''तिच्या पायातले बूट बघ, मधला सोल बघ कसा चमकतोय, एसआयडीनं या शूजचा ब्रॅण्ड शोधून काढला आहे. तो जपानी ब्रॅण्ड आहे. खास कुमारवयीन मुलींकरिता हे शूज बनवले जातात आणि म्हणून ती मुलगी आहे. बघत राहा...'' चित्र पुढे सरकले. ''टायसनने लाथ चुकविण्यासाठी उडी मारली, उंच मुलगा धावत पुढे गेला, त्याने टायसनचा पाय हवेतच धरला, यावरून ही मुले आहेत हे लक्षात येते. ही तरुण मुले खेळत आहेत.'' बेन्सनने स्पष्ट केले.

ती मुलगी आता अदृश्य झाली आणि ते दोघेही तिच्या पाठी धावले. चित्रात घराच्या पाठची बाजू ते नोकरांच्या दरवाजापर्यंतचा रस्ता दिसला आणि एक आकृती प्रवेशद्वारावर घुटमळताना दिसली.

''ही मुलगी प्रथम आली, मला वाटलं हीच बहुतेक प्रमुख असणार,'' बेन्सन म्हणाला.

आता ती आमच्याच दिशेने येत होती. दरवाजापर्यंत पोहोचल्यावर तिने दरवाजाची मूठ फिरविली. दार उघडले नाही तशी ती चालायला लागली. कॅमेऱ्याच्या दिशेने, चेहरा झाकला होता, मान खाली, शांतपणे, आत्मविश्वासाने, अनुभव

असल्यासारखी न भिता ती चालत होती.

त्यांनी चेहरे जरी झाकले असले तरी हातावर मोजे नाहीत, त्यामुळे सर्वत्र ठसे उमटले आहेत. टायसन तिच्या पाठोपाठ दरवाजावर चढला, अलेक सर्वांत शेवटी चढला. टायसनने बुरख्याखाली टोपी घातली होती. अलेकचा मुखवटा एवढा घट्ट होता की तो आफ्रिकेतल्या प्राण्यासारखा दिसत होता.

"आता बघ," बेन्सन म्हणाला.

ती मुलगी कॅमेराखालून गेली, टायसनने क्षणभर कॅमेराकडे बघितलं; पण तेवढा क्षणदेखील पुरेसा होता. बेन्सनने टेबलावर जोरात मारलं, "पैज लाव! आम्हाला तो मिळाला."

पुन्हा चित्रे हलायला लागली. ती मुलगी काचेच्या सरकत्या दरवाजाजवळ गेली, मूठ पकडून दार ढकलले. दार सहजगत्या उघडलं. टायसन आणि अलेक तिच्या पाठोपाठ आत गेले. त्यांनी खण, कपाटे उघडली. गाद्यांवर उड्या मारल्या. ते पाहून मला स्लॉसन आणि डेव्हॉनबद्दल वाईट वाटलं. व्हिडिओ संपल्यावर मी निघालो.

टायसनला पैसे कुठून मिळतात याची माहिती डेव्हॉनला हवी होती. टायसन विरुद्ध पुरावा होता, तो पकडला जाईल, गुन्हा शाबित होईल, हे सगळं डेव्हॉनला सांगायला हवं, आता ती वेळ आली होती.

६

डेव्हॉन एन्सिनो येथील कायदेविषयक कार्यालयात काम करीत होती. मी एन्सिनो येथे पोहोचल्यावर तिला फोन केला. कार्यालयाखाली उभा असल्याचं सांगितलं.

"तुला काही कळलं का? अमली पदार्थ, तस्करी, टोळी? तो किती अडकलाय?"

एका आईचे ते काळजीने विचारलेले प्रश्न होते.

"तू खाली ये मग बोलू." मी म्हटलं.

"मी देवाशपथ सांगते एल्विस, जर तो असं काही करत असेल ना तर मी त्याला ठार मारेन," शंका, काळजी, भीती यामुळे तिचा उद्रेक होत होता.

काही मिनिटातच ती आली. माझ्या गाडीत बसली. मी तिला टायसनच्या गाडीत मिळालेल्या गॉगलच्या डबीचा फोटो दाखविला. "ओळखतेस?"

"अंबर, ती मुलगी अंबर तर नव्हे?" तिने शंकित होऊन विचारले.

"मलाही तसंच वाटतं, पण खात्री नाही. पण तुझ्या सर्व प्रश्नांची उत्तरे देण्याइतपत वेळ नाही आपल्याकडे." मी म्हटलं.

"वेळ, कसला वेळ?" ती दचकली.

मी तिला बेन्सनच्या व्हिडिओमधील तसेच माझ्या फोनमधील फोटो दाखविला, तिच्या भुवया आकुंचन पावल्या. माझा फोन घेऊन तिने अगदी जवळून फोटो बघितला. "यात तो वेगळा दिसतो, कुठून घेतला हा फोटो?"

''एका घरातल्या टेहेळणी करणाऱ्या कॅमेऱ्याने घेतलेले फोटो आहेत हे. फोटो थोडे वेगळे वाटतात कारण पोलिसांनी ते मोठे केलेले आहेत.'' मी खुलासा केला.

एखाद्या फुग्यातील हवा निघून जावी त्याप्रमाणे तिचा चेहरा आक्रसून गेला. ती गाडीच्या दरवाजाला टेकली. ''हे काही बरं नाही,'' तिने निराशेने म्हटले.

मग मी तिला स्लॉसनच्या घरातील चोरीविषयी सर्व सांगितले. स्लॉसन घरात नसताना टायसन आणि त्याचे दोन मित्र कसे त्यांच्या घरात शिरले आणि रोलेक्स घड्याळ, रोख पैसे मिळून अडुसष्ट हजार डॉलर्स कसे चोरले हे सांगितले. सर्व ऐकून डेव्हॉन अधिकच आक्रसून गेली.

''देवा, काय हे?'' ती हताशपणे म्हणाली.

''त्याच्या दोन मित्रांपैकी एक उंच मुलगा होता, दुसरी मुलगी होती.''

''अलेक आणि अंबर?'' ती म्हणाली.

''मला वाटतं तुझं बरोबर आहे. पोलिसांकडे त्याच्या बोटांचे ठसे आणि फोटो आहेत; पण त्यांची नावे नाहीत. पूर्वेतिहास नसल्यामुळे हे तिघे कोण आहेत हे पोलिसांना माहीत नाही. सध्यातरी आपल्यासाठी ही चांगली बाब आहे.''

काही क्षण डेव्हॉनने डोळे मिटले, मग म्हणाली,

''टायसन एवढा मूर्ख कसा?''

''यापेक्षाही परिस्थिती वाईट आहे. पोलिसांनी या चोरीचा इतर सतरा चोऱ्यांशी संबंध जोडलाय, एकूण अठरा चोऱ्या!''

''टायसनने अठरा घरे लुटली?''

''तो कदाचित या अठरा चोऱ्यात नसेलही, पण त्यांना कशाप्रकारे पैसे मिळतात हे कळलं.''

हताश होऊन डेव्हॉन दूरवर बघत बसली. तिच्या तोंडाला कोरड पडली.

''टायसन चोर आहे, घरे फोडतो, चोऱ्या करतो.'' ती दु:खी झाली होती.

''तू जास्त विचार करू नकोस, तुझं डोकं फिरेल.'' मी तिचं सांत्वन केलं.

तिच्या डोळ्यांत एकदम चमक आली.

''त्यांनी कोणाला जखमी वगैरे केलं नाही ना?'' तिने विचारलं.

मला तिचा प्रश्न आवडला. ''माझ्या माहितीप्रमाणे तरी नाही.''

''मला मळमळतंय.'' ती म्हणाली.

''दीर्घ श्वास घे, बरं वाटेल.'' मी सुचविलं.

पुन्हा तिने माझा फोन घेतला. तिचे हात कापत होते. टायसनचा फोटो बघितला. तिला खूपच वाईट वाटत असणार, तिचे डोळे भरून आले, मन क्षुब्ध झालं, काही क्षण शून्यात बघत बसली; मग स्वत:च्या नकळत ओरडली, ''टायसन.''

दोन्ही हात मांड्यांवर आपटत पुन्हा ओरडली, ''टायसन.''

काही न बोलता मी शांत बसून राहिलो, अशावेळी त्या व्यक्तीचा क्षोभ वाहून द्यायचा असतो, क्रोधाचा निचरा व्हावा लागतो, नाक ओढत आणि नि:श्वास सोडत ती म्हणाली,

"तुला खात्री आहे या सर्वांविषयी?"

"हो, मला पूर्ण खात्री आहे." मी म्हणालो.

"ठीक आहे, टायसन काहीतरी गोलमाल करतोय याची शंका होतीच मनात, पण असं काही करेल असं नव्हतं वाटलं. तू जे काही केलंस त्याबद्दल मी आभारी आहे," ती म्हणाली.

"पण माझं काम अजून संपलेलं नाही" मी म्हटलं. तिने माझ्याकडे अविश्वासाने बघितलं.

"एकदा का पोलिसांनी चेहऱ्याला टायसनचे नाव दिले की तो पकडला जाईल. तुम्हाला, तुमच्या मुलाला जर मदत करायची असेल तर अजून एक खिडकी उघडी आहे, नाहीतर तीही बंद होईल," मी मनापासून सांगितलं.

"मदत? कसली मदत? त्याला काय चायनाचे तिकीट काढून देऊ?" तिचा संताप झाला होता.

"त्याने पोलिसांकडे स्वत:हून कबुली द्यायची, शरणागती पत्करायची, जर टायसनने सहकार्य केलं, तर त्यातून चांगलं काही निघू शकेल."

भावनातिरेकाने तिने आपले ओठ आवळून धरले होते, मग विचार करून तिने घड्याळ बघितले. टायसन अजून शाळेतच होता.

"मला वकिलाची मदत घ्यावी लागेल," ती म्हणाली.

"हो, फौजदारी वकील, मी खूप वकील सुचवू शकेन."

नकारार्थी मान हलवीत तिने कार्यालयाच्या इमारतीकडे बघितले. "माझे साहेब मला मदत करतील. टायसनबद्दल, नाही एका चोराबद्दल. मला त्यांना सांगावंच लागेल."

"डेव्हॉन, मी खिडकी बंद होईल, मार्ग खुंटेल हे म्हणतोय याचा अर्थ कळतोय का तुला?"

"हे बघ, मी फक्त व्यवस्थापक आहे, तरी माझं लक्ष असतं. एकदा का पोलिसांना त्याचं नाव कळलं की आपण शरण जाण्याची आवश्यकताच नाही. पोलीस सरळ त्याला अटक करतील, मग आपल्याला कुठलीच सवलत मिळणार नाही."

"म्हणून तर तुला लगेच हालचाल करायला हवी, डेव्हॉन."

"मला कळतंय ते, मी लवकरात लवकर वकील मिळविण्याचा प्रयत्न करते."

"टायसनने पण सहकार्य करावयास हवे," मी म्हटलं.

"तो सहकार्य करेलच, नाहीतर त्याला मी ठार मारेन," तिचा राग धुमसत होता.

"तू त्याला सांगशील तेव्हा तो अस्वस्थ होईल, घाबरेलसुद्धा कदाचित. तू हे सर्व सांगशील तेव्हा मी पण तुझ्याबरोबर राहू का?" मी विचारले.

"धन्यवाद, पण नको, कारण तुझ्यासारख्या त्रयस्थापेक्षा मी डॉ. रोझीला बोलावते. तिलाही मदत करायला आवडेल." डेव्हॉन म्हणाली. "आजच रात्री आम्ही टायसनशी बोलू."

टायसनच्या बाथरूममध्ये सापडलेल्या बाटलीवर डॉ. रोझीचे नाव वाचल्याचे मला आठवले. "ठीक आहे, पण एक शेवटचे; तुझ्या वकिलाला जर माझ्याशी बोलायचे असेल तर माझा क्रमांक दे, तुला गरज वाटेल तेव्हा मी येईन." मी सांगितले.

आता थोडी आश्वस्त झालेली डेव्हॉन म्हणाली, "तू वेगळाच गुप्तहेर आहेस."

तिने गाडीचं दार उघडलं. ती म्हणाली, "निघते मी आता, काय झालं ते कळवीनच."

"पण मला एकंदरीत खूप वाईट घडलंय असं वाटतंय."

डेव्हॉन गेल्यावर मीही घरी निघालो. टायसनची अटक अटळ होती. टायसन आणि त्याचा मित्र, मैत्रीण आपल्याकडील पैशांचं प्रदर्शन करतील किंवा इतरांपुढे बढाया मारतील, त्यामुळे अफवा पसरविल्या जातील. एखादी हॉटेलमधील नोकराणी ऐकेल, जामिनावर सुटलेल्या आपल्या मित्राला सांगेल, अधिकारी लोकांपर्यंत ही बातमी जाऊ शकेल, सामाजिक माध्यमांवर बढाया मारल्या जातील, एखादा मित्र पाठीत खंजीर खुपसू शकेल, नेहमी घडतं तसंच, म्हणजे खिडकी बंद होण्याची शक्यता होती, पण अजून बंद झाली नव्हती!

७

डेव्हॉनने लगबगीनं हालचाली केल्या. मी स्टुडिओ सिटीच्या मार्केटमध्ये शिरत होतो, तोच तिचा फोन आला. तिने लेस्ली सँगर या वकिलाची ओळख करून दिली. सँगर चुणचुणीत वाटला. उपजिल्हा वकील म्हणून त्याला नऊ वर्षांचा अनुभव होता. मी जवळपास वीस मिनिटे बोलून स्लॉसनकडची चोरी, मला कसं कळलं हे सर्व सांगितलं, पण डेव्ह डेटमन किंवा शेरी टोयोडाचा उल्लेख केला नाही. त्यांच्या किंवा माझ्या नावाची गरज नाही, असं त्यानी सांगितलं. टायसननेदेखील गुन्हेगारी कृत्यातील सहभागाविषयी सविस्तर लिहून द्यायला हवं. एवढंच नव्हे तर शरणागतीचा मसुदा तयार होईपर्यंत त्याच्या नावाचीसुद्धा गरज नव्हती. त्यानंतर डेव्हॉन, सँगर योग्य त्या पिठापुढे स्वेच्छाशरणागतीचा प्रस्ताव सादर करतील. त्याचं लहान वय, गुन्हेगारीचा पूर्व दाखला नसणे, कबुलीजबाब यामुळे जिल्हा न्यायाधीश त्याचं म्हणणं मान्य करतील, असं एकंदरीत चर्चेचं स्वरूप होतं. चला, म्हणजे माझं काम संपलं होतं.

आता मला भुकेची जाणीव झाली. माझा शोध साजरा करायचा होता. मी व्हेल मासा घेतला. बिअर बाटली घेतली. हेसला टकीला आवडते. खरेदी संपवून मी व्हॅलीतून बाहेर पडलो.

लॉरेल कॅनालच्या उंचवट्यावर, वुड्रो विल्सन पायवाटेवरून जाणाऱ्या रस्त्यावर माझं घर होतं. दोन शयनकक्ष, समोर कॅननचा देखावा आणि एक बोका होता.

त्या बोक्याला मी आवडत होतो, पण हेस आवडत नसे. माझ्या बोक्याला मी आणि माझा सहकारी ज्यो पाईक, याशिवाय दुसरे कोणीही आवडत नसे. बाकी कुणाहीविषयी त्याची गुरगुरच असू असे.

मी माझ्या राखीव जागेत गाडी लावली. स्वयंपाकघरात सर्व सामान नेऊन ठेवले. बोका दाराशेजारीच उदासपणे वाट पाहत होता.

''एक मिनिट हं!'' मी बोक्याला म्हटलं. फ्रीजमध्ये मटणाचे तुकडे ठेवले. आत भाजलेलं चिकन होतं. मी एक चांगली स्वच्छ बशी घेतली. त्या बशीत थोडीशी बिअर ओतली. बोका तो फसफसणारा बिअरचा फेस बघत होता, मग त्याने त्याचा वास घेतला आणि बिअर प्यायला सुरुवात केली. बिअर संपवून त्याने माझ्याकडे बघितलं. मला समजलं, मी चिकनचे तुकडे त्याला खायला टाकले. स्वारी खूश. घरात मांजर असेल तर तुम्ही त्याच्याशी बोलू शकता. ''हेस आल्यावर तिच्यावर गुरगुरू नकोस हं,'' मी त्याला समजावलं.

मी आंघोळ करून ताजातवाना झालो. स्वच्छ कपडे घातले. आणि काम करण्यासाठी स्वयंपाकघरात गेलो. चिकनचे चॉप्स करून त्याला लसूण ठेचून आणि रोझमेरी लावून ठेवलं. त्यावर ऑलिव्ह ऑईल टाकून त्यात तिखट मीठ चोळून थोडासा लिंबाचा रस पिळला.

मी बोक्याकडे बघितलं, ''तुला काय वाटतं यात पुदिना घालावा?''

चिकन खाण्यात मग्न असलेल्या मांजराने माझ्याकडे बघितलेदेखील नाही.

''गंमत केली रे, आपल्याकडे पुदिना नाहीय!''

चिकन चॉप्सना मिश्रण लावून बाजूला ठेवले. फ्रीजमध्ये भाजी होती, वांग्याचे उभे काप करून त्याच्या दोन्ही बाजूस ऑलिव्ह ऑईल, मीठ, तिखट, लसूण पावडर लावून ओव्हनमध्ये भाजायला ठेवले.

बोक्याकडे प्रेमाने पाहत मी म्हटलं, ''मी भारी आहे ना की नाही!''

बोक्याने डोळे मिचकावले आणि तो बाहेर निघून गेला. मी बोक्याचे ताट वगैरे आवरून ठेवले, एवढ्यात हेसचा फोन आला.

''सॉरी यार, मी आज येऊ शकत नाही.'' हेस म्हणाली.

''का, काय झालं?''

''टीएसए प्रकरण, सॉरी, मला ते हाताळायला हवं''

हेस दारू, तंबाखू आणि शस्त्र विरोधी गटाची प्रमुख होती, त्यामुळे जेव्हा फोन येत असत तेव्हा तिला ते घ्यावेच लागत.

''ठीक आहे, तुझ्याकरिता व्हेल मासा आणला होता. पुन्हा कधीतरी खाऊ.'' मी म्हटलं. हेसने हसत फोन ठेवला. मी पहिली बिअर संपवून दुसरी बाटली

उघडली आणि घराच्या ओट्यावर गेलो. खाली दरीत आणि वर आकाशात निळ्या जांभळ्या सावल्या दिसत होत्या. आतले कोळसेही आत्तापर्यंत रसरशीत पेटले असतील. चिकन चॉप्स मस्त भाजले जातील.

मी घड्याळात बघितले. माझ्या मनात डेव्हॉनचा आणि टायसनचा विचार आला.

यावेळेपर्यंत डेव्हॉनने कदाचित त्याच्याशी बोलून घेतले असेल. कदाचित घाबरून बोललीच नसेल. कदाचित सर्व बोलून, ठरवून झाल्यावर शांतपणे झोपली असेल किंवा उद्यावरही ढकलले असेल. डेव्हॉनबद्दल मात्र त्याला अनुकंपा वाटली. पालक होणे काही सोपे नाही!

आतमध्ये जाऊन चॉप्स निखाऱ्यावर ठेवले. बोका पायात घुटमळून गेला.

मला मुलं आवडायची. वाटायचं की मी नक्की चांगला बाप बनेन. पण मला मूल नव्हतं. एखाद्या खास स्त्रीपासून मूल व्हावे ही कल्पना आवडायची. पण चांगली स्त्री ही कल्पनाच फसवी होती. लूसी चेनिअर नावाची स्त्री माझ्या आयुष्यात आली, तिचा बेन नावाचा गोड मुलगा होता. मी जेव्हा तिच्या प्रेमात पडलो, तेव्हा ती लुईझाना येथे राहत होती. माझ्यासाठी ती लॉस एंजलीसला आली. पण तिचा आधीचा नवरा, त्याने तिला जबरदस्त शिक्षा केली म्हणून ती परत लुईझानाला गेली. मला बेन आवडला होता, त्याच्या बापाला मी खरं तर मारलंच असतं.

मी चॉप्स खाल्ले, बिअर घेतली. डोक्यात विचार होतेच. टायसनचा बाप त्याच्या जन्मापूर्वीच सोडून गेला. किती वाईट! माझे वडील मला माहीत नाहीत, कधी भेटलेच नाहीत, त्यांच्याबद्दल काहीच ठाऊक नाही. आईनेही मला कधी सांगितले नाही. कदाचित तिलादेखील माहीत नसावे! कदाचित ती गर्भार असावी याची त्याला कल्पनाही नसेल, काही वेळा मी शोधण्याचा प्रयत्न केला, पण नंतर त्यातला रस गेला. मी जेव्हा बाप असण्याची कल्पना करतो तेव्हा माझं मूल, मुलगा की मुलगी हा फरक जाणवत नाही. त्यांच्याबरोबर वाळूत किल्ला बांधणं, खेळणं, बागडणं, मुलगी असेल, तर बाहुलीशी खेळणं, मुलगा असेल, तर त्याला मिळालेला वाहन चालक परवाना कौतुकानं पाहणं किंवा मुलगी असेल, तर तिच्यावर जीव टाकणारा मित्र पाहणं आणि प्रेमभंग झाला, तर त्याच्याकरता रडणं, असा बाप बनणं मला आवडलं असतं. माझ्या मनात डेव्हॉनचा विचार आला, खरोखर पालक बनणं किती अवघड आहे!

वांगं शिजत आलं, मी वांग्याचे काप थाळीत ठेवले, मांसाचे तुकडे ठेवले, सुरी घेतली, मी काय करतो आहे ते बोका पाहत होता. तो माझ्याजवळ आला. मी व्हेलमाशाचा तुकडा त्याच्या तोंडाजवळ धरला, त्याने आधी त्याला नाक लावलं,

चाटला आणि मग इतक्या हळुवारपणे माझ्या हातातून काढून घेतला की जणू काही तो माझ्या हाताचे चुंबनच घेत होता.

मला मूल नव्हतं, पण माझ्याकडे बोका होता..!

८

हार्वी आणि स्टेम्स

पॉल क्लबमध्ये मद्य वाटप करणारा साधा नोकर, नट होण्याकरिता त्याने कसे प्रयत्न केले, त्याला स्टंटमन बनायचं होतं; पण त्याला शेवटी साधा सिनेमा नट व्हावं लागलं, अलेक रिकीलाही नट व्हायचं होतं; पण जमलं नाही आणि त्याला शेरमन ओक येथील ब्रेसरी ली जीन या हॉटेलमध्ये टेबल पुसण्याचे काम करावं लागलं. हे सगळं पॉलचं बोलणं ऐकून हार्वीचं डोकं उठलं, पण अखेर त्याला पॉलकडून अलेक कुठे आहे ते तरी कळलं.

संध्याकाळी ७.४१ च्या सुमारास त्यांनी आपली गाडी ली जीनच्या समोर लावली. अलेक रिकी आतमध्ये कामाला आहे की नाही माहीत नव्हतं, ते जाणून घेण्यासाठी हार्वी हार्वी आत गेला. तो काही मिनिटातच परत आला आणि स्टेमला म्हणाला, "तो आत आहे."

"नक्की?" स्टेमने विचारले.

"त्याच्या शर्टावर त्याचे नाव आहे. चांगला दिसतोय, गालावर खळ्या आहेत. वाहन चालकाच्या परवान्यावर जसा फोटो आहे तसाच दिसतोय." हार्वी म्हणाला.

स्टेमने एकदा हॉटेलच्या इमारतीकडे पाहिलं. "किती जण असतील आतमध्ये?"

"हॉल भरलाय, पण बहुतेक सगळे प्रौढ आहेत."

स्टेम्सने स्वत:च जाऊन पाहायचं ठरवलं. दरवाज्याजवळच्या खुर्चीवर बसलेल्या दरवानाने लगेच दार उघडलं. आत अंधार होता. टेबले अर्धवर्तुळाकार लावली होती.

स्वयंपाकघराकडे जाण्याच्या मार्गावरच मागच्या बाजूस मद्यालय होते. नोकरांची ये जा चालू होती. टेबलांमधून सांभाळून ते चालत होते, पण अलेकसारखा कोणीही दिसला नाही.

बारीक मिशी ठेवलेल्या एका लहानशा माणसाने स्टेम्सचे स्वागत केले.

"आपण येथे टेबल राखून ठेवले आहे का?" त्याने विचारले.

"नाही, एका मित्राला भेटायचं आहे, मी पदार्थांची सूची बघितली तर चालेल का?"

त्या माणसाने नाराजीनेच पदार्थ सूची दिली. "टेबल राखून ठेवले नसेल तर अर्धा तास थांबावं लागेल."

"आभारी आहे," स्टेम्स म्हणाला.

एक उंच, सडपातळ मुलगा हातात खाद्यपदार्थांचं तबक घेऊन स्वयंपाकघराच्या बाहेर आला. एका नोकराने टेबल लावले, त्यावर त्या उंच मुलाने खाद्यपदार्थ ठेवले आणि तो आत गेला.

"ठीक आहे, पुढच्या वेळेस मी फोन करून येईन." स्टेम्स पदार्थ सूची त्या माणसाकडे परत देत म्हणाला.

"तो तोच आहे, हार्वी" स्टेम गाडीत बसताबसता म्हणाला.

"तुझा माझ्यावर विश्वास नाही?"

"असं नको बोलूस, हार्वी"

"मला एक सांग, हा अशी कामे का करतो, खाद्यपदार्थ देण्याचं?"

"नाही रे, खूप पैसे मिळत असतील किंवा त्याला काम आवडत असेल."

"मूर्खपणा नुसता."

स्टेम्सने गाडी सुरू केली. त्याने चौकात फेरी मारली. हॉटेलच्या मागून अंधाऱ्या बोळातून चक्कर मारली. आणि मग एका शिंप्याच्या दुकानामागे गाडी लावून ते रेस्टॉरंटच्या मागच्या दरवाजावर नजर लावून बसले.

दर दहा पंधरा मिनिटांनी स्वयंपाकघरातून एखादा नोकर बाहेर येऊन सिगारेट ओढून जायचा. अनेक तास ते दोघे हेच दृश्य पाहत होते.

रात्री साडे दहा वाजता रेस्टॉरंटमधील कर्मचारी जायला निघाले. त्यातीलच दोन जण पाठीवरील पिशवी सांभाळत गल्लीच्या दुसऱ्या टोकापर्यंत चालत गेले आणि मग वेन्चुराकडे वळले. कदाचित बसने जाणार असतील.

गाडीचे पुढचे दिवे न लावता स्टेम्सने गाडी सुरू केली. आणखीन एक मुलगा बाहेर आला. त्यानंतर दोन मुले व एक मुलगी बाहेर पडले. अलेक अकरा पाचला बाहेर पडला, पण तो एकटा नव्हता. त्याच्याबरोबर दोन भडक मुली होत्या. त्यातल्या एकीला त्याने मद्यालयामागे बघितले होते.

“थांब, त्यांना जरा वेगळे होऊ दे.” त्यांच्यातल्या उंच मुलीने सिगारेट पेटविली, थोडा वेळ गप्पा मारत उभे राहिले आणि शेवटी रस्त्याच्या दिशेने निघाले.

हार्वी म्हणाला, “चल पैज लाव, दहा डॉलर्स, उजवीकडे वळणार की डावीकडे?”

“डावीकडे” स्टेम्स म्हणाला आणि खरोखरच अलेक रिकी आणि ती मुलगी डावीकडे वळले.

“हार्वी पळ,” स्टेम्स म्हणाला, आणि हार्वी गाडीतून बाहेर पडला, त्या दोघांच्या मागे गेला. स्टेम्सने गाडी हळूहळू गल्लीच्या टोकाशी नेली. तिथे पोहोचताच त्याचा फोन वाजला. हार्वी कुजबुजत होता. “डावीकडे वळ, पुन्हा डावीकडे आणि मग ‘थांबा’ फलकापाशी गाडी उभी कर.”

चंद्रप्रकाशात पडलेल्या झाडांच्या सावल्यांतून स्टेम्सने गाडी पुढे नेली. समोरून गाडी आली. तिने स्टेम्सच्या गाडीचे दिवे लागले नसल्याचे सुचविले. ती गाडी जाईपर्यंत स्टेम्सने दिवे लावले.

हार्वी म्हणाला, “ते अजूनही रस्त्यातच आहेत. मी उजव्या बाजूने चालतोय. तू थांबून राहा.”

स्टेम्सने ‘थांबा’ फलकापाशी गाडी उजव्या बाजूस थांबवली.

“कुठे आहेस हार्वी, दिसत नाहीयेस,” स्टेम्सने विचारले.

“ते थांबलेत, उभा राहा.” परत हार्वी कुजबुजला, “तो बघ स्टेम्स, तो तुझ्याकडेच येतोय. मागे जा.”

स्टेम्सने गाडी थोडी मागे घेतली. सहा सेकंदाने हार्वी गाडीत बसला. आता समोरच्या गाडीचे पुढचे दिवे दिसले. “तोच तो आहे” हार्वी म्हणाला.

दोन दरवाजाची एक काळी निसान गाडी ‘थांबा’ फलकापासून निघाली आणि वेन्चुराकडे वळली.

“त्याच्याबरोबर ती मुलगीदेखील आहे का?” स्टेम्सने विचारले.

“अं, बहुधा नसावी, तो एकटाच आहे.”

त्यांनी वेन्चुराच्या बाजूने शेरमन ओकमधून स्टुडिओ सिटीपर्यंत त्या गाडीचा पाठलाग केला. अलेक घरी जात असावा असं स्टेम्सला वाटलं, पण तो कुठेही, कसाही भटकत होता. रस्त्यावर वाहतूक काही फार नव्हती, पण ते जेव्हा सुशी येथे पोहोचले, तेव्हा तेथे एकामागोमाग गाड्या होत्या. एका रेस्टॉरंटजवळ निसान थांबली, मग दुसऱ्या, तिसऱ्या, बहुतेक कुठे जेवावं याचा अलेकचा निर्णय होत नसावा.

दोन गाड्यांच्या पुढे निसान मधल्या मार्गिकेत होती. रिकीने गाडी मधेच थांबवली, तो बाहेर पडला आणि त्यानं मागच्या गाड्यांकडे पाहिलं.

''हार्वी गोंधळ झाला, बहुतेक त्याच्या आपण लक्षात आलोय, त्याने तुला पाहिलं असावं'' स्टेम्स म्हणाला.

''नाही, शक्यच नाही, तो मला पाहणं शक्य नाही.'' हार्वी म्हणाला.

अलेक रिकीने क्रिस्टलवरून नजर फिरविली, पण त्याला काहीच कळले नाही. इतर गाड्यांचे भोंगे वाजायला लागले. स्टेम्सनेही भोंगा वाजवला.

''तो बघ, घाबरलाय.''

''कदाचित एखाद्या मित्राने फोन वगैरे केला असेल. आणि आपण काही एकटेच नाही वर्दळीत.''

रिकीने पुन्हा एकदा सर्व गाड्यांवर नजर फिरविली. मग गाडीत बसला आणि वाहतूक पुन्हा सुरू झाली. निसान समोरच्या मार्गिकेतून एकदम गाड्या थांबवण्याच्या जागेत वळली, तशीच ती बंदुकीच्या गोळीच्या वेगाने बाहेरच्या दिशेने गेली. स्टेम्सनेही आपली गाडी त्याच्यामागे तशीच फिरवली. तोही तसाच आत गेला आणि बाहेर पडला. अलेक कुठच्या दिशेने गेला असावा, याचा हार्वी विचार करीत होता. ''मिळाला! तो मुक्त मार्गाकडे वळलाय.''

निसान पुन्हा एकदा नजरेत आल्याबरोबर स्टेम्सने आपली गाडीही मुक्तमार्गाकडे वळवली. अलेकला मुक्त मार्गावर लाल दिव्यांच्या मागोमाग जाताना कदाचित सुरक्षित वाटलं असावं. त्यांनी त्याचा हॉलीवूडपर्यंत पाठलाग केला. त्यांना वाटले तो आपल्या मित्राला भेटायला जात असावा, पण अलेक थांबलाच नाही. हॉलीवूडभर भटकून तो पुन्हा मुक्त मार्गावर आला.

''काहीतरी नक्कीच घडलं असावं, तुला काय वाटतं?'' स्टेम्स म्हणाला.

''काय घडलंय याचा तो शोध घेत असावा,'' हार्वीनं त्याचं मत सांगितलं.

आता वर्दळ कमी झाली होती. त्यामुळे पाठलाग सोपा होता; पण त्यामुळेच थोडं मागेही राहावं लागत होतं. आता अलेक लॉस एंजलीस नदी पार करून गेला. अलेक उत्तरेकडच्या डोंगरातून जात होता. त्यांच्यातलं अंतर वाढलं होतं.

स्टेम्सने गाडी वेगात हाणली. त्यांच्यातलं अंतर कमी झालं. पण अलेकचा वेग आणखीनच वाढला आणि आता ते एका अंधाऱ्या बोगद्यातून त्याच्या पाठोपाठ गेले. मोठ्या प्राण्यासारखे दिसणारे प्रचंड ट्रक्स त्यांनी मागे टाकले. अलेक एका ट्रकच्या पुढे गेला; त्यामुळे दिसेनासा झाला. त्यानंतर त्याने अचानक वेड्यासारखे वेगातच वळण घेतले. स्टेम्सने जोरात ब्रेक दाबले. त्याला भीती वाटली. आपण गाडी वळवू शकू की नाही ते, तिथे असलेल्या उंचवट्यामुळे गाडी घासली गेली, वळण आणखीन तीव्र होते आणि आपण आता आपटणार, असे वाटत असतानाच गाडीचा वेग हळूहळू कमी झाला. त्याला मग निसान दिसली, तशी त्याने गाडी थांबवली.

निसान गाडी उलटी होऊन पडली होती. धुरळा उडाला होता. अलेकचा गाडीवरचा ताबा सुटला होता, त्यामुळेच अपघात झाला होता. हार्वी क्रिस्टलरच्या बाहेर पडून अलेकच्या गाडीकडे गेला. स्टेम्ससुद्धा बाहेर आला. आजूबाजूला बघितलं तर कोणीच नव्हतं, प्रदेश निर्मनुष्य होता. अलेकला लागलं होतं. पण तो जिवंत होता.

हार्वीने त्याला गाडीतून बाहेर खेचून काढलं. त्याने गाडीच्या आत पण डोकावून पाहिलं. "काही मिळालं का रे?"

"सगळंच अवघड आहे, हा बोलू शकत नाही." हार्वी म्हणाला.

"त्याच्याकडच्या किल्ल्या काढून घे." स्टेम्सने सांगितलं.

स्टेम्सने बघितलं तर अलेकच्या छातीला मार लागला होता. हात जवळपास तुटलाच होता. चेहरा रक्तबंबाळ होऊन सुजला होता. त्याला काहीतरी बोलायचं होतं, पण जमत नव्हतं.

स्टेम्सने हातावर मोजे चढवले. अलेकची मान तपासली. त्याची नाडी भरभर पळत होती. मात्र त्याची बुब्बुळं तशीच होती. नेहमीसारखीच मोठी होती. डोळ्यांच्या बाजूचा पंधरा टक्के भाग रक्तामुळे लाल झाला होता. जर तो मेला असता, तर तो भाग काळा झाला असता.

"अलेक, तुला ऐकू येतंय का?" स्टेम्सने विचारले.

अलेकचे डोळे हलले, पण त्याला भयंकर वेदना होत होत्या.

"अलेक, तुझे मित्र कोण? सांग, मी वैद्यकीय मदत मागवतो." स्टेम्स म्हणाला.

अलेकचा जबडा हलला, पुन्हा तो वेदनेने कळवळला.

स्टेम्सला त्याच्या खिशात पाकीट सापडले. त्यात कॅलिफोर्नियाचा वाहन चालक परवाना होता. स्टेम्सने पत्ता घेतला आणि पाकीट पुन्हा खिशात ठेवले. स्टेम्सने हार्वीकडून किल्ल्या घेतल्या. गाडीच्या सामान ठेवायच्या जागेत शोधलं, पण महत्त्वाचं काही सापडलं नाही.

स्टेम्स त्याच्या बाजूला बसला व म्हणाला, "अलेक तुला जगायचं असेल, तर मला मदत कर."

अलेकच्या लाल डोळ्यांतून रक्तमिश्रित अश्रू बाहेर पडले. हार्वीला त्याच्या खिशात सेलफोन मिळाला. पण तो बंद होता. स्टेम्सला राग आला, चालू असता तर त्याला त्या मुलीचे आणि मुलाचे फोन क्रमांक मिळाले असते. रागाने त्याने अलेकचा हात ओढला. अलेक किंचाळला. हार्वीने फोन त्याच्या खिशात ठेवला, त्याच्या बोटाचे फोटो काढले. फोटो काढताना आवाज झाल्यावर अलेकने त्याच्याकडे बघितलं. "तो बघ, त्याला कळतंय!" हार्वी म्हणाला.

कदाचित तो आपल्याला ओळखू शकेल. ते दोघे आपल्या गाडीजवळ चालत गेले. हार्वीने हाताचे ठसे घेण्याचा कागद काढला. आणि तो पुन्हा अलेकजवळ आला.

कोणी येतंय का ते पाहण्यासाठी; स्टेम्स गाडीतच बसला होता, आणि हा असा रस्ता होता की तो कुठूनही सुरू होत नव्हता आणि कुठेही जात नव्हता..!

हार्वीने प्लॅस्टिकच्या पट्टीवर अलेकच्या दहाही बोटांचे ठसे घेतले. पट्ट्या पेटीत ठेवल्या. स्टेम्स पुन्हा तिथे आला. ठसे मिळाले?

''हो.'' हार्वी म्हणाला.

स्टेम्सने खिशातून पिस्तुल काढले. अलेकच्या डोक्यात सरळ दोन गोळ्या झाडल्या. ''आपण त्याचं प्रेत जाळायला हवं.''

''हो,'' असं म्हणत ते गाडीकडे चालत गेले. रात्रीच्या अंधारात त्यांचे काम सुरू होते.

◆

भाग २

गुन्हेगार

९

एल्विस कोल

पूर्ण झोप झाल्यामुळे मला लवकरच जाग आली. बाहेर अंधार असतानाच मी धावायला गेलो. घर ते मूलहॉलंड तिथून हॉलीवूड बोल आणि परत; सूर्य उगवायच्या आत मी परतही आलो. घामाघूम व्हायला झालं होतं. खरंच रात्रीची बिअर वाईट होती.

काल रात्री उरलेल्या वांग्याचे काप आणि व्हेल मासा यांचा मी नाश्ता केला आणि आवरलं. कॉफी घेत असतानाच दरवाजावर जोरजोरात थापा मारल्याचे ऐकू आले, जणू काही कोणीतरी खूप घाईत होते.

स्लॉसनच्या घराजवळ विलकॉक्सशी बोलत असताना बाजूने गेलेल्या सेदान गाडीतील ते दोघे होते. एक स्त्री आणि एक पुरुष. त्यांनी पुन्हा दरवाजा वाजवला तेव्हा मी उघडला.

"खूपच लवकर आलात, मला वाटले तुम्ही बिस्किटे घेऊन आलात."

माझ्या विनोदाकडे दुर्लक्ष करीत तिने तिचा बिल्ला दाखविला.

"मी कॅसेट, हा रिव्हिएरा. ओळखलंत का?" तिने विचारले.

"ओळखावं असं वाटतं का?" मी प्रतिप्रश्न केला.

"विनोद करायची वेळ अजून यायचीये, पण तुम्ही ओळखलंत." बिल्ला खिशात ठेवत ती म्हणाली.

"ओळखलं म्हणून तर आम्हाला आतमध्ये घेतलं," असं म्हणत माझ्यामागे

ते दोघे आत आले, एकमेकांपासून दूर गेले.

रिव्हिएराने ३६० अंशातून मान फिरवीत निरीक्षण केले. जणू काही मी गोदामात राहत होतो.

''किती वाजलेत याची कल्पना आहे का तुम्हाला?'' मी वैतागलो होतो.

''अगदीच. या क्षणी आपण घरात एवढेचं लोक आहोत ना?''

''नाही, माझा बोका आहे ना स्वयंपाकघरात, भेटायचं का त्याला?''

कॅसेटने काचेच्या सरकत्या दारातून बाहेरच्या दरीकडे पाहिलं, ''खूप छान देखावा दिसतो नाही?'' ती म्हणाली.

वरच्या मजल्यावर जाणाऱ्या जिन्याकडे पाहत रिव्हिएरा म्हणाला, ''वर काय आहे?''

''जे काही असेल ते विकायचे नाही, आता मला माझ्या बोक्याला खायला घालायचं आहे. थंड होतंय.''

''कठीण आहे'' रिव्हिएरा म्हणाला.

''कोल, सॉरी, आम्ही इतक्या सकाळी आलो, पण तुला थांबविण्याचा आमचा विचार नाही.'' कॅसेट म्हणाली.

''बसा,'' मी सोफ्याकडे बोट दाखवत म्हणालो, ''बरं, तुम्हाला कॉफी चालेल ना?''

''मी तुला म्हटलं त्याप्रमाणे तुझा जास्त वेळ घेत नाही, तू स्लॉसनकडे का गेला होतास?'' तिने प्रश्न केला. तिचे डोळे निर्विकार होते पण बोलण्याचा अंदाज संभाषणाचा होता.

''मला त्या घरफोडीसंदर्भात त्यांना भेटायचं होतं. का काही अडचण आहे का?''

''तुझा या घरफोडी प्रकरणाशी काय संबंध?'' रिव्हिएराने विचारले.

''मी या प्रकरणात लक्ष घालतोय'' मी म्हटलं.

''पण का?'' एवढा वेळ निसर्गसौंदर्य पाहणारी कॅसेट वळून म्हणाली. ''तू त्यात लक्ष घालायचं कारणच काय?''

तेवढ्यात माझा बोका स्वयंपाकघराच्या बाहेर आला. त्यांना बघून थांबला, कान खाली केले आणि गुरगुरला.

''सांभाळून राहा, तो चावतो.'' मी त्यांना सावध केलं.

बोक्याकडे तिरक्या नजरेने पाहत रिव्हिएरा म्हणाला, ''त्याचं डोकं असं का झालंय?''

''कोणी तरी गोळी मारली त्याला.'' बोका एका बाजूला गेला, त्याने पाठीची कमान केली.

रिव्हिएरा बाजूला सरकला.

''आपण पुन्हा स्लॉसनकडे वळू. तू तिथे का गेला होतास?'' कॅसेटने विचारले.

''स्लॉसनकडे चोरी झाल्याचं कळलं, मग त्यात लक्ष घालायचं ठरवलं, विमा कंपनीकडून त्याबद्दल शुल्क मिळतं. बस एवढंच!''

''कोणत्या विमा कंपनीच्या विशेष चौकशी दलाशी तुझा संबंध आहे?'' रिव्हिएराने रागाने विचारले.

विमा कंपन्यांकडे त्याचे विशेष तपासणी पथक असते. त्यांना शंका आली तर! त्यांचेच कर्मचारी अशी प्रकरणे हाताळतात, पण जर त्यांच्याकडे काम जास्त असेल तर ते बाहेरच्या तज्ज्ञ व्यक्तीकडे सोपवतात.

''नाही, माझा कोणत्याच विमा कंपन्यांशी संबंध नाही, मी स्वतंत्रपणे काम करतो.''

''म्हणजे तुझा कोणत्याच विमा कंपनीशी संबंध नाही!'' रिव्हिएराने कॅसेटकडे पाहत मान हलवली.

''नाही, मी स्वतंत्र काम करतो.''

''ठीक आहे, तुला स्लॉसनबद्दल कोणी सांगितलं?''

''व्यावसायिक मित्राने. पण प्रकरण तरी काय आहे?''

तेवढ्यात बोका पुन्हा गुरगुरला.

''तुम्हाला झालंय तरी काय? शहरात एवढ्या अठरा घरफोड्या झाल्यात आणि विमा कंपन्यांचे लोक सर्वत्र चर्चा करताहेत.''

रिव्हिएरा उठून अगदी माझ्याजवळ आला. ''तू कदाचित माहिती विकण्याचा प्रयत्न करत असावास, चोर असे करतात, ठाऊक आहे तुला? ते घर लुटतात, नंतर कोणाला तरी हाताशी धरून ज्यांच्याकडे चोरी केली त्यांनाच ती माहिती विकतात.''

''रिव्हिएरा, माझ्यापासून दूर राहा,'' मी दरडावले.

बोक्याचे गुरगुरणे वाढले, मिशा फिस्कारल्या.

कॅसेटने तिच्या सहकाऱ्याकडे पाहिलं.

''माईक, थांब शांत हो,'' कॅसेट म्हणाली.

रिव्हिएरा मागे सरकला, पण शांत झाला नाही. देवमाशासारखा मोठ्याने श्वास घेत होता.

''कोल, आमच्याकडे आधीच बरीच कामे आहेत, आणि परिस्थिती आणखीन बिघडवू नकोस. स्लॉसन प्रकरणापासून दूर राहा.''

''मी पोलिसांना बोलवायच्या आत इथून निघून जा,'' मी दम भरला.

"माईक, मी एका सेकंदात बाहेर येतेय" कॅसेट दरवाजाकडे पाहत म्हणाली.

रिव्हिएरा बाहेर पडला. मला वाटलं तो दार आपटून बंद करेल, पण दार हळूहळू बंद झालं.

कॅसेटने माझ्या बोक्याकडे पाहिलं.

"हा बोका नेहमी असाच असतो का?" ती अजून बाहेर पडली नव्हती.

"हाच प्रश्न मी रिव्हिएराच्या बाबतीतही विचारू शकतो." मी म्हटलं.

"आमचे मागील काही आठवडे खूपच धावपळीचे गेलेत, आम्ही खूप थकलो आहोत." ती मलूल हसत म्हणाली.

बोक्याने पुन्हा एकदा तिरक्या नजरेने पाहिलं आणि तो स्वयंपाकघरात गेला. चालताना त्याच्या पंजाची नखं जमिनीवर घासली जायची.

"तुम्ही इथे का आलात, सांग मला." मी कॅसेटला विचारले.

ती पुन्हा खिडकीतून दरीकडे पाहत बसली. धुकं हळूहळू वर येत होतं.

माझ्याकडे वळून ती म्हणाली, "आमच्याकडे प्रशिक्षित कर्मचारी आहेत, मोठ्या केसेस आहेत; पण श्रीमंत लोकांची केस म्हणजे अवघड जागेचं दुखणं."

ती पुन्हा खिडकीतून पाहू लागली.

"यापैकी अर्धे लोक मेयर बरोबर गोल्फ खेळतात, काही जण नगरसेवक वगैरे आहेत. दोन जण आमच्या डिपार्टमेंटला हजारो डॉलर्स देणगी देतात, या सर्वांचा अर्थ काय हे तू समजतोस ना?"

"दडपण!"

तिने हलकेच मान हलवली.

"आमच्या डोक्यावर लोक बसतात, विमा कंपन्यांच्या प्रतिनिधींना श्रीमंत लोक राबवतात. माझ्या साहेबाला तर यांना रिपोर्ट करावा लागतो. तुझा यावर विश्वास बसतो? त्यांना माहिती देणे माझ्या साहेबाला आवडत नाही."

तिने दीर्घ श्वास घेतला आणि खांदे उडवले. त्याची त्याला खूप चीड येते म्हणून तो चिडका झालाय. सतत चांगलं बोलून कंटाळलाय.

"पण तुम्ही माझ्याकडेच का आलात?"

"मी आजूबाजूला चौकशी केली, लोक म्हणाले तू चांगला आहेस. म्हणून मग मी विचार केला की, कदाचित तुझी आम्हाला मदतच होईल."

मला एकदम लाजिरवाणं वाटलं.

"नक्कीच, आणि खरंच मला कालपर्यंत स्लॉसनविषयी काही माहिती नव्हती." मी म्हटलं.

"ठीक आहे, तुला काही कळलं तर मला कळव," असं म्हणत तिने मला तिचं कार्ड दिलं. ती बाहेर पडली. "नक्कीच."

रिव्हिएरा गाडीत बसून होता. त्याने माझ्याकडे पाहिलं देखील नाही.

क्षणभर थांबून तिने अत्यंत निर्विकार चेहऱ्याने अगदी सहज विचारले, ‘‘तुझा स्लॉसनची माहिती सांगणारा विमा कंपनीमधला मित्र कोण?’’

‘‘लेस पेटन, स्कॅडलॉक म्युच्युअल विमा.’’ मी उत्तर दिलं.

‘‘आभारी आहे,’’ असं म्हणून नम्रपणे हसत कॅसेट गेली.

कॅसेट तिच्या तांबड्या मोठ्या गाडीत बसली आणि दार बंद केले.

मला माहिती दडवून ठेवायला आवडत नाही. म्हणून मी कॅसेटला सगळी माहिती सांगितली. एकदा का टायसनने कबुली दिली की हे प्रकरण मिटेल, स्लॉसनला घड्याळ परत मिळालं की आयुष्य पुन्हा मूळ पदावर येईल, असं मला वाटत होतं. पण हा माझा समज चुकीचा होता.

कॉफी घेत असतानाच डेव्हॉनचा फोन आला. तिच्या आवाजात कंप होता.

‘‘एल्विस, टायसन बेपत्ता आहे, तो घरी आलाच नाही. मला तुझी गरज आहे.’’ ती म्हणाली.

मी कॉफी ठेवली आणि डेव्हॉनला भेटण्यासाठी गाडी काढली.

१०

टायसन : सॉरी ममा, मी तुला फोन नाही केला. अगं आम्ही थोडी बिअर घेतली आणि थोडी रम घेतली. त्यामुळे मी गाडी चालवू शकत नाही, म्हणून आजची रात्र मी इथेच राहणार आहे.

ममा : तू कुठे आहेस सांग, मी तुला घ्यायला येते.

अरे, मी बोलतेय, उत्तर दे.

तू म्हणाला होतास ना की तू लगेच परत येशील, म्हणून, कुठे आहेस तू?

तू उत्तर देईपर्यंत मी फोन करत राहीन.

मला तुझी काळजी वाटते.

खरंच सांग कुठे आहेस तू? आणि कोणकोण आहे तुझ्याबरोबर? तू काय करतोयस? उत्तर दे ना रे.

मला माहित्येय तू अडचणीत आहेस. मला माहित्येय तू काय करतोयस.

तू उत्तर देत नाहीस यावर माझा विश्वासच नाहीये.

तू जिवंत आहेस का?

आता मी पोलिसांनाच बोलावते.

टायसन : मला खूप झोप आलीय, उद्या सकाळी मी शाळेत जाईन. नंतर घरी येईन. मी फोन बंद करतोय, नाहीतर तू मला सतत जागवशील. काळजी करू नकोस.

११

एल्विस कोल

टायसन बेपत्ता झाल्याच्या सकाळी डेव्हॉनच्या घरी काहीच शिजलं नाही. रडून रडून तिचे डोळे लाल झाले होते. तिच्या सगळ्या हालचालीत क्षुब्धपणा जाणवत होता.

"तो शाळेत गेलाच नाही. सर्वप्रथम मी शाळेत फोन केला. तो अलेक, अंबर बरोबर असणार."

डेव्हॉन खिडकीपर्यंत गेली, वळली आणि पुन्हा हॉलमध्ये आली.

"पोलीस कोणत्याही क्षणी येतील. तो सापडला तर मी त्याला ठार मारेन. त्याला काय वाटलं तो आयुष्यभर लपून बसू शकेल?"

"मला वाटतं पोलिसांकडे कबुलीजबाब देण्याची कल्पना त्याला आवडली नसावी?" मी म्हटले.

तिच्या डोळ्यात अंगार पेटला.

"तू त्याला ऐकायला हवं होतंस कोल, बाप रे! मी त्याला समजावून सांगितलं. पोलिसांकडे इतरांनाही घेऊन जाण्याची गोष्ट केल्यामुळे तो गोंधळला होता. खरंच, देवाशपथ!" डेव्हॉन सांगत होती. ती खिडकीजवळ उभी राहिली. राग थोडा शांत झाला.

"त्याचं बिंग फुटल्यामुळे तो चिडला होता, त्याचा उद्रेक थोडा कमी झाल्यावर टायसन शांत झाला. मग मी त्याला वकिलाबद्दल सांगितलं, मी त्याच्यासमोर सर्व

पर्याय मांडले. डॉ. रोझीने मदत केली. तोही थोडा सैलावला. त्याने काही प्रश्न विचारले, काही गोष्टी तो कबूल करत नव्हता ते थांबवलं, एवढेच नव्हे तर या सर्वांतून मी त्याला सोडवतेय याबद्दल त्याने माझे आभार मानले.'' ती घडाघडा सांगत होती.

''त्याने शरण यायचं मान्य केलं?''

''हो, डॉ. रोझी गेल्यानंतर आम्ही बराच वेळ बोलत होतो. कित्येक दिवसात अशा प्रकारे आम्ही बोललो नव्हतो आणि तो जर असे काही करणार आहे, हे मला माहीत असतं, तर मी त्याला सोडलंच नसतं.''

गप्पा झाल्यानंतर, शेजारच्या दुकानातून दही घेऊन येऊ का असं टायसनने विचारलं. आइस्क्रीमही आणतो म्हणाला, आधी डेव्हॉनची चलबिचल झाली. ती नकोच म्हणणार होती, पण दुकान तर जवळच पुढच्या चौकात होतं, म्हणून ती जा म्हणाली. येताना दाणे घातलेले चॉकलेटसुद्धा आण असं सांगितलं. ''लगेच परत येतो.'' असं सांगून टायसन गेला.

बराच वेळ झाला टायसन परत नाही आला म्हणून तिने निरोप पाठवले, फोन केले, काही उत्तर नाही. शेवटी ती स्वत: दुकानात गेली तर दुकानाचा मालक म्हणाला तो दुकानात आलाच नाही.

''बाहेर पडल्यानंतर टायसनने अलेक आणि अंबरला फोन केला असणार, ते घाबरले असतील आणि आता काय करायचं याचा विचार करण्यासाठी एकत्र जमले असतील.'' मी डेव्हॉनला धीर देण्यासाठी म्हणालो. ''आणि त्यांच्याकडे पर्यायही नाहीत.''

काही क्षण विचार करून ती मत्सालयाजवळ गेली.

''आमच्याकडे खूप मासे होते. तो इथे कोचावर बसून, मुलं जसा टीव्ही बघतात ना तसा तासनतास माशांकडे पाहत बसायचा. पाच किंवा सहा वर्षांचा असेल त्यावेळी तो.'' ती सांगत होती.

टायसनला शोधायला मी निघणार, एवढ्यात तिला त्याच्यासंबंधी काहीतरी महत्त्वाचं सांगायचं होतं म्हणून मी थांबलो.

''एके दिवशी कुठून कसं माहीत नाही, त्याच्या डोक्यात काय आलं, त्याने मला या माशांची शास्त्रीय नावे विचारली. तो वाचू शकत नव्हता म्हणून मी वाचून दाखविली. 'पिसिलीआ रेटीकुलाटा, टेरोफायलम अलटम,' वगैरे मोठमोठे शब्द होते. पण एकदाच ऐकून त्याच्या लक्षात राहिले. एव्हढेच नाही तर टाकीतल्या प्रत्येक माशाचं शास्त्रीय नाव त्याला माहीत होतं.'' ती माशांकडे पाहत खिन्नपणे म्हणाली.

''माझ्याकडे आता कुठलाच पर्याय नाही, असलाच तर तूच एक आधार

आहेस,'' ती मला भावनातिरेकाने म्हणाली.

''चमत्कार हा माझ्या व्यवसायाचा भाग आहे,'' डेव्हॉनला मी म्हटलं.

''मला वाटतं तू कोणीतरी वेगळाच आहेस.'' ती म्हणाली.

''तू जेव्हा टायसनशी बोलत होतीस तेव्हा त्याने अलेक, अंबरविषयी काही सांगितलं का?''

''तो आधीच उदास झाला होता, म्हणून मी काही विचारले नाही; परिस्थिती आणखीन बिघडायला नको म्हणून. आम्ही फक्त त्याच्या बाबतीतच बोललो.''

''आणि रोझीबद्दल?''

''रोझीला टायसनने काहीच सांगितले नसते, टायसन काय करतो याची रोझीला काहीच कल्पना नव्हती.''

''टायसन मदतीसाठी रोझीला फोन करेल?''

''शक्यता आहे, मी रोझीला टायसनबद्दल कल्पना देऊन ठेवते. म्हणजे टायसनने संपर्क साधला, तर तो मला कळवेल, तसंच मी वकिलालाही सांगून ठेवलंय,'' ती म्हणाली. ''आपण आपली कार्यपद्धती सुरूच ठेवू. जिल्हा कार्यालयात जाऊ असं म्हणाली, मी कबूल केलंय.''

मला ही कल्पना फारशी आवडली नाही.

''हे बघ, डेव्हॉन मला यात धोका वाटतो. कारण जे तू करू शकत नाहीस ते तू कबूल करते आहेस. आपण टायसनला आणू शकत नाही.'' मी माझा दृष्टिकोन स्पष्ट केला.

''लेस्लीला हे माहीत आहे आणि ती त्यांना ते सांगेल. आपल्या किशोरवयीन मुलाने खूप चोऱ्या केल्यात आणि सध्या तो मुलगा पोलिसांकडे यायला तयार नाही, परंतु त्या मुलाच्या आईला खात्री आहे की तो मुलगा गुन्हा कबूल करेल. यामुळे आपला हेतू चांगला आहे हे प्रस्थापित होईल. शिवाय आपल्याला दोन तीन दिवसांचा अवधी मिळेल.'' डेव्हॉन म्हणाली.

''पण दोन तीन दिवसांचा अवधी म्हणजे काही फार नाही,'' मी म्हटलं.

''पण चमत्कार हा तुझ्या व्यवसायाचा भाग आहे ना?''

हुशार माणसांचा हा असा त्रास होतो. तिने माझं बोलणं माझ्यावरच उलटवलं.

टायसनपर्यंत कसं पोहोचता येईल, याचा मी विचार करत होतो. आपण राहत असलेल्या खोलीत जर कोणी व्हिडिओ खेळ खेळत असतील, तर ते काही माग ठेवणार नाहीत; पण टायसनने घरातून बाहेर पडताना अलेक किंवा अंबर किंवा दोघांनाही फोन केला असण्याची शक्यता होती.

''तुझ्या आणि टायसनच्या फोनचा प्लॅन एकच आहे ना?'' मी विचारले.

''हो, आमचा कौटुंबिक प्लॅन आहे. आणि माझ्याच नावावर आहे, का?''

''मागच्या दोन महिन्यांच्या बिलाची प्रत मागून घे. त्यावरून त्याने कोणाला किती फोन केले ते कळेल.''

काहीच न कळल्यासारखा तिचा चेहरा होता, मग शंकित होऊन तिने विचारले, ''या महिन्याचे बिल कळणार नाही, शिवाय महिना अखेरीस ते बिल पाठवतात.''

''जे नेटवर व्यवहार करत नाहीत त्यांच्यासाठी ही व्यवस्था आहे. तुला सेवा देणाऱ्याला विचार, तो सांगू शकेल.'' मी सुचविलं.

''ठीक आहे,'' डेव्हॉन म्हणाली.

''आणि टायसन त्याच्या गाडीत गॅस कसा भरतो?''

''त्याच्याकडे गॅसकार्ड आहे. मी ते रद्द करू का?''

''नको. कार्डावरून तो गॅस कुठे भरतो ते कळेल.''

मी विचार करत होतो, डेव्हॉनच्या फ्रीजवर चिकटवलेली चित्रे मला आठवली. डिस्नेलँड किंवा मित्रांबरोबरची.

''इथे शेजारी त्याला मित्र वगैरे कोणी आहेत का?''

''छे, त्याच्या दृष्टीने मैत्री एकंदरीत अवघडच होती.'' ती म्हणाली.

''पण तुझ्या फ्रीजवर तर त्याचे मित्रांबरोबरचे फोटो आहेत. त्यातले काही मला दे.''

ती विचारात पडली.

''डोनि आणि ब्रेट, प्राथमिक शाळेत मित्र होते. एक केल्विन होता, पण ते काही अगदी जवळचे मित्र नव्हते. केल्विन एकदम सुस्त होता.''

''कोणी व्हिडिओ गेम खेळणारा मित्र?''

तिचे डोळे एकदम लकाकले.

''हो, एक कार्ल होता, मात्र तो स्वतःच खेळ बनवायचा. टायसन आणि कार्ल रात्रभर खेळत बसायचे आणि भांडायचेही.''

''कार्ल हे नाव ठीक वाटतं. आपण त्याच्यापासून सुरुवात करू.'' मी म्हटलं.

''ती शक्यता कमी आहे, कारण जवळजवळ वर्षभरात ते खेळलेच नाहीत.'' डेव्हॉन म्हणाली.

''पण मी एक संधी घेऊन तर बघतो.''

असं म्हणत ती मला किचनमध्ये घेऊन गेली आणि स्वतः कोपऱ्यातल्या फोनकडे गेली. तिथे ठेवलेलं फाटकं पुस्तक चाळून ती एक नंबर घेऊन आली.

''ओके, मी कार्लच्या आईला फोन करते. बहुधा तो अजून घरीच राहत असावा. पण तो कुठेही जाऊ शकतो.'' डेव्हॉन तयार झाली.

''किती मोठा आहे तो?'' मी विचारले.

''टायसनपेक्षा एक वर्षाने लहान आहे.''

“आणि तरीही तो कुठेही जाऊ शकतो.”

“कार्ल हुशार आहे. पण भडक डोक्याचा आहे. त्याने शाळा सोडली.”

डेव्हॉन बोलताबोलता त्याच्या घरच्या फोनवर फोन करत होती. अचानक तिच्या सेलफोनवर निरोप आला. तो वाचून तिचा चेहरा पडला, ती कावरीबावरी झाली.

मी तिच्या जवळ जाऊन विचारलं,

“काय झालं? टायसन?”

तिने फोन माझ्याकडे दिला. मी निरोप वाचला.

टायसन : ममा, मी हा फोन फेकून देतोय. मला पुन्हा फोन करू नकोस किंवा निरोप पाठवू नकोस. नवीन फोन क्रमांक मिळाला की मी कळवीन. तुझ्यावर माझं खूप प्रेम आहे, तू जगातील सर्वांत उत्कृष्ट आई आहेस! बाय.

डेव्हॉन रडत होती. थरथर कापत होती.

“डेव्हॉन तू ठीक आहेस ना?”

“मी त्याला खरंच ठार मारीन!” ती संतापातिरेकाने म्हणाली.

तिच्या खांद्याभोवती हात टाकून तिचं गदगदणं थांबेपर्यंत मी तिला धरून ठेवलं.

डेव्हॉनने कार्लच्या आईला फोन केला. तिच्याकडून डेव्हॉनला कळलं की कार्ल अजूनही तिच्याबरोबरच राहतो. कार्लच्या आईने कार्लचा जो पत्ता दिला तो डेव्हॉनने मला दिला.

“Good luck”

१२

हार्वी आणि स्टेम्स

हार्वी आणि स्टेम्स या उदास वातावरणात घरांचे क्रमांक शोधत हिंडत होते. या खोऱ्यात काही ठिकाणी 'विकणे आहे' असे फलक दिसत होते. प्रौढ माणसे आसपास दिसत होती. उत्साह असा वाटत नव्हता.

" 'मला थांबव,' असं मी तुला सारखं सांगत होतो, मी खूपच जेवलो." हार्वी म्हणाला.

"तू बकाबका खात होतास." स्टेम्स म्हणाला.

"काय करणार, मला खूप भूक लागली होती." हार्वी म्हणाला.

त्यांनी रात्री दोन वाजता फोन आणि अलेकच्या बोटांचे ठसे तज्ज्ञ माणसाकडे दिले. त्याने तपशील सांगेपर्यंत वेळ घालविण्यासाठी ते इथेतिथे हिंडत बसले. शहराच्या खालच्या बाजूस वर्षभर आणि चोवीस तास उघड्या राहणाऱ्या हॉटेलमध्ये ते खायला गेले. यापूर्वी ते इथे अनेकवेळा आले होते.

दोघेही तिथे आवडीचे जेवले. चार माणसांना पुरेल एवढे अन्न हार्वीच्या ताटात होते. ते संपेपर्यंत हार्वीने एकदाही वर बघितले नाही. जणू काही रक्ताला चटावलेला लांडगाच..! त्यावर कॉफी आणि आइस्क्रीम!

पहाटेच्या वेळेस त्या तज्ज्ञ माणसाने फोन केला. त्याने सांगितलेले पत्ते आणि फोन क्रमांक स्टेम्सने लिहून घेतले.

हार्वी दाबून जेवल्यामुळे त्याचे पोट फुगले होते. त्याने पट्टा सैल केला आणि

मग ते निघाले. त्यांनी त्या खोऱ्यातून गाडी चालविली. स्टेम्सने पहिला पत्ता बघितला. एक चौक, दुसरा, मग तिसरा चौक पार केला, त्याने गाडीचा वेग कमी केला.

हार्वी म्हणाला, ''थांब हेच ते घर!''

आतल्या बाजूला एक सुंदर घर होते. गाडी उभी होती. ती निळ्या रंगाची ऑडी सेदान होती.

स्टेम्सने मान उंच करून बघितले. ''तुला ती वोल्वो दिसतेय?''

''हं, हं.''

''तांबडी, चार दरवाजांची!''

हो,हो घाई करू नकोस.

ते दोन चौक पुढे गेले, घरापासून गाडी थोडी दूर उभी केली. स्टेम्सने इंजिन बंद केले.

''मला वोल्वो नाही दिसली.''

''कदाचित तो कॉफी प्यायला बाहेर गेला असेल किंवा त्या मुलीला आत ठेवलं असेल, तू जरा शांत राहा.''

''मला आश्चर्य वाटले, ऑडी कोणी चालविली असेल?''

''कोण लक्ष देतंय, कोणी का चालवेना, तू फार काळजी करतोस बुवा.'' हार्वीने उसासा टाकला.

घराचे पुढचे दार उघडून एक माणूस बाहेर आला. सहा फूट उंच, एकशे नव्वद पौंड, टी शर्टवर एक अर्ध्या बाहीचा सैलसर शर्ट त्या माणसाने घातला होता. स्टेम्सला शर्ट आवडला.

हार्वी एकदम उठून बसला, थोडं पुढे झुकून म्हणाला.

''तोच तो.''

''नाही, हा मोठा माणूस आहे. हा तो मुलगा नाही.'' स्टेम्स म्हणाला.

एक स्त्री त्याच्या पाठोपाठ बाहेर आली. ते एकमेकांशी काहीतरी बोलले आणि तो माणूस पायवाटेवरून चालत गेला. ती स्त्री पुन्हा आत गेली आणि तिने दार लावून घेतले.

''त्या मुलाचे आईवडील असावेत,'' हार्वे म्हणाला.

''काही सांगता येत नाही.''

''पण वयावरून तरी तसं वाटतं.''

हार्वीला जरा जरी वास आला तरी तो बुलडॉग जसा हाडाचा फडशा पाडतो तसं त्या कल्पनेचा फडशा पाडतो.

''हा मुलगा एवढे पैसे चोरतो ना, तर ती बाई बहुधा त्याच्या घरची मोलकरीण असावी आणि ती जर त्या मुलाची आई असेल, तर तो माणूस कोण असेल?''

“हा कसला वास सुटला आहे. काय आहे ते, टुना?”

त्यांच्याकडे असलेली माहिती खूपच त्रोटक होती. वाहन चालक परवान्यावर असलेल्या माहितीनुसार पत्ता इथलाच होता; पण तो पत्ता आत्ताचा होता की जुना होता, शिवाय तिथे कोणी तरी राहात होते. तो कदाचित इथे आला असावा. कदाचित ते ही जागा झोपण्यासाठी किंवा बाईक ठेवण्यासाठी वापरत असतील किंवा वेश्यांनाही आणत असावेत. अर्धवट माहिती हा ताप होता.

त्या शर्टातल्या माणसाने रस्ता ओलांडला आणि तो एका घाणेरड्या गाडीत बसला.

हार्वीचे डोळे चमकले, त्याला ती गाडी दिसली.

“हे, ते बघ ती ६५,६६?”

“चल रे ती देखभाल करणारी गाडी आहे.”

“स्टेम्स गप्प राहा रे, ती शेवरोले क्लासिक आहे, फक्त तिला धुवायला हवी.”

ती स्ट्रिंगरे सुरू झाली आणि त्याच्याच दिशेने आली. स्टेम्स खाली झुकला पण हार्वीने मान वर करून बघितले.

स्टेम्सला वाटलं कदाचित टायसन आणि अंबर आत प्रणयात मश्गुल असावेत, दिवसभर झोपून विश्रांती घेत असतील म्हणजे मग रात्री आणखीनच चोऱ्या करता येतील. स्टेम्सला काही करून आत जायचं होतं. पण आत ती बाई होती. आणखीन कोण कोण आत आहे देवास ठाऊक? आता स्टेम्सला अधिक माणसे मारायची नव्हती. आणि आता इथे वोल्वो असती तर तो त्या जोरावर आत घुसला असता, पण वोल्वोही नव्हती...

त्याने क्रिस्टलर सुरू केली.

“आपण निघतोय का?” हार्वीने विचारले.

“निदान आत्ता तरी.”

“ती ओकणारी मुलगी घरी असेल.”

“शक्य आहे.”

“आणि अलेक पण घरी नाही, सहसा तो एवढा उशीर नाही करत.”

स्टेम्सने हार्वीकडे रोखून बघितले.

हार्वीने चेहऱ्यावर दुःखी भाव आणला.

“बिचारा अलेक,” त्याने खोटं खोटं रडण्याचे नाटक केले.

“तू खरोखरच नालायक आहेस.” हार्वीने दात काढले.

“हे, पण मी तुझाच नालायक मित्र आहे.”

“देवा!”

स्टेम्सने गाडी पुन्हा मुक्त मार्गाकडे घेतली, त्यांच्याकडे अलेकचा पत्ता होता. हार्वीला चिडवण्यासाठी...!

१३

एल्विस कोल

टायसनच्या घराच्या उत्तरेला, रोनाल्ड रिगन मुक्त मार्गावर कार्ल आणि त्याचे कुटुंबीय राहत होते. दरीचा हा भाग पूर्वी कधीतरी संत्र्यांच्या बागांनी व्यापला होता. घरे बांधण्यासाठी इथली अनेक झाडे तोडण्यात आली; परंतु जुन्यापैकी काही झाडे अजून अस्तित्व राखून होती. काही झाडांची खोडं वाकली होती; परंतु अजूनही त्यांची पाने हिरवी होती आणि त्यांना रसदार फळे लागत होती. त्या झाडांकडे पाहिलं की युद्धातील अनुभवी सैनिक कवायत करण्यासाठी उभी आहेत, असं वाटत असे. मला वाटतं ही झाडे म्हणजे त्यांच्या काळातील जुने योद्धेच आहेत.

एका बाईने जांभई देत दार उघडले.

"मी एल्विस कोल. कार्लला भेटायला आलोय." मी माझी ओळख सांगितली.

"तुम्ही त्याला अटक करायला आला आहात का?" दरवाजा थोडा बंद करत ती म्हणाली.

"नाही, त्याच्या एका मित्राच्या संदर्भात बोलायचं होतं. कार्लची आई म्हणाली की त्याच्याशीच बोला म्हणून आलोय."

"तो मागच्या बाजूस असतो, दहाशिवाय उठत नाही.

"बघा तुम्ही."

"तुम्ही सरकारी पोलीस आहात काय?"

"नाही." मी म्हटलं. तिने खाडकन दार लावलं.

घराच्या मागच्या बाजूस किडनीच्या आकाराचा छोटा तलाव होता, त्या तलावाभोवतीच्या पायवाटेवरून मी चालत होतो. तिथल्या गाड्या ठेवण्याच्या जागेचं रूपांतर पूल हाऊसमध्ये करण्यात आलं होतं. त्या घराची तलावाकडची बाजू सरकत्या काचांनी बंद केली होती आणि त्या काचांना आतून कागद लावण्यात आले होते. तेरा-चौदा वर्षांची दोन मुले तलावाच्या काठावर स्केटबोर्ड घेऊन बसली होती. मी विचारले,

"कार्ल?" तो तिकडे आहे.

त्यांनी सरकत्या दरवाजाकडे बोट दाखविले.

मी दार वाजविले. आतून तोफगोळे सुटल्याचा आणि बंदुकीच्या गोळ्यांचा आवाज येत होता. मी पुन्हा दार वाजवले.

"कार्ल?"

बंदुकीचा आवाज थांबला, आतल्या काचेवरचा कागद थोडासा वर उचलला गेला. मला फक्त डोळे दिसले.

"मी एल्विस कोल, तुझ्या आईशी माझं बोलणं झालंय."

सरकता दरवाजा उघडला. ती दोन्ही मुलं पटकन उभी राहिली. त्यांच्याकडे त्याने जळजळीत नजरेने बघितलं, "खुट्ट्यांनी वाट बघायची" तो म्हणाला. ती मुलं लगेच खाली बसली.

कार्ल रिगीन्स जाडजूड होता, फताडं नाक आणि मिचमिचे डोळे होते. त्याच्या हनुवटीवर खूण होती. पूल हाऊसमध्ये राहत असूनसुद्धा काळा सूट, पांढरा शर्ट आणि लाल टाय त्याने घातला होता. अंगावर त्याने सुगंधी द्रव्य शिंपडले होते.

कार्लने माझ्यामागून दरवाजा लावून घेतला.

"तुझी ओळखपत्रे दाखव," कार्ल म्हणाला.

कार्ल सोळा वर्षांचा होता; परंतु बारा वर्षांच्या थोराड मुलासारखा वाटत होता नि बोलत होता मात्र सेहेचाळीस वर्षांचा असावा तसा.

"नक्कीच."

मी त्याला माझे परवाना पत्र दिले.

ही पूल हाऊसची खोली कार्लने व्हिडिओ गेम खोलीत रूपांतरित केली होती. भिंतीवर मोठा पडदा लावला होता आणि व्हिडिओ गेम खेळण्याची सर्व साधने तिथे होती. कार्लने परवाना पत्र परत दिले.

"तुमच्यामुळे माझ्या कामात व्यत्यय आलाय, पण माझ्या मूर्ख आईने तुम्हाला भेटायला सांगितलंय."

बाप रे, हा आईला मूर्ख म्हणतोय.

"वेळ काढल्याबद्दल आभार, पण इथे तू काय काम करतोस?" मी विचारले.

कार्लने माझ्या प्रश्नाकडे दुर्लक्ष केले.

''मला टायसनविषयी बोलायचंय. तो बेपत्ता आहे, त्याच्या आईने मला त्याचा शोध घेण्यास सांगितले आहे.''

कार्लच्या चेहऱ्यावर नाराजी दिसली.

''तो कुठेय ते मला माहीत नाही आणि का माहीत असावं?'' तो तुच्छतेने म्हणाला.

''त्याच्या आईच्या म्हणण्यानुसार तुझी त्याची घट्ट मैत्री होती.''

त्याचा चेहरा अधिकच आक्रसला.

''आम्ही मित्र होतो, पण त्याची खेळण्याची पातळी एकदम खालच्या दर्जाची होती, मग मी त्याला काढून टाकला.''

तो खूप मोठ्याने हसत सुटला. ''तो कदाचित 'डिकलँड'ला गेला असेल.''

डेव्हॉन म्हणाली त्याप्रमाणे कार्ल चमत्कारिक होता. चीड आणणारा होता.

''आम्ही मित्र होतो ते मागच्या वर्षी, नवीन शाळेत येण्यापूर्वी.''

''त्यांनी त्याला शाळेतून काढून टाकलं आणि त्यालाही शिक्षण सोडायचं होतं माझ्यासारखं, पण त्याच्या आईने त्याला तसं करू दिले नाही.'' कार्ल टायसनच्या आईला 'मॉम्मी' म्हणायचा.

स्वत: खूप शहाणा असल्यासारखा तो तुच्छतेने हसला.

''तो आता कोणाबरोबर असतो माहित्येय?'' मी विचारले.

''त्याच्यासारख्या मूर्खाबरोबर कोण असेल, असाच एखादा मूर्ख!'' पुन्हा तो तसाच हसला. एका फिरत्या खुर्चीत बसला.

''हा मूर्ख टायसन बेपत्ता का झाला?'' त्याने विचारले.

''तो आणि त्याचे दोन मित्र अडचणीत आहेत.'' मी सांगितले.

कार्ल आपल्या खेळातल्या शिपायाकडे पाहत होता, त्या शिपायाला शत्रूने घेरले होते.

''कार्ल, तुला ठाऊक आहे का काही?''

त्याने पुन्हा दुर्लक्ष केले.

''हे बघ कार्ल तो कोणाबरोबर आहे किंवा इतर काही माहिती असेल, तर उपयोगच होईल,'' मी म्हटलं.

बाहेरची मुलं काचेवर थापा मारत होती.

''जरा थांबा'' मी त्यांना म्हटलं.

रुमालाचे टोक आपल्या बोटाभोवती गुंडाळत आणि खेळातल्या शिपायाकडे नजर रोखत तो म्हणाला, ''मला संकटात पडायची इच्छा नाही.''

कार्लच्या समोर व्हिडिओ खेळाची विविध साधने होती. लॅपटॉप, कॉम्प्युटर,

वायर्स, मॉनिटर्स, की बोर्डस्, चिनी आणि रशियन अक्षरातील काळ्या पेट्या, पडद्यावर उमटणारी अनाकलनीय संगणकीय भाषेतील चिन्हं अशा विचित्र आणि न समजणाऱ्या गोष्टींनी त्याची खोली भरली होती. ते सर्व पाहून माझ्या लक्षात आलं की तो एक संगणकीय माहिती चोरणारा चोर आहे. कॉम्प्युटरमधील खेळ चोरून त्यावर तो स्वत:चे खेळ रचतो. हा निश्चितच गुन्हा होता.

"तुम्ही मला पकडायला आला आहात का?"

"तू काय करतोस त्याच्याशी माझं काही देणंघेणं नाही." मी म्हणालो.

"माझ्या कामामुळे नाही, पण टायसनच्या संदर्भात अटक करणार का? माझा त्याच्यावर विश्वास नाही, त्यामुळे मी त्याचा साथीदार नाही. आहे का?"

"टायसन तुला काही बोलला का?" मी पुन्हा विचारले.

"एके दिवशी काही निरोप, फोन न करता तो आला, आणि त्याने मला नोटांची बंडले दाखविली, म्हणाला आता सांग कोण हरलं? स्वत:ला कॉम्प्युटर तज्ज्ञ समजतोस ना?" कार्ल सांगत होता.

"मग तुझ्या मनाला खूप लागलं असेल ना?"

"छे, छे, मी काही दुखावलो वगैरे गेलो नाही. मी त्याला म्हटलं, 'जा रे मूर्खा, मी कार्ल आहे, तर मला सांगायला लागला, 'नवीन मैत्रीण कशी टंच आहे, नवीन मित्रांबरोबर नवीन क्लबमध्ये कसा जातो आणि कोणत्याही घरात कसे कुशलपणे घुसतो, चोऱ्या करतो, माझ्याकडे नवीन मैत्रिणी आहेत, तुला तर जुन्या मैत्रिणीही नाहीत.' अशा खूप काही गोष्टी सांगून मला हिणवत होता. मी त्याच्यावर विश्वास नाही असं म्हणालो."

कार्लला ते सगळं आठवत होतं. तो पुन्हा हसायला लागला.

"मी पण त्याच्यावर विश्वास ठेवला नसता," मी म्हटलं.

कार्लने माझ्याकडे वर पाहिलं, त्याचा चेहरा खिन्न वाटत होता.

"पण तरीसुद्धा तू इथे आलासच ना? त्यानं खरं काय सांगितलं?"

"ते कुशल चोरीसंबंधी नाही, पण इतर काही गोष्टी खऱ्या सांगितल्या."

कार्लने मान हलवली. तो म्हणाला, "मूर्ख"

"त्याने तुला त्याच्या मित्रांची नावे सांगितली का?" मी चौकशी सुरूच ठेवली.

"अंबर, मुलीचे नाव!" कार्ल म्हणाला.

"आणि मुलाचे नाव?"

त्याचा चेहरा आक्रसला - विचारात पडल्यासारखा

"मला वाटतं, ते अलेक किंवा अलेक्स असं असावं." तो म्हणाला.

"अलेक." "हो"

"आणि त्यांची आडनावे काय होती? किंवा काय करतात, शाळेत जातात?"

कार्लचा चेहरा काळवंडला.

"तो म्हणाला की ती मुलगी 'मॉडेल' आहे. सुंदर, टंच, खरंच ती कामोत्तेजक आणि अश्लील फोटो देत होती का?"

"मग तो तुझ्याशी दुसऱ्या भागाबद्दल खोटं बोलला."

कार्ल थोडा मोकळा झाला.

"मला माहीत होतं," कार्ल सांगत होता, "मी त्याला म्हटलं, मूर्खा त्या कामातुर सुंदर अंबरला घेऊन ये, आणि खरंच ती तशी आहे का हे सिद्ध कर, केलंस तर तुला नवीन कोरा 'अटारी २६००' हा व्हिडिओ खेळ देईन."

"हे 'अटारी' प्रकरण काही खास असणार!?"

"मग?"

"मग काय त्याने एक फोटो पाठवला, माझ्याकडे अजून आहे तो." कार्ल म्हणाला.

"माझ्या छातीत धडधड व्हायला लागलं."

कार्लने त्याच्या फोन मधला फोटो दाखवला. टायसन, ती मुलगी आणि त्यांचा एक मित्र बारमध्ये होते. तिथला फोटो होता तो. प्रकाश अपुरा असला तरी चेहरे ओळखता येत होते. टायसनने वेल्वेटची कॉलर असलेला काळा स्पोर्ट शर्ट घातला होता आणि मुलीच्या हातात नोटा होत्या.

"ही अंबर?" मी विचारले.

"असं तो म्हणतो."

"आणि हा अलेक?"

"हो."

"या मित्रांच्या बढाया माझ्याजवळ टायसन मारत होता" कार्ल म्हणाला.

टायसन आणि अंबर सारख्याच उंचीचे होते. लोकांच्या नजरा खेचून घेणारा आकर्षक पोशाख तिने घातला होता. सुंदर दिसणारा, गालावर खळी पडणारा आणि काळी दाढी ठेवलेला अलेक विशीचा होता. हे तिघेही स्लॉसनच्या घरातील टेहेळणी कॅमेऱ्याने घेतलेल्या फोटोत होते. सहज लक्षात येण्यासारखे होते.

"मला तो फोटो देशील?" मी कार्लला विचारले.

"नक्कीच." त्याने मला लगेच फोटो पाठवला.

"त्यांनी चोरलेल्या वस्तूंचे ते काय करत होते हे त्यांनी तुला सांगितले का?"

"हो, ते त्या वस्तू आठवडी बाजारात विकत असत."

"आठवडी बाजार?"

"मित्रा, या बाजारात खूप पैसा आहे. जेव्हा टायसनला वाहन चालक परवाना मिळाला, तेव्हा आम्ही दर शनिवारी, व्हेनिसमधल्या आठवडी बाजारात जायचो.

तिथे आम्ही कॉम्प्युटरचे सर्व सामान खरेदी करत असू.'' कार्लने माहिती सांगितली.

''कार्ल?''

''काय?''

''हे माझ्याशी संबंधित नाही ''

''हां.''

''ते कोणत्या आठवडी बाजारात जात असत?''

''तू सांगितलेल्या माहितीबद्दल हवंतर मी तुला मोबदला देईन.''

कार्लला नाव आठवत नव्हतं, पण त्याने मला अंदाजे दिशा दाखविली. आम्ही जेव्हा दरवाजा उघडला तेव्हा ती दोन मुले उड्या मारत आत आली.

मी त्याचे आभार मानून निघालो. त्याच्या टेबलावरचे सर्व सामान, वायर्स, कॉम्प्युटर्स पाहून तो सूट का वापरतो, त्याला मित्र आहेत का असा प्रश्न मला पडला. पण मी त्याला विचारले नाही. तुम्ही त्याला अटक करायला आला आहात का? असं कोरडेपणे विचारणाऱ्या बहिणीला त्याच्याबद्दल माया वाटत असेल, असं वाटलं नाही.

''तू जे काम करतोयस ते काम करू शकणारी माणसं वाईटच असतात, असं काही नाही. कार्ल तू हरलेला नाहीस आणि तुझ्यासारखी माणसंच जग चालवतात.'' मी म्हटलं.

तो गडगडाट करत हसला.

मी त्याने सांगितलेल्या दिशेने आठवडी बाजाराकडे निघालो.

१४

व्हेनिसला पोहोचण्यास मला फार काही त्रास झाला नाही. वाहतूक अशी काही विशेष नव्हतीच. सेपुलवडाचे वळण पार करत असताना मी डेव्हॉनला फोन केला.

"टायसनकडून काही?"

"नाही, आणि तू सांगितल्याप्रमाणे मी फोन कंपनीशी बोलले, त्यांनी या काळातले त्याचे फोनचे बिल अजून पाठवले नाही."

"ठीक आहे. तिथल्या माणसाशी बोल आणि मी तुला एक फोटो पाठवतो," कार्ल बरोबरचे बोलणे मी तिला सांगितले.

फोटो मिळाल्यावर ती हळू आवाजात म्हणाली,

"ही अंबर आणि हा अलेक?"

"कार्लला त्यांची नावे माहीत नव्हती; पण टायसनने त्या दोघांची नुसतीच नावे सांगितली नाहीत, तर चोऱ्यांची कबुलीदेखील दिली."

"पण कार्लने काही सांगितलं नाही?"

"नाही. कार्लचा त्याच्यावर विश्वासच नव्हता. कार्लला वाटलं टायसन त्याची बरोबरी करण्यासाठी थापा मारत आहे."

"ती मुलगी खूपच खालच्या दर्जाची वाटते रे!"

"त्यांना तू कधी शाळेत वगैरे पाहिलं आहेस का?"

''नाही, कधीच नाही.''

''मग आधीच्या शाळेतील मुलांची नावे बघ, कदाचित आपल्याला सुदैवाने पूर्ण नावे कळतील.''

''पण आता काय करतो आहेस?'' तिने विचारले.

मी आठवडे बाजाराचा उल्लेख केला. तिला तो बाजार माहीत होता.

''टायसन आणि कार्ल इथून कायकाय नेत असत त्यावर तुझा विश्वासच बसणार नाही. त्याच बाजारात ते काही आणायला गेले असतील, तसेच ते वस्तू विकायलादेखील गेले असतील.'' मी म्हटलं.

कार्लने सांगितल्याप्रमाणे तारेचे कुंपण असलेली गाड्या उभे करण्यासाठी विस्तीर्ण जागा होती. व्हेनिसमध्ये किनाऱ्यापासून जवळच तो बाजार होता. त्या कुंपणावर मोठ्या अक्षरात रंगविलेला बोर्ड होता.

आठवडा बाजार – शनिवार
शेतकरी बाजार – रविवार
अस्सल खवय्यांसाठी – शुक्रवार
माहितीसाठी व्यवस्थापकांना भेटा आणि एक बाण दाखवला होता.

गाड्या लावण्याच्या जागेच्या बाजूलाच एका जुनाट दुकानात क्रेन्झा इन्व्हेस्टमेंट प्रॉपर्टीजचे कार्यालय होते.

बाहेरून दिसत होते त्यापेक्षा आतून ते कार्यालय मोठे वाटले. आणि उंच छतामुळे अधिकच मोठे वाटले. कार्यालयाच्या एका बाजूच्या भिंतीला लागून लाकडाची जुनाट टेबले होती. एक कंटाळलेली तरुण स्त्री सुस्तावल्यासारखी बसली होती. दुसरी थुलथुलीत जाड बाई मासिक वाचत बसली होती.

ती तरुण स्त्री हसली; पण बोलली काहीच नाही. तिच्याकडे बघत मी म्हटले, ''आठवडी बाजारासंबंधी मला कोणाशी तरी बोलायचे आहे.''

''मार्टीन, कोणीतरी चौकशीसाठी आलंय बघ.'' ती प्रौढा ओरडून म्हणाली.

आतल्या बाजूने, साधारणतः पन्नाशीचा, पोट सुटलेला, टक्कल पडलेला आणि शरीराच्या मानाने बारीक हातावर भरपूर केस असलेला मार्टीन क्रेन्झा बाहेर आला.

''आठवडी बाजार.'' ती प्रौढा माझ्याकडे बोट दाखवून त्याला म्हणाली.

''तुम्हाला टेबल हवंय का? माझ्याकडे आता फक्त दोनच शिल्लक आहेत. तीही लौकरच विकली जातील,'' मार्टीन शार्क माशासारखे दात विचकत हसत म्हणाला.

मी कार्लकडून घेतलेला फोटो दाखवीत म्हटले, "मला टेबल नकोय, पण या फोटोतल्या एकाने किंवा सर्वांनी टेबले घेतलेली असतील, तुम्ही ओळखता यांना?"

मार्टीन फोटो बघताच चिडला. "हे तेच ना, ते चोरलेला माल विकायचे?" त्याच्या प्रश्नाचं मला आश्चर्य वाटलं. आणि त्याला हे कसं माहीत याचा मी विचार करायला लागलो.

"पोलीस चौकशी करत होते का?" मी विचारलं.

"खूप पोलीस आले होते, कोण मोजदाद ठेवतंय? मार्गी हा फोटो बघ." मार्गरिट त्याची बायको होती आणि शालेट त्याची पुतणी. त्या दोघी माझ्याजवळ आल्या, त्यांनी फोटो बघितला.

"हा जो हिरव्या डोळ्यांचा मुलगा आहे ना, प्रत्येक शिपाई त्याचा फोटो घेऊन येतो."

तिने पानं उलटली आणि फोटो निरखून बघितला. "अरे, हाच तो हिरव्या डोळ्यांचा मुलगा."

"तुम्ही त्याला बघितलाय का?"

"ना... ही, दहा लाख वेळा नाही! किती वेळा तुम्हा लोकांना सांगायचं नाही म्हणून..." मार्गरिट वैतागून म्हणाली.

"मी पोलिसांपैकी नाही. मी खासगी गुप्तहेर आहे. मी त्यांचा शोध घेतोय."

"खासगी, म्हणजे काय?" तिने विचारले.

"खासगीरित्या तपास करणारा, मी या लोकांना शोधायचा प्रयत्न करतोय."

"तुम्ही आणि तुमचे पोलीस, या मुलांना आम्ही कधी पाहिलं नाही, तुम्हा लोकांचा आम्हाला आता कंटाळा आलाय. माझा किती वेळ वाया जातो." मार्टीन त्रासला होता.

"मार्टीन शांत राहा, तुला त्रास होतोय." मार्गरिट म्हणाली. तिने चश्मा नीट केला आणि शालेटला म्हणाली, "हेच ना गं ते दोघे, तो उंच मुलगा आणि छान दिसणारा मुलगा आणि मुलगी. फिडलर यांचंच वर्णन करत होता ना. तेच का हे?"

शालेटने फोटो बघितला, "माहीत नाही, कदाचित असू शकतील." असे म्हणाली.

फोटो पुन्हा माझ्या हातातून घेत मार्गी माझ्याकडे वळून म्हणाली, "हेच ते दोघे, यांनीच डॉ. फिडलरना कॅमेरा विकला होता."

"मला तुमची थोडी मदत लागेल."

"कोण डॉ. फिडलर?" मी उत्सुकतेने विचारले.

"फिडलर म्हणजे... त्यांच्यापासून तर सुरुवात झाली. पाच आठवड्यांपूर्वी

दंतवैद्य वॉरेन फिडलर यांनी बाजारात एक लायका कॅमेरा विकत घेतला. पुढच्याच आठवड्यात तो कॅमेरा साफसूफ करण्यासाठी ते कॅमेरा विक्रेत्याकडे गेले, तर स्लॉसनच्या रोलेक्स घड्याळाप्रमाणे यांनाही कळलं की कॅमेरा चोरीचा आहे. तो विक्रेता म्हणाला, हा कॅमेरा चोरीचा आहे. फिडलर यांनी ताबडतोब पॅसिफिक डिव्हिजन पोलिसात तक्रार दिली. मग पोलीस गुप्तहेर यांचा इथे ससेमिराच सुरू झाला.''

माझ्याकडे फोटो परत देत मार्गी म्हणाली. ''यांनीच हा कॅमेरा विकला असं म्हणणार नाही; पण मला माहित्येय हेच ते दोघे म्हणून. त्यांनी टेबल घेतलं होतं.''

''तुम्ही त्यांचे क्रमांक देऊ शकाल?''

क्रेन्झा परत बाहेर आला, रागावलेला.

''नाही, क्रमांक नाही देऊ शकणार, ते सुद्धा पाच आठवड्यांपूर्वीचे? आमच्याकडे बासष्ट टेबले आहेत. दर आठवड्याला नवीन माणसे, आम्ही काय सगळे क्रमांक लक्षात ठेवावेत, अशी तुमची अपेक्षा आहे का?''

''पण लोक फॉर्म वगैरे भरून देत असतील ना? त्याची नोंद तुमच्याकडे नाही का.''

क्रेन्झाने मार्गीकडे रोखून बघितलं.

''हा ही बहुधा पोलिसांपैकी दिसतोय.''

मग तो माझ्याकडे वळून म्हणाला, ''हे बघा, हा आठवडी बाजार आहे. लोक इथे येतात. त्यांना त्यांच्याकडच्या जुन्या वस्तू विकायच्या असतात. मी काय करणार, चेक घेऊन. तो पास झाला नाही तर? तुम्हाला टेबल पाहिजे, आधी पैसे द्या, एका शनिवारसाठी. चेक नको, क्रेडिट कार्ड नको, हिरव्या नोटा द्या!''

त्याने तळहातावर आवाज केला जणू मी त्याची ओंजळ हिरव्या नोटांनी भरणार होतो.

क्षणभर मी विचार करत होतो, मला भिंतीवर नकाशा दिसला, आठवडा बाजार, शेतकरी बाजार, खाद्यजत्रा. एखाद्या व्यावसायिकाने तो नकाशा बनविला असावा आणि अशा रीतीने बनविला होता, की गाड्या उभ्या करण्यास जास्त जागा उपलब्ध होईल. एका आयताकृती जागेत बासष्ट टेबले बसविली होती.

''त्याचं टेबल कोणतं होतं? कोणी सांगेल का?'' मी विचारले.

क्रेन्झा पुन्हा म्हणाला, ''नाही, पण फिडलरच्या लक्षात होतं. पोलीस त्याला घेऊन आले, काय बोचरा माणूस होता तो!''

''हो तो अतिहुशार होता, कुणी त्याला डॉक्टर केलं काय माहिती.''

क्रेन्झाने त्या आयतावर बोट ठेवले. क्रमांक होता सदतीस. छत्तीस आणि बेचाळीसच्या मधे ते टेबल होतं.

“यापूर्वीही हेच आम्ही त्या स्त्री गुप्तहेराला दाखवलं होतं.” क्रेन्झा म्हणाला.

त्याने मदतीच्या अपेक्षेने मार्गीकडे बघितले.

“कॅसेट” मार्गी म्हणाली.

“तिने आम्हाला सदतीस क्रमाकांच्या आजूबाजूच्या लोकांना बोलवायला सांगितले. आम्ही प्रयत्न केला. आमच्याकडे दोन रक्षक आहेत आणि एक मुलगा नेहमी फळांचा रस विकतो. आमच्याकडे व्यवसाय करणारे नेहमीचे लोक आहेत.” ती सांगत होती.

“तुझ्याकडे यादी आहे, बरोबर? मग दे ना ती त्याला” मार्गी म्हणाली.

“शालेटकडे होती ती.”

शालेट खणात यादी शोधत होती.

क्रेन्झा पुढे म्हणाला, “आम्ही काही जणांशी संपर्क साधला. पण त्यांना बोलावणं इतकं सोपं नाही.”

मार्गीने नाक उडवलं. “जणू काही आम्हाला उद्योगच नाहीत.”

क्रेन्झाने खांदे उडविले.

“असू दे. आणखीन तो दुसरा कोण चिडखोर, गोल गरगरीत?”

“रिव्हिएरा.” मार्गी म्हणाली.

गोल गरगरीत हे विशेषण रिव्हिएराला आवडेल.

“मी विचार केला. हेच ते, आम्ही त्याला यादी दिली, नावे दिली. रिव्हिएरा पुन्हा आला, आणखीन काही नावे द्या म्हणाला, तीही आम्ही दिली. पुढे काय झालं माहित्येय?” तो भुवया उडवत माझ्या उत्तराची वाट पाहत होता.

“रिव्हिएरा परत आला असेल?”

“नाही, रिव्हिएरा नाही. त्याने आणखीन दोघांना पाठविले. असं करण्यात त्याला काहीच वाटत नसावं, सगळी नावे दिली, तरी त्याचे म्हणणे असे, की आम्हीच त्याचा वेळ घेतला. उलट तुमच्या माणसाने वाईट प्रश्न विचारले, असं मी म्हटलं. एखाद्याला आठवत नाही असं सांगितलं तर काय करणार?”

“खूपच भयंकर माणसे होती ती!” मार्गी म्हणाली. “उद्धट होती.”

शालेटला यादी मिळाली. ती तिने मार्टीनच्या हातात दिली, तो वैतागला.

“अगं यादीचे दोन कागद असावयास हवेत, हा तर एकच कागद आहे, दुसरा कुठे गेला?”

मार्गीने पुन्हा शालेटकडे बघितलं.

“मलाच आता सर्व गोष्टी करायला हव्यात.” मार्गी म्हणाली. तिने खणातून दुसरा कागद काढला.

पहिल्या पानावर सहा नावे, दुसऱ्या पानावर चार नावे होती. तिघांचे फोन

क्रमांक आणि पत्ते होते. उरलेल्या सहा जणांचा काहीच संपर्क नव्हता.

"यांचे काही क्रमांक नाहीत?" मी विचारले.

"तुला काय वाटलं, मी वेडा आहे? अरे हे सगळे चमत्कारिक लोक आहेत. कोणी म्हणालं यला आम्ही शनिवारी बघितलं होतं, झालं त्याचं नाव यादीत आलं."

मी पहिल्या यादीवर नजर टाकली.

"हं, रिव्हिएरा यांच्याशी बोलला होता, पण काहीच उपयोग झाला नाही?"

"म्हणून तर मी त्याला उड्या मारणारा चेंडू म्हटलं."

मी दुसऱ्या यादीवर नजर टाकली. तीन नावे टंकलिखित होती आणि एक नाव हाताने लिहिलं होतं. 'कु. लुईस ऑगस्ट' तिचा पत्ताही तिथे होता.

"या लोकांशीही रिव्हिएराचं बोलणं झालंय का?" मी विचारलं.

"मला वाटतं पहिल्या तिघांशी तो बोलला, पण कु. ऑगस्ट, माहीत नाही, त्या दोघांनी तर आम्हाला धमकीच दिली." "मार्गी त्यांची नावे काय?" मार्गीकडे बघत क्रेन्झाने विचारले.

"काय बरं त्यांची नावे, नेफ, नेस किंवा असंच काही, पण मला नाही आठवत." मार्गीने आठवण्याचा प्रयत्न केला.

"शालेट, काय गं त्यांची नावे?" मार्गीने विचारले.

शालेट घाबरली. "मला नाही आठवत." ती म्हणाली.

"तुझा काहीच उपयोग नाही," असं म्हणत मार्टीनने त्यांच्या नावाचा नाद सोडला.

"लुईस ऑगस्ट आमची नेहमीचीच आहे. ती कुणाशीही बोलते. इथे येणाऱ्या तरुण जोडप्यांशी बोलताना तिला आमच्या सुरक्षारक्षकांनी बघितले आहे. पण तिच्याबरोबर कोणीही असू शकेल, दर शनिवारी आमच्या इथे चार हजार माणसे येतजात असतात. ती प्रत्येकाशी बोलते." मार्गी सांगत होती.

मिस्टर क्रेन्झ, "मला या यादीची प्रत काढून द्या ना." मी विनंती केली.

"कदाचित त्यांच्याशी मी पोलिसांपेक्षा जास्त चांगला बोलेन."

"ठीक आहे, तुम्ही त्या मूर्खांसारखे नाही वाटत."

मार्गीने शालेटकडे यादी सरकवली.

यादी घेऊन मी बाहेर पडलो. पत्ता आणि फोन क्रमांक नसलेल्या नावाचा उपयोग नव्हता. लुईस ऑगस्टचा पत्ता होता, परंतु फोननंबर नव्हता. संगणक यंत्रणेवरून मी तिचे ठिकाण शोधले, तर ऑगस्टचे घर जवळपासच होते. म्हणून मग गाडी न घेता मी पायीच निघालो.

१५

लुईस ऑगस्टचं घर किनाऱ्यापासून जवळच होतं. आजूबाजूला अनेक जुने बंगले होते. शहरातल्या उकाड्याला कंटाळून श्रीमंत एंजलोनिस लोक आठवडा अखेरीस इथे राहायला येत असत. बंकर हिल्सच्या वाड्यापासून किंवा वेस्ट ॲडमपासून किनाऱ्याच्या बाजूला सौम्य वातावरणात येण्याचा दोन तासांचा रस्ता संत्र्यांच्या बागातून जात होता. अविकसित जमीन होती, जवळपास शंभर वर्षांनंतर मुक्त मार्ग किंवा विजेवर चालणाऱ्या गाड्या आल्या, पण इथे काही फरक पडला नाही. लॉस एंजलीसच्या खालच्या भागातून गर्दीच्या वेळेस व्हेनिसला यायचं म्हणजे वेळ लागायचाच; परंतु संत्र्यांच्या बागांतून सुंदर रस्त्यावरून येण्याचा आनंद मात्र गाडीला गाडी लागून जणू काही रांगत चाललेल्या वाहतुकीने हिरावून घेतला. बहुधा यालाच विकास म्हणत असावेत...!

ऑगस्टचा पत्ता शोधताशोधता मी माझ्याकडे असलेल्या फोन क्रमांकावरून एकेकाला फोन करत होतो. नॅन्सी हमेलकडे कोणातरी पुरुषाच्या आवाजात ध्वनीमुद्रित निरोप होता. तिथे मी मला फोन करण्याविषयी सूचना ठेवली. कार्ल गोमेझचा फोन नुसताच वाजला. उचलला गेला नाही. व्हिक्टर पिचेसने फोन लगेच उचलला, पण तो भयंकर चिडला. कोणीतरी अनोळखी माणसाने फोन करून चौकशी करणे त्याला आवडलं नाही आणि त्याला आठवडी बाजारातील कोणतीही तरुण जोडी आठवत नव्हती. मी पुन्हा फोन केला, तर पोलिसात तक्रार करेन अशी तंबीही त्याने दिली.

कॅसेट आणि रिव्हिएरा यांच्या हातात काही लागलं नाही, यात काही आश्चर्य नव्हतं.

रस्ता वळला तिथे एक कफल्लक माणूस, एका केसाळ तांबड्या कुत्र्याला घेऊन एका घराच्या कठड्यावर बसलेला मला दिसला. समोरच्या घरावर विक्रीसाठी असा फलक लावणाऱ्याकडे तो कफल्लक माणूस पाहत होता. जांभळा सूट घातलेली एक स्त्री त्या माणसाला सूचना देत होती. त्या घराचे छत उंच होते. उंच मनोरा, गाडी ठेवण्याची जागा आणि निळ्या खांबांवर निळे प्रवेशद्वार. हेच ते लुईस ऑगस्टचे घर!

मला येताना पाहून कुत्रा भुंकायला लागला. त्याचे डोळे भीतिदायक होते. त्या कफल्लक माणसाने माझ्याकडे पाहिलं, तोही घाबरल्यासारखा दिसत होता. तो कसातरी मान खाली घालून उभा राहिला.

''या कुत्र्याला भूक लागली आहे. एक डॉलर द्या ना, मी देवाशपथ सांगतो. मी दारू पिणार नाही.'' तो अजिजीने म्हणाला. पाच डॉलरची नोट त्याला देऊन मी पुढे गेलो.

फलक लावणाऱ्याला सूचना देणारी स्त्री अजूनही 'थोडं इकडे सरकव, जरा वर घे' अशा सूचना देत होती. एकदाचा तो फलक लागला.

'बर्गेस रिअल्टी' -विक्रीसाठी. ती स्त्री दरवाजातच उभी होती. मी म्हटलं, ''जरा सरकता का, मला जायचंय.''

''तुम्ही त्या भिकाऱ्याला पैसे दिलेत, तर तो जाणार नाही. ही जागा मी विकत्येय.'' ती म्हणाली.

''मला लुईस ऑगस्टना भेटायचंय, आहेत का त्या घरी?'' मी विचारले.

तिने माझ्याकडे पाहिलं, थोडीशी घुटमळली.

''क्षमा करा, पण ती गेली.''

''केव्हा परत येईल ती?'' मी विचारले.

''त्या प्रकारे नाही गेली. मी एमी बर्गेस, बर्गेस रिॲल्टी. तुमची आणि तिची कौटुंबिक मैत्री आहे का?''

तिने मला तिचे कार्ड दिले.

''मैत्री नाही, काही कामानिमित्ताने मला तिला भेटायचंय,'' मी म्हटलं.

एमी बर्गेस पुन्हा घुटमळली, तिने खांदे उडविले.

''आता सांगायलाच हवं, लुईस ऑगस्ट मेली. तिचा खून झाला! अशाचपैकी कुणीतरी नशेबाजाने तिला मारलं.''

त्या माणसाकडे बोट दाखवत ती म्हणाली. त्या माणसाने कुत्र्याभोवती हात टाकला होता आणि तो नजर चुकवीत होता.

मी घराकडे पाहिलं. पुढच्या भागात रबराची आणि केळीची झाडे खूप वाढली होती. प्रवेशद्वारापासून ते गाडी ठेवण्याच्या जागेपर्यंतची पायवाट बांधून घेतली होती आणि त्याभोवती मातीच्या कुंड्या, फुलझाडे होती. काही फलकही होते, जसे 'युनिकोर्न वेलकम' 'ब्रेक फॉर रेन बो' 'दयाळू व्हा.' इत्यादी.

तिने दिलेले कार्ड मी खिशात ठेवले. "लुईस ऑगस्टचा मृत्यू खूपच दुःखदायक आहे. केव्हा घडली ही घटना?" मी विचारले.

"मागच्याच आठवड्यात. हे नशाबाज खिडकी तोडून घरात घुसले आणि लोखंडी रॉड डोक्यात घालून त्यांनी तिला मारले. जीवघेणा फटका. पोलीस म्हणाले. 'खूपच भयानक'."

तो कफल्लक माणूस काहीतरी बरळत होता.

"देवा, मी पाप केलेले नाही, मला क्षमा कर."

एमी बर्गेसने त्याच्याकडे दुर्लक्ष केले.

ती म्हणाली,

"मी तिच्या मुलीला सांगितलं, की हे घर आता खुनी माणसाचं घर म्हणून ओळखलं जाणार. त्यामुळे फार काही किंमत येणार नाही. विकून टाका." "तुम्ही घेताय का?"

तिने त्या खुनी घराकडे कपाळाला आठ्या घालत बघितले, मग मला विचारले.

"मॅडम, बरोबर आहे का फलक?" फलक लावणाऱ्या माणसाने मधेच विचारले.

"हं, आता बरोबर आहे. धन्यवाद."

त्या फलक लावणाऱ्या माणसाने आपले साहित्य गोळा केले आणि तो निघून गेला.

"तुम्हाला या घरात रस आहे का, बघा. तिच्या मुलीला लवकरात लवकर हे घर विकायचे आहे, तुम्हाला फायदेशीर ठरेल, तुमचा विचार कळवा." एमी बर्गेस म्हणाली.

"ठीक आहे, बघतो मी." मी तिला सांगितले.

लुईस ऑगस्टबद्दल एवढेच कळले, मी तिच्यापर्यंत पोहोचू शकलो नाही. मी चालत पुन्हा गाडीकडे आलो. मी परतत असताना तो भिकारी म्हणाला,

"ती खूप दयाळू होती, कुत्र्यांना नेहमीच पाणी देत असे. खरंच दयाळू."

त्याने कुत्र्याला थोपटले. मी अंगणातल्या फलकाकडे पाहिलं. घराच्या पुढच्या भागात फलक होता – दयाळू राहा.

"आता समजून घ्या की चांगुलपणा कमी होतोय." त्याने मान हलवली.

"दोन माणसे." तो भिकारी म्हणाला.

माझ्याशी डोळे भिडवून तो म्हणाला नि परत दुसरीकडे पाहायला लागला.

"आम्ही पोलिसांना पण सांगितलंय, तिच्या चांगुलपणाचा बदला घेतला गेलाय."

"त्या दोन माणसांचं काय?"

"चांगले कपडे घातलेले, तरुण, अधिकारी वाटतील असे, एक मोठा, दुसरा धिप्पाड. आम्ही त्यांना प्रवेशद्वारातून आत जाताना पाहिलं."

"ज्या दिवशी खून झाला त्या दिवशी?" मी आश्चर्याने विचारले.

खाली पाहत, कुत्र्याला थोपटत तो म्हणाला, "नक्की नाही सांगता येणार. माफ करा."

ती दोन माणसे म्हणजे क्रेन्झाकडून आले असावेत. लुईसला काय कळले, हे विचारण्यासाठी आलेले ते कदाचित गुप्त पोलीस असावेत.

"ते पोलीस होते, तुला काय वाटतं? गुप्त पोलीस?" मी त्या कफल्लक माणसाला विचारले.

"अर्थातच, ते गुप्त पोलीसच असावेत."

"तू त्यांना परत जाताना बघितलं का?"

"क्षमा करा, नाही बघितलं. कारण आम्हाला महत्त्वाच्या कामासाठी अन्यत्र जायचे होते."

त्याने कुत्र्याला थोपटले.

"तू हे सर्व पोलिसांना सांगितलेस का?"

"हो, आणि आता तुम्हाला. तिच्या दयाळूपणाचा सूड घेतला गेलाय. तुमच्या दयाळूपणाचंही फळ मिळालं. माझ्या कुत्र्यासाठी एखादा डॉलर देता का?"

मी त्याला दहा डॉलर दिले. पुन्हा क्रेन्झाकडे आलो. कार्यालयात शालेट एकटीच होती. मार्टीन किंवा मार्गी नव्हते. मी दार उघडून आत जाताच तिने पटकन मान खाली घातली, तिला वाटले मार्टीन किंवा मार्गी आली असावी.

"तुझे काका काकू आहेत का?" मी विचारले.

आपल्या मानेजवळ हात नेत तिने कॉलर बंद केली.

"ते जेवायला गेलेत." ती म्हणाली.

"मग तू मला माहिती दे." मी तिला म्हटले.

"मी प्रयत्न करते." ती म्हणाली.

"त्या गुप्तहेरांना मार्टीनने शिव्या दिल्या. ते त्याच्याशी बोलले तेव्हा तू इथे होतीस का?"

"हो, काका काकूदेखील होते. मला त्यांची नावे आठवत नाहीत, मी सांगितलं तुम्हाला."

“मी समजू शकतो, पण ते दिसायला कसे होते?”

काही क्षण तिने विचार केला आणि खांदे उडवले.

“मला नाही सांगता येणार, पण छान कपडे, बूट आणि चांगले उंचबिंच होते.”

“साधारण वय काय असावं?”

“त्यातला एखादा तिशीचा असावा, तुमच्याच उंचीचा, तुमच्यापेक्षा थोडा जाडा, काळा. तोच जास्त बोलत होता आणि खूप हसत होता. दुसरा आणखीन मोठा होता, तो माझ्या खूप जवळ उभा होता, मला अजिबात आवडला नाही.”

एक मोठा, दुसरा त्याहून मोठा, रुबाब असलेले! त्या भिकाऱ्याने बहुधा यांनाच बघितले असावे.

“इथूनच ते लुईस ऑगस्टला भेटायला गेले होते का?”

“मला नक्की नाही माहीत.” ती म्हणाली. तिच्या चेहऱ्यावर अनिश्चिततेचा भाव होता.

“त्यांनी काही कार्ड वगैरे दिलंय का?” मी विचारले.

“माफ करा. मला नाही ठाऊक.” शालेट म्हणाली. तिला अधिक विचारू नये असं मला वाटलं.

“तू माफी वगैरे मागू नकोस. शालेट, मला तुझी खूपच मदत झाली, आभार.” मी तिला म्हटलं, पण ती थोडीशी अस्वस्थ वाटली. मी निघालो असताना ती म्हणाली,

“एक प्रश्न विचारू का?”

“नक्की. तुझ्या मनात काय आहे?” मी तिला विश्‍वास दिला.

इकडेतिकडे पाहत ती म्हणाली, “तुम्ही पोलिसांसाठी काम करता का?”

“कधीतरी पोलिसांसाठी करतो, पण नेहमी मी माझ्या अशिलांसाठी काम करतो, किंवा स्वत:साठी, जसं आता करतोय तसं.”

“पण इथे आलेले पोलीस कोण होते? ते तुम्हाला माहीत आहेत का?”

“मला फक्त कॅसेट आणि रिव्हिएरा माहीत आहेत. बाकीचे नाहीत.” मी म्हटलं.

“ते चांगले आहेत का?”

मला नक्की सांगता आले नसते पण ती जरा काळजीत पडल्याचे दिसले.

“काही सांगता येणार नाही, पण मी कशी काय मदत करू शकेन?”

तिने आपली कॉलर वर केली. आणि एक सुंदर कंठहार दाखवला.

“हा त्यांनी दिला.” ती म्हणाली.

कंठहार नाजूक होता, पेंडंट छान होते. रुबी खड्याभोवती हिरे बसविले होते.

रुबी गर्द लाल रंगाचा असून त्यातून निळे किरण बाहेर पडत होते. आणि हिऱ्यातून शुभ्र प्रकाश बाहेर पडत होता.

''त्यांनी दिला आणि मी ठेवून घेतला.'' शालेट म्हणाली. ''आणि आता याचं काय करायचं कळत नाही. मला कोणत्याही संकटात पडायचे नाहीये.''

''तुला हा कोणी दिला?'' मी उत्सुकतेने विचारले.

''अलेक, तुमच्या त्या फोटोमधील मुलाने.''

तिने श्वास घेतला, मग म्हणाली, ''मला माहित्येय तो कोण आहे आणि त्याला कुठे शोधायचं ते?''

मी दार बंद केले आणि तिला विचारायला सुरुवात केली.

१६

तिने माझ्या हातात एक कागद दिला. त्या कागदावर अलेकने तिला दिलेले आमंत्रण होते. "अलेककडे मेजवानी होती. त्याने मला आमंत्रण दिले होते." शालेट म्हणाली.

"त्याचं आडनाव काय आहे?"

तिने त्या चिठ्ठीकडे निर्देश केला. "त्याचं नाव अलेक रिकी, तो नट आहे."

मी कागद उलगडला, त्यात त्याचे नाव, पत्ता, फोन नंबर सगळी माहिती होती.

"तुम्ही हवं तर माझं नाव वगळून पोलिसांना सर्व सांगा, या सततच्या चौकशीने मला आता वेड लागेल," ती म्हणाली.

ती मनातून घाबरली होती. तिने पुन्हा बाहेर बघून एकदा काका-काकूंचा मागोवा घेतला.

"आणि त्या मुलीचे काय?" मी विचारले.

"ते फक्त मित्र आहेत, तो तिला मदत करत होता." ती म्हणाली.

"तसं नाही, तिचं नाव काय?"

"अंबर. ती माझ्याशी फार बोलली नाही आणि तिचं आडनाव माहीत नाही मला," ती म्हणाली.

मी कागद खिशात ठेवत तिला म्हटलं. "पोलीस त्याच्या मागावर आहेत हे तू अलेकला सांगितलंस का?"

"नाही, ते इथे असल्यामुळे मी सांगितलं नाही, ते कॅमेरा घेऊन आले होते. त्याची मला भीती वाटली."

तिनं अस्वस्थ होत पुन्हा कंठहारावरून बोटं फिरवली.

"तो कंठहार चोरीचा आहे, हे अलेकने तुला सांगितलं होतं का?"

"तसं त्याने सांगितलं नाही, पण त्याच्याकडे पिस्तुल होतं. त्याने मला दाखवलं"

अलेककडे पिस्तुल होतं?

"ते पांढरी मूठ असलेलं चंदेरी पिस्तुल होतं. पहिल्या वेळेस भेटला तेव्हा किती शांत वाटला. त्याने त्याच्या अभिनयाच्या शाळेबद्दल सांगितलं. ओळखीच्या नटासंबंधी सांगितलं. पण दुसऱ्या वेळेस जेव्हा त्याने हार दिला, तेव्हा तो विचित्र वागला. मला वाटलं, हे त्याचं दुसरंच रूप आहे. मी पण तशीच होते की काय? तो गुन्हेगार आहे हे कळल्यावर मी प्रभावित होईन असे त्याला वाटले का?"

अलेक, शालेटला पांढऱ्या रंगाचे चंदेरी रंगाचे पिस्तुल दिसेल अशा पद्धतीने पिशवी उघडून दाखवतो आहे, अशी मी कल्पना केली.

"त्याने ते पिस्तुल कसं वापरायचं हे सांगितलं का?"

"नाही, त्याने ते फक्त दाखवलं. तो असा असेल, यावर माझा विश्वास नव्हता. पण पोलीस आल्यावर मी घाबरले."

तिने गळ्यातून हार काढला.

"खरं तर मला हा कंठहार नकोय, कोणाचा तरी नक्की चोरलेला असणार. तुम्ही हा कंठहार परत कराल का?" तिने चाचरत विचारलं. तिने माझ्यासमोर धरलेला हा कंठहार, रस्त्यावरून येणाऱ्या प्रकाशात चमकत होता. तो कंठहार घेऊन मी खिशात ठेवला.

"मी नक्की हा हार मूळ मालकाला परत करीन."

पुन्हा एकदा तिने काका काकू येत आहेत का हे बघितलं.

"आणि या सर्वांपासून मला दूर ठेवा. मी मूर्ख आहे असं कोणी मला म्हणायला नको."

"हो नक्की. तुला मी या सर्वांपासून दूर नक्की ठेवीन, पण मला एक सांग, त्याच्या अभिनयाचा वर्ग कुठे असतो, हे त्याने तुला सांगितले काय?"

उत्तर हॉलीवूड इथल्या अभिनय वर्गाचे नाव तिने सांगितले, मी तिचे आभार मानले, तिचा फोन नंबर घेतला. टायसन, अंबर आणि अलेक यांचा विचार करतच मी गाडीकडे आलो. ही मुलं, आता मुलं राहिलेली नाहीत. ते सहज म्हणून चोऱ्या करत नाहीत. अलेककडे पिस्तुल आहे याचा अर्थ ती मुले धोकादायक आहेत.

गाडीत बसल्यावर मी अलेक रिकीला फोन केला. घंटी वाजायच्या आधीच

ध्वनीमुद्रित आवाज आला. ''मी अलेक, बोला.'' मी फोन बंद केला.

मी फोनमधल्या नकाशावरून अलेकच्या नाट्यशाळेचा पत्ता शोधला. या शाळेबद्दल नेटवर अनेकांनी खूप चांगले अभिप्राय व्यक्त केले होते. दिना रॉस ही नाट्यशाळा संचालिका एक नावाजलेली मोठी कलाकार होती, म्हणजे अलेकने शालेटला खरे सांगितले होते. काहीतरी करायला हवं होतं. मी पुस्तकाच्या दुकानातून नाटकाचं जुनं पुस्तक घेतलं. बर्गर खात मी बरबँक इतक्या लांबवर जायला तयार झालो.

अलेकचं घर वार्नर आणि डिस्नेपासून फार दूर नव्हतं. व्हेंचुरा मुक्त मार्गाच्या उत्तरेला असलेल्या तीन मजली इमारतीपर्यंत मी आलो. दगडी पायऱ्या तळमजल्यावरच्या प्रवेशद्वारापर्यंत जात होत्या. एक ढकलगाडी प्रवेशद्वाराबाहेर लावून ठेवली होती. दोन मुलं, एक मोठं जाजम इमारतीबाहेर न्यायचा प्रयत्न करत होती; पण त्यांना ते जमत नव्हतं. मी माझी गाडी एक आग नियंत्रक नळाजवळ लावून ठेवली. बाहेर येऊन इमारत निरखली. अलेक जर घरी असेल तर टायसन आणि अंबरदेखील तिथेच असायला हवे होते.

माझ्या सीटखाली डॅन वेसन कंपनीचे पिस्तुल होते. मी ते घेऊन माझ्या खिशात ठेवले. ते दिसू नये म्हणून त्याच्यावर लिनन जॅकेट घातलं. थोडं घट्ट वाटलं पण चलता है, मग किल्लीशिवाय कुलूप उघडण्याची कानस घेतली आणि रस्ता ओलांडला.

येणाऱ्याजाणाऱ्या लोकांच्या बाजूने जात मी दुसऱ्या मजल्यावर गेलो. अलेकची खोली सापडली. दरवाजावरची घंटी वाजवली. आतून कोणी तरी येत असल्याचा आवाज आला. दरवाजावरच्या छिद्रातून पाहत 'कोण आहे' असं बायकी आवाजात विचारलं. तिला नीट दिसावं म्हणून मी थोडा मागे सरकलो आणि हसलो.

''काय हवंय?'' तिने आतून विचारले.

''नाट्यशाळेच्या संचालिका दिना रॉस यांच्याकडून अलेकला काहीतरी देण्यासाठी आलो आहे.''

मी तिला ते नाटकाचं पुस्तक दाखवलं. अलेक जर तिच्याबरोबर असेल, तर एक तर तिला तो मला हाकलायला सांगेल किंवा आत तरी बोलावेल. दरवाजा उघडण्याचा आवाज आला, तसा मी खिशातलं पिस्तुल सावरून तयारीत राहिलो.

छोटे कपडे घातलेली, लाल केसांच्या आणि गडद वर्णाच्या एका मुलीने दार उघडलं. मी पाहिलेल्या फोटोतील मुलगी ती नव्हती. तिचे डोळे पिंगट होते आणि मला ती भांबावल्यासारखी वाटली.

''दिना रॉसने हे अलेकसाठी दिलंय.'' मी पुस्तक पुढे करत म्हणालो.

तिच्या डोळ्यांत संशय होता.

“तूही त्याच्याबरोबर शिबिरात असतेस का?” मी विचारले.

“नाही, त्याची माझी कार्यशाळा वेगळी आहे, पण मी दिना रॉसबरोबर असते. अलेकची माझी भेट नाही झाली.” मी नाटकाचे पुस्तक हातातच धरून ठेवले, तिचे पिंगट डोळे आता लाल झाले.

“अलेकचा काल रात्री खून झाला..!” ती अचानक म्हणाली.

मला तिचं सांगणं अविश्वसनीय वाटलं. तो आत असावा असं वाटल्यानं मी तिच्या पलीकडे पाहण्याचा प्रयत्न केला, काही ऐकायला येत्येय का ते बघितलं, पण आवाजही आला नाही आणि आत कोणी दिसतही नव्हतं. तिचे डोळे निर्विकार वाटत होते, जणू काही ती बसलेला भयंकर धक्का पचविण्याचा प्रयत्न करत असावी.

“तू सांगते आहेस ते खरं आहे का?” मलाही अलेकचा खून झाल्याचे ऐकून धक्काच बसला होता.

“हो, खरंय, पोलिसांनी आत्ताच मला हे सांगितलं, मला खरोखरच धक्का बसला आहे.” ती म्हणाली.

“तू आणि अलेक...?”

“आम्ही एकाच खोलीत राहतो, सहचर आहोत आम्ही. मी क्लॉडिआ लॉरेन्स.”

तिने हात पुढे केला, आम्ही हस्तांदोलन केले.

“काय बोलावे तेच मला कळत नाही” मी प्रतिक्रिया व्यक्त केली.

दार उघडे ठेवून ती आत गेली.

“मलादेखील काय बोलावे तेच कळत नाही.” तिने तिची असाहायता व्यक्त केली. “कोणाला सांगावं, त्याच्या आईवडिलांना कळवावं का, पण त्यांची माझी ओळख नाही. ते कॅनसासला राहतात.” तिने सांगितलं.

मी तिच्यापाठोपाठ आत गेलो. दरवाजा बंद केला.

बाहेरची खोली आणि आत स्वयंपाक खोली होती. त्याच्यामध्ये जेवायची जागा होती. बाथरूमला दोन दरवाजे असावेत, त्यातून झोपण्याच्या खोलीत जायचा मार्ग असावा. मला वाटत होतं की शयनखोलीत टायसन आणि अंबर असायला हवेत आणि सुरक्षित असायला हवेत, ते अलेकबरोबर आहेत का याची मला भीती वाटत होती.

“नेमकं काय झालं ते पोलिसांनी सांगितलं का?”

“पोलीस म्हणाले की तो गाडी चालवत असताना कोणीतरी त्याच्यावर गोळ्या झाडल्या, त्याची गाडी भिंतीवर आपटली, तो जळून मेला, पॅकोइमात ही घटना घडली, सांगा कोणीतरी यावर विश्वास ठेवेल का?”

जळून मेल्याच्या उल्लेखाने तिचा चेहरा विदीर्ण झाला. ती आत गेली.

"त्याच्याबरोबर कोणी होतं का? आणि कोणी गोळ्या झाडल्या हे पोलिसांना कळलं का?"

"पोलीस माझ्याशी ज्याप्रकारे बोलत होते, त्यावरून जणू काही मीच ते सर्व केलं असावं असं त्यांना वाटत होतं." कोचावर पाय वर घेत ती म्हणाली. "मला वाईट वाटले. मला पॅकोइमा कुठेय ते देखील माहीत नाही, कसं सांगणार मी हे सर्व त्याच्या आईवडिलांना."

"पॅकोइमा उत्तर बरबँकला आहे." मी सांगितलं.

"ते अचानक इथे आले." ती पोलिसांबद्दल सांगत होती. मी, वर तिसऱ्या मजल्यावर राहणारे मायली आणि क्रॅमर आम्ही तिघे कॉफी प्यायला गेलो होतो. आलो तेव्हा पोलीस इथे होते. मायली तर त्यांना पाहून किंचाळली. त्यांनी मला खूप घाबरवलं." ती म्हणाली.

"पोलीस इथे पुरावा शोधायला आले होते. खुनाची घटना म्हणून व्यवस्थापकाने त्यांना आत सोडले."

ती एकदम उठून बसली आणि माझ्याकडे बघितलं.

"अलेकने खरोखरच सर्व गोंधळ घालून ठेवला आहे. माझा बिछान्यातला सोबती असा चोर निघाला. आणि आता तो मेलाय," ती उदास होऊन म्हणाली. "मी आता इथे राहू शकत नाही."

"तो चोर होता हे पोलिसांनी तुला सांगितलं?"

"हो, तो लॅपटॉप चोरायचा. त्यांनी घरात खूप शोधलं, त्यांना काही लॅपटॉप मिळाले. माझाही लॅपटॉप ते घेऊन गेले."

'मला वाटलं की ते परत करतील. क्रॅमर म्हणाला की मी त्याच्याकडून पावती घ्यायला हवी होती."

"ते आणखी काय घेऊन गेले?"

"आमचे लॅपटॉपस!"

"त्यांनी कुठल्या ठरावीक लॅपटॉपबद्दल विचारले?"

"त्यांनी मला विचारले, की मी, अलेक लॅपटॉपचं काय करत होते, माझ्यावरच ते आरोप करत होते. क्रॅमर म्हणाला की मी वकिलाशी बोलावं, मला चोरीविषयी तर काहीच माहिती नव्हती, सगळा वेडेपणाच होता. क्रॅमरला तर त्यांनी अक्षरश: ढकलून बाहेरच काढलं." क्लॉडिआ सांगत होती.

माझ्या शरीरातून एक थंडगार लहर गेली. पोलिसांना अलेक हा चोर आहे हे माहीत होतं. जर त्यांना अलेक हा क्रमांक दोन आहे हे माहीत असेल तर टायसन हा क्रमांक एक आहे हेही माहीत असणार, हाच याचा अर्थ! मग आता टायसनला शरणागती शक्य नाही. उलट जर टायसन आणि अंबर अलेकबरोबर असतील, तर

ते सुद्धा मारले गेले असतील! तेही हे दोघे मारेकरी नसतील तर!

"पोलिसांनी तुला टायसन आणि अंबरबद्दल विचारलं का?" मी तिला विचारलं.

ती एकदम चपापली. "तुला हे कसं माहीत?"

मला माझी चूक कळली. सावरून घेत मी म्हटलं,

"कार्यशाळेत मी ऐकलं."

"मग तू हे पोलिसांना सांगायला हवं." ती म्हणाली.

मी मान डोलावली. कॅसेटला या गोष्टी माहीत होत्या की नाही याची मला कल्पना नव्हती.

"नक्कीच. तुझ्याकडे त्यांचा काही संपर्क आहे का? त्यांनी काही कार्ड वगैरे दिलंय का?"

क्षणभर ती विचारात पडली.

"कदाचित नेफ. नेफ आणि हेन्समन अशी त्यांची नावे होती. त्यांनी काही कार्ड वगैरे दिलं नाही. पण व्यवस्थापक यून याच्याकडे सर्व तपशील असू शकेल, त्याने त्यांना आत घेतलं."

नेफ हा एक त्यातील महामूर्ख होता.

"दिसायला कसे होते ते? म्हणजे त्याने विचारलं तर सांगता येईल."

"साधारणत: तिशीचे असतील. जरा उग्र, दोघेही उंच, धिप्पाड, बारीक केस, पोलीस कसे असतात तसे होते. एक मोठा, दुसरा धिप्पाड!

ती पोलिसांबद्दल बोलत होती. तिने वर्णन केले.

"ठीक आहे, मी व्यवस्थापकाकडे विचारतो, तुझी ही खोली चांगली आहे. तुला लवकरच दुसरा साथीदार मिळेल" मी म्हटलं.

तिचा चेहरा उजळला.

"तू येतोस का?" तिने उतावीळपणे विचारले.

"नको, मी आहे तिथे ठीक आहे." मी माझी सुटका करून घेतली.

तिने दरवाजाची मूठ धरली, पण थोडी घुटमळली.

"क्रॅमर म्हणाला की पोलीस अलेकच्या घरी कळवतील."

"त्याचं म्हणणं बरोबर आहे. अलेकचा मृतदेह कोणीतरी ताब्यात घ्यायला हवा ना!"

क्षणभर ती विचारात पडली आणि तिने मान हलवली.

"हो, पण मीच कळविन. ते पोलीस काही चांगले नव्हते." ती म्हणाली.

मला तिचा हा चांगुलपणा आवडला.

"तू खूप चांगली मुलगी आहेस क्लॉडिआ, त्यांना तुझं कौतुक वाटेल."

मी दोन दोन पायऱ्या उतरून पहिल्या मजल्यावर गेलो. व्यवस्थापक यूनला

माझी ओळख करून देत मी म्हटलं, ''आत्ताच मी क्लॉडिआला भेटून आलो, मला त्या दोन गुप्तहेरांचा संपर्क हवा आहे. क्लॉडिआ म्हणाली तुमच्याकडे सर्व तपशील असतील.''

तो माझ्याकडे संशयी नजरेने पाहत म्हणाला, ''मी कोणालाही तिच्या खोलीत सोडले नाही.''

घाईने मी माझ्या कारकडे आलो. त्या दोघांनी क्लॉडिआला खोटं का सांगितलं असावं, याचं मला आश्चर्य वाटलं.

१७

आदल्या रात्री टायसन पळाला तेव्हा त्याने अलेक आणि अंबरला फोन केला असणार आणि ते एकमेकाला भेटले असणार. जर टायसन आणि अंबर अलेकबरोबर असतील तर त्यांचाही खून झाला असणार आणि जर ते नसतील तर पोलीस त्यांना गुन्हेगार समजणार!

मी जॉन चेन या गुन्हेगारीविषयक तज्ज्ञाला फोन केला. त्याने लॉस एंजलीस पोलीस खात्यातील शास्त्रीय शोध विभागात काम केले होते. तो थोडा संशयी, आत्मविश्वास कमी असलेला आणि गरजूही होता.

"मी आता कामात आहे." इतरांनी ऐकू नये म्हणून तो अत्यंत हळू आवाजात बोलला.

"हे बघ जॉन, हे खूप महत्त्वाचं आहे. मला एका खून झालेल्या माणसाची माहिती ताबडतोब हवी आहे." मी त्याला सांगितलं.

"मला काय मिळणार त्यात?" त्याने विचारले.

हाव आणि प्रसिद्धीचा हव्यास त्याला होता. एखादी टंच, मादक तरुणी आपली मुलाखत टी.व्ही. वर घेत असल्याचं दृश्य त्याला सतत दिसत असे.

"कदाचित काहीच मिळणार नाही, मी खात्री देऊ शकत नाही."

"मग मला कसं जमणार?"

"तुला बिव्हर्ली हिल्स आणि बेल एअरमधल्या चोऱ्यांविषयी कळले असेलच."

''हो, श्रीमंतांकडच्या अठरा चोऱ्या, तीन अनोळखी माणसे, त्यातली चार प्रकरणे माझ्याकडे आहेत.'' जॉनने सांगितले.

''काल रात्री पॅकोइमा इथल्या मुक्त मार्गावर अलेक रिकी नावाच्या मुलाचा खून झाला, तो गाडी चालवीत होता.'' मी त्याला माहिती पुरवली.

''या चोऱ्यांशी त्याचा काय संबंध?''

''आहे ना! अलेक हा त्या तीन चोरट्यांपैकी एक होता. खून झाला त्यावेळी तो गाडीत एकटाच होता का? आणि जर आणखीन खून झाले असतील तर मला त्यांची नावे कळतील का?''

''थांब. तो नक्की या चोरट्यांपैकी होता ना?''

''हो, नक्की. तो या चोरट्यांपैकीच होता.''

''मग ठीक आहे.''

मला ठाऊक होतं, माझी माहिती ऐकून जॉन चेन खूश झाला असणार. कारण श्रीमंतांच्या चोऱ्या शोधण्यात जॉन चेनचा सहभाग, हा मथळा छापून आलेला पाहण्यात त्याला मजा वाटत असणार. (त्याचा हा फुगा फोडण्यात मला आनंद वाटत नव्हता.)

''पोलिसांना माहीत आहे की तो एक चोर आहे?''

'ओह' त्याचा फुगा फुटला. भ्रमनिरास झाला.

''जॉन मला त्याची गरज आहे.''

शेवटी त्याने दीर्घ निश्वास सोडला जणू जगाचं ओझं त्याच्यावर होतं.

''ठीक आहे.''

''आणखीन एक गोष्ट जॉन, पोलिसांना अलेक रिकीचं पिस्तुल मिळालेलं आहे का, ते बघ.''

''ठीक आहे, माझी काय या प्रकरणावरून मुलाखत वगैरे घेतली जाणार नाही.'' तो थोडासा नाराज होऊन म्हणाला.

पोलिसांना अलेक रिकी हा चोर आहे हे कसं कळलं असावं? हेच ते दोन पोलीस जे क्लॉडिआला भेटले होते आणि क्रेन्झालासुद्धा! क्रेन्झाने त्याला लुईस ऑगस्टकडे पाठवलं. तिने कदाचित अलेक, अंबर ही नावे सांगितली असावीत. आणि असं जर असेल तर कॅसेटला आठवड्यापेक्षा जास्त काळ हे माहीत असायला हवं होतं. तिने त्यांना संशयावरून का बोलावलं नसावं. किंवा अटकपत्र का नाही जारी केलं? कदाचित पुरावा नसावा. पण चोरीच्या ठिकाणी हाताचे ठसे होते, डीएनए नमुने मिळाले होते. मी कॅसेटला फोन केला.

''एल्विस कोल बोलतोय, वेळ आहे का थोडा?''

''खरंच नाही, मी खूप कामात आहे.''

''पण काही मिळालं तर कळव असं तूच सांगितलं होतं ना?''

तिचा चेहरा उजळला असणार.

''तुझ्याकडे काय माहिती आहे?'' तिने विचारले.

''तुझे अभिनंदन! मी ऐकलं की तू चोरट्यांना ओळखलंस म्हणे.''

'हूं' कॅसेयने नाकातून आवाज काढला. ही प्रतिक्रिया मला अपेक्षित नव्हती.

''तू चुकीचं ऐकलंस कोल, आता सांग तुझी काय माहिती आहे!''

तिचा प्रतिसाद अगदी प्रामाणिक, उत्स्फूर्त खरा होता तसेच माझे प्रश्नही!

''खरंच, तुला नावे कळली आहेत असं मला कळलं.''

''जाऊ दे कोल, तुझ्याकडे काही माहिती असेल, तर सांग. नाहीतर मी फोन ठेवते.''

तिच्या बोलण्यावरून ती खरं बोलतेय हे मला जाणवलं. पण पोलीस सराईतपणे खोटं बोलू शकतात. त्याच प्रकारचं काम करून त्यांना हे कसब प्राप्त झालेलं असतं.

माझ्या लक्षात आलं हे प्रकरण संपेपर्यंत ती काही बोलणार नाही. श्रीमंतांच्या या चोऱ्या तिच्या गळ्यापर्यंत आल्या होत्या. श्रीमंतांना खात्री हवी असते.

''कॅसेट, एक मेहेरबानी करशील?'' मी विचारले.

''त्यासाठी तू फोन केलायस का?'' तिने विचारले.

''मला तू ज्यांच्याकडे चोरी झाली आहे, अशा लोकांची नावे दे ना, मला जेवढं जास्त कळेल तेवढी जास्त मदत करता येईल.''

''नाही, मी आता फोन ठेवते.'' ती म्हणाली.

''व्हेनिसच्या आठवडी बाजारात काही मुले चोरीचा माल विकतात, माझ्याकडे साक्षीदार आहे, त्याला ती मुले माहीत आहेत.''

तिचा आवाज थंड पडला आणि त्यात भीतीची धार होती.

''तुला त्या आठवडी बाजारासंबंधी कोणी सांगितले?'' तिने विचारले.

''कॅसेट मी पण गुप्तहेर आहे, माझ्याकडे माझे मार्ग आहेत.''

''जर माझ्या माणसांनी सांगितले असेल, तर त्यांची काही खैर नाही, नाव सांग मला?'' ती चिडली.

''शांत हो. हे बघ, कॅसेट मी काही तुझ्या माणसांना ओळखत नाही.''

ती नाराज झाली.

''तू त्या आठवडी बाजारासंबंधी सगळीकडे बोंबलत हिंडू नकोस. तू तुझं तोंड बंद ठेव.'' कॅसेटने मला दम दिला.

''पण आठवडी बाजारासंबंधी एवढे काय विशेष?''

''सांगते तुला, ही मुलं चोरीचा माल आठवडी बाजारात घेऊन जात, ते

कोणाला माहीत नव्हतं. माझे त्या बाजारात आतून संपर्क आहेत, माझ्या माणसांना थोडी जरी शंका आली तरी ते सुटणार नाहीत.''

तिच्या आवाजातला सच्चेपणा आणि कणखरपणा मला जाणवला. टायसन, अंबर आणि अलेक हे ते तिघे होते, हे तिला माहीत नव्हतं. नेफ आणि हेन्समनला माहीत होतं, पण कॅसेटला त्याची काहीच कल्पना नव्हती.

''नेफ आणि हेन्समनने मला सांगितलं.'' मी म्हटलं.

''काय सांगितलं?''

''आठवडी बाजारासंबंधी.''

''हे नेफ आणि हेन्समन कोण आहेत? आणि त्यांना मी काही का सांगावं?'' कॅसेटच्या आवाजात राग होता.

तपासाविषयी गुप्तता बाळगणं हे महत्त्वाचं असतं, पण आपल्या पथकात कोण आहे हे माहीत नसणं, हे कदाचित ढोंग असू शकेल.

''त्यांनी मला लुईस ऑगस्टविषयी सांगितलं.'' मी अधिक माहिती सांगितली.

''कोल, तू कोणाबद्दल बोलतो आहेस?'' तिने खरोखर माहीत नसल्यासारखा प्रश्न केला.

मी शांतपणे श्वास घेतला खरंतर माझा विचार मला पटत नव्हता.

''कोल, आहेस ना.''

''लुईस ऑगस्टला कोणीतरी दोन मुलांबरोबर बोलताना पाहिलं.''

''पुढे.''

''एवढेच. मी लुईस ऑगस्टशी बोललोही नाही आणि तिला भेटलोही नाही.''

''म्हणजे तुला एक टोक मिळालं आणि त्यावरून तू अंदाज बांधतोयस, खरं तर ते टोकही नाही. तुला नावाशिवाय दुसरं काहीही मिळालं नाही. बरोबर ना?''

''हं.''

कॅसेटने फोन ठेवला.

मी फोन खाली ठेवला, मी बाहेर पाहत होतो. दोन मुले आणि एक लहान मुलगी स्केटिंग करत बाजूने गेले. एक माणूस हातात कुत्र्याचं छोटंसं पिल्लू घेऊन आला. त्याने त्या पिल्लाला पायवाटेवर ठेवले. पिल्लाने श्वास घेतला, मालकाकडे बघितलं. पिल्लू थरथर कापत होतं. बाजूला असलेल्या हिरवळीवर तो माणूस त्या पिल्लाला ढकलत होता. पिल्लू ढिम्म हलायला तयार नव्हतं. शेवटी त्या माणसाने त्या पिल्लाला उचलून गवतावर ठेवले; पण कुत्रा थरथर कापायला लागला. अखेरीस तो माणूस कुत्र्याला घेऊन आत गेला. मी पाहत होतो, डोक्यात विचार होते.

मी शालेट क्रेन्झाला फोन केला.

“मी एल्विस. बोलू शकशील का?” मी विचारले.

“थांब, मी बाथरूममध्ये जाते.” ती म्हणाली.

मग फोनमधून कुजबुजण्याचा आवाज आला. ज्यांच्या ज्यांच्याशी मी बोललो ते सगळे कुजबुजतच होते. कदाचित मीही असेन.

तेवढ्यात जॉन चेनचा फोन आला. त्याला मी ध्वनिमुद्रित निरोप ठेवला, काही क्षणात शालेट फोनवर आली.

“ती इतकी लबाड आहे ना.”

“ते जेव्हा तुमच्या कार्यालयात आले, तेव्हा त्यांनी काय म्हणून ओळख करून दिली.” मी विचारले.

“हॅलो म्हणत त्यांनी बिल्ला दाखवला.” शालेट म्हणाली.

“त्यांची नावे नेफ आणि हेन्समन अशी होती का?”

“त्यांनी नावे सांगितली पण माझ्या लक्षात नाहीत.”

“ठीक आहे. त्यांनी हॅलो म्हणत तुला त्यांचे बिल्ले दाखवले. तरीसुद्धा ते काहीतरी बोलले असतीलच नां?”

“त्यातला जो बुटका होता तोच बोलत होता. तो म्हणाला की गुप्तहेर कॅसेटने त्याला पाठवले आहे.

“तो बुटका तसा थोडा जाडाच होता. दुसरा त्याच्यापेक्षा मोठा होता.”

“गुप्तहेर कॅसेटने पाठवले आहे, असं तो म्हणाला?” मला आश्चर्य वाटले.

“हो, फिडलरच्या कॅमेऱ्यासंदर्भात काहीतरी विचारले त्यांनी. माझं लक्ष नव्हतं.” खाद्यपदार्थांचा ट्रक आला होता, शुक्रवार ना, मार्टीन पुढच्या दरवाजात होता, मार्गी म्हणाली. मी तिला थांबवलं.

“अलेक आणि अंबर लॅपटॉप कॉम्प्युटर विकत होते का, असं त्यांनी विचारले?”

“बाप रे, खरंच त्यांनी तसं विचारलं. बुटक्याने तर त्याचं वर्णनदेखील विचारलं.”

तिचा आवाज एकदम बारीक आला मग शालेट पुन्हा कुजबुजली.

“पण आता मार्गी आलेली आहे. मी फोन ठेवते.” ती घाईघाईने म्हणाली.

“एक शेवटचा प्रश्न, त्या हिरव्या डोळ्यांच्या मुलाचा फोटो त्यांच्याकडे होता का?”

“अर्थातच, प्रत्येक जण येतो तो आम्हाला तो फोटो दाखवत होता.” तिने सांगितले.

मी फोन ठेवला, आता माझं डोकं ठणकायला लागलं आणि माझ्या डोळ्यांमागे काहीतरी थडथड होतंय असं वाटयला लागलं. माझा फोन कर्कश वाजला, आता जॉन चेन फोनवर होता. त्याच्या कुजबुजण्यात अधीरता होती.

"तुला ते नाव कसं कळलं?" त्याने विचारले.

"अलेक रिकी एकटा होता का?" मीच उलट प्रश्न केला.

"हो, पण गाडी चालवत असताना त्याच्यावर गोळ्या झाडण्यात आलेल्या नाहीत. तो सुरक्षा खांबावर आदळला. कोणीतरी त्याला गाडीतून बाहेर खेचून काढले आणि मग रस्त्यावरच्या उंचवट्यावर त्याच्यावर गोळ्या झाडण्यात आल्या."

भीतीने माझ्या कानामागची शीर थाडथाड उडायला लागली.

"कोणी संशयित?"

"तू त्याला मारलं आहेस का? तू आणि पाईक दोघांनी मिळून त्याला मारलंत का? तसं असेल तर सांग म्हणजे मी तुम्हाला या खुनातून वाचवण्याचा प्रयत्न करणार नाही." जॉन चेन म्हणाला.

माझ्या छातीत धडधड व्हायला लागलं. मला उत्तर देणं जड जात होतं.

"नाही, आम्ही नाही मारलं त्याला." मी म्हटलं.

"मग तुला त्याचं नाव कसं माहीत? तू ज्याचं नाव सांगितलंस त्याची अजून ओळख पटायची आहे. तो कोण आहे ते त्यांना माहीत नाही."

"पण पोलिसांना माहीत आहे."

"नाही, त्यांना अजिबात माहीत नाही. फक्त तुला माहित्येय. त्याचे खूपच हाल करण्यात आले आणि त्याच्या अंगावर ज्वलनशील पदार्थ टाकून त्याला जाळण्यात आले. त्याची अजून ओळख पटलेली नाही."

नेफ आणि हेन्समनला माहीत होतं...!

"काही पुरावा किंवा कोणावर संशय?"

"तिथल्या उंचवट्यावर पुरुषांच्या बुटाचे ठसे होते." चेनने सांगितले.

"दोन जणांचे असतील." मी म्हटले.

"याचा अर्थ तू आणि पाईक होतात. तुम्हीच त्याचा खून केला असेल."

मी फोन ठेवला, मला लुईस ऑगस्टच्या बागेतील फलक आठवला. *'दयाळू व्हा.'*

मला अजिबात करुणा वाटली नाही. उलट राग आला आणि भीतीही वाटली.

दोन माणसे लुईस ऑगस्टच्या घराचे दार उघडतात आणि ती मरते. अलेक रिकीचा खून झालाय, दोन माणसे पोलीस असतील किंवा नसतील, अलेकचे घर तपासतात, लॅपटॉपची चौकशी करतात, टायसन आणि अंबरची चौकशी करतात. शक्यता आहे की रिकीचा खून झाला तिथे उमटलेले बुटांचे ठसे या दोघांचेच असतील!

दोन माणसांना चोरीला गेलेले लॅपटॉप हवे असतात. त्यासाठी ते सर्रास खून करतात. त्यांना टायसनचे नाव माहीत आहे, त्याचा पत्तादेखील माहीत असण्याची

शक्यता होती आणि टायसन त्याच्या आईबरोबर – डेव्हॉनबरोबर – राहात होता.

मी माझा फोन उचलला. डेव्हॉनला फोन करायला हवा होता पण केला नाही..! डेव्हानला मी नंतर फोन करणार होतो.

१८

डेव्हॉन कॉनर

लेस्ली सँगरला भेटून डेव्हॉन घरी निघाली होती, तिने गाडीच्या आरशात बघितले. ओढलेला चेहरा, सुरकुत्या, खोल गेलेले डोळे, किती प्रौढ वाटायला लागली! टायसनच्या काळजीने तिचा जीव अर्धा झाला होता, तिचे जीवन आटत चालले होते.

तिच्या वेड्या मनाला एक आशा होती की घरी गेल्यावर अंगणात तिला वोल्वो दिसेल, टायसन आला असेल, पण अंगणात गाडी नव्हती. निदान गॅरेजमध्ये असेल, म्हणून तिथे बघितले, तर तिथेही नव्हती. तिची निराशा झाली. तिने तिची गाडी लावली. तिचे लक्ष गॅरेजमधून कपडे धुण्याच्या जागेकडे गेले. तिथला दरवाजा अर्धवट उघडा होता. आपण दरवाजा लावला होता की नाही, तिने आठवण्याचा प्रयत्न केला. ती नेहमीच सर्व दरवाजे बाहेर जाताना बंद करते; पण सध्या डोक्यात एवढे विचार होते की कदाचित दरवाजा उघडा राहिला असेलही.

त्या उघड्या दरवाजातूनच ती स्वयंपाकघरात गेली आणि एकदम थबकली.

सर्व कपाटे उघडी होती, सर्व घर कोणीतरी उलथापालथ केले होते आणि जाताना दरवाजे उघडेच टाकले होते.

टायसन! बहुधा टायसन आला असावा! "टायसन, तू कुठे आहेस?" तिने हाक मारली. कपाटं उघडी टाकून जायची त्याची सवय तिला माहीत होती.

"टायसन" तिने पुन्हा हाक मारली. क्षणापूर्वी टायसनबद्दलची प्रेमाची जागा

आता संतापाने घेतली.

ती स्वयंपाकघरात जायला निघाली, आणि मधेच थांबली. मागच्या अंगणात उघडणारे काचेचे दार सताड उघडलेले होते. चेहऱ्याभोवती फिरणाऱ्या माशीला हाकलण्याचा निष्फळ प्रयत्न तिने केला. दार सताड उघडे पाहून तिचा संताप आणखी वाढला, 'टायसन आता तुला मी खरंच ठार मारेन' तणतणत ती त्याच्या शयनगृहात गेली. त्याचा दरवाजा बंद होता. दार वाजवण्याच्या भानगडीत न पडता तिने दार जोरात ढकलले, आत जाताच तिचा श्वास अडकला!

टायसनचा पलंग अस्ताव्यस्त होता. भिंतीपासून कपाट आणि खण उचकटून काढण्यात आले होते. त्यातलं सर्व सामान जमिनीवर फेकून देण्यात आलं होतं. ते दृश्य पाहून तिच्या घशाला कोरड पडली, तिने आवंढा गिळायचा प्रयत्न केला. लुटारूंनी काहीतरी शोधण्याचा प्रयत्न केला असावा. टायसन असं काही करणार नाही, पण कदाचित अंबर किंवा अलेक यांनी त्याला असं करायला भाग पाडलं असावं. भयंकर, गुन्हेगारी स्वरूपाचं!

त्यांनी सगळं घर लुटलं की काय? हा सूडाचा प्रकार होता की काय? त्याचं बाथरूम बघून तर तिला मळमळलं, टॉवेल्स, टॉयलेट पेपर्स सगळं पसरलं होतं. सगळाच मूर्खपणा!

डेव्हॉन तिच्या शयनखोलीत गेली. तिची सौंदर्य प्रसाधनं आणि कपाटं, पर्सेस, बॅगा सगळं बाहेर खेचून काढण्यात आलं होतं. टायसनने त्याच्या वयाच्या बाराव्या वर्षी तिला भेट दिलेली दागिन्यांची पेटी गायब झाली होती. तिने तिच्या कपाटात बघायचं तर टाळलंच.

डेव्हॉन दिवाणखान्याच्या टोकाशी असलेल्या तिच्या ऑफिसकडे गेली. तिचेही सर्व खण, कपाटे रिकामी करण्यात आली होती. वाऱ्याची झुळूक आली तसं तिचं लक्ष उघड्या खिडकीकडे गेलं. ही खिडकी उघडी कशी? टायसनकडे घराची किल्ली होती म्हणजेच त्याला यायला जायला खिडकी उघडण्याची गरज नव्हती.

खिडकी का बरं उघडी असावी? ती खिडकी बंद करणार होती आणि अचानक तिला जाणवले घरात शांतता होती! मृतप्राय शांतता! ती एकटी घरात होती आणि घरात कोणीतरी घुसलं होतं. ही जाणीव झाल्यावर खिडकी बंद करायचं धैर्य तिला झालं नाही.

'वेड्यासारखा विचार करू नकोस, ती खिडकी बंद कर आणि हा सर्व पसारा आवर.' तिचं मन तिला सांगत होतं.

शेजारचा कुत्रा केवढा मोठ्याने भुंकला, ती दचकलीच! शेजारचा टोबी कुत्रा खूप मोठा होता आणि जोरात भुंकत असे. पटकन तिने दरवाजाचा आधार घेतला.

टोबी एवढा भुंकत होता, की जणू काही त्याला कोणाला तरी फाडून खायचे

होते.

डेव्हॉनला एका गाडीचा, दूरच्या एका ट्रकचा आणि पक्ष्यांचा आवाज ऐकू आला. तिचं हृदय धडधडलं, आवाज नक्की घरातून आला की बाहेरून हे तिला कळेना.

'धप्प!'

आवाज आला तसं ती पुन्हा घाबरून गेली. दिवाणखान्याकडे पाहिलं, दिवाणखाना रिकामा होता, तिच्या अंगावर काटा आला, तिला पळायचं होतं. पण भीती वाटत होती. शेवटी ती दरवाजाजवळ लपून बसली. आवाज येतोय का, कुठून येतोय, आतून की बाहेरून, ती सांगू शकत नव्हती. 'भलत्यासलत्या कल्पना करू नकोस!'

तिचं मन तिला सांगत होतं.

पुन्हा आवाज आला, कदाचित सरकत्या काचेचा दरवाजा उघडा असल्यामुळे स्वयंपाकघरातून बाहेरचा आवाज येत असावा.

तिचा फोन वाजला..! केवढ्याने ती दचकली! ती फोन विसरूनच गेली होती! फोनवर कोलचं नाव दिसताच तिच्या जीवात जीव आला.

"कोल माझ्या घरात कोणीतरी आहे." ती एकदम म्हणाली.

"तू घरात आहेस?"

"हो कोणीतरी माझ्या घरात घुसून झडती घेतली आहे आणि अजूनही ते इथेच असावेत."

"तू आत्ता कोणत्या खोलीत आहेस?"

"मला आवाज ऐकायला येताहेत.कोल मला भीती वाटत्येय."

"मला माहित्येय. तू आत्ता नेमकी कुठे आहेस?"

"मी माझ्या ऑफिसमध्ये आहे. मागच्या बाजूला."

"तिथून तुला पुढचा दरवाजा दिसतोय का?"

"हो"

"मग सरळ चालत जा आणि दरवाजा उघडून पहिल्यांदा बाहेर पड."

"मला आवाज ऐकायला येताहेत. मला वाटतं जेवणाच्या खोलीतून आवाज येत आहेत."

"अशीच सरळ मुख्य दरवाजाकडे जा आणि घराच्या बाहेर पड."

"मी जाऊ शकत नाही. कारण मला त्या खोलीवरूनच जावं लागेल."

"जा लवकर जा."

डेव्हॉनच्या छातीत धडधडत होतं. तिने बाहेर जायचा निश्चय केला, डोळे मिटले. 'लहान मुलीसारखं वागू नकोस' ती स्वत:च्या मनाला बजावत होती.

तिने ऑफिसच्या खोलीतून पुढच्या दरवाजापर्यंत बघितलं आणि हळूहळू रांगत

असल्यासारखी चालू लागली. ती आवाज ऐकण्याचा प्रयत्न करत होती, तिला तिच्या कानात गुणगुणण्याचा आवाज घुमत होता.

एल्विसने विचारले. ''तू चालते आहेस का?''

तिनं पाऊल उचललं.

''हो.''

''सरळ दरवाजापर्यंत जा.''

तिने पावलं टाकायला सुरुवात केली, स्वत:लाच तिने तयार केलं. वेळ पडली तर लढायची मानसिक तयारी केली आणि मधेच कोणी आलं तर ती किंचाळली असती.

तिने भरभर चालायला सुरुवात केली, मग अक्षरश: धावली. जेवणाच्या खोलीवरून तर उडतच गेली..!

''पोहोचले मी!'' डेव्हॉन म्हणाली.

''मग दार उघड, माझा मित्र बाहेर आलाय तिथे.''

तिने दार उघडले आणि ती किंचाळली. एक उंच, तगडा माणूस दरवाज्याबाहेर उभा होता. त्याने तिचे हात इतक्या जोरात पकडले की ती पुन्हा किंचाळली. त्याने गॉगल घातला होता, बिनबाह्यांचा स्वेटशर्ट घातल्यामुळे त्याच्या हातावरच्या जखमांच्या खुणा दिसत होत्या. आणि पुढे केलेल्या त्याच्या दंडावर लाल रंगात गोंदलेले होते.

त्याने तिला अगदी जवळ धरले आणि तो कुजबुजला,

''मी ज्यो पाईक. तू माझ्याजवळ सुरक्षित आहेस!''

त्याने तिच्याभोवती हात टाकले आणि तिला घरापासून दूर नेले.

१९

ज्यो पाईक

जीपमध्ये डेव्हॉन ज्यो पाईकपासून शक्य तितक्या दूर बसली. ती भेदरलेली होती. डेव्हॉन लहान चणीची होती आणि तिच्या घरात जेवढी घाबरलेली होती, त्यापेक्षा त्याच्या जीपमध्ये जास्त घाबरलेली होती. पण पाईक तिला समजू शकत होता.

त्याने एल्विस कोलला फोन केला.

''एल्विस,'' त्याने फोन तिच्यापुढे धरला. ''बोल.''

तिने फोन घेतला. कानाला लावला, ''हॅलो?'' पण काहीच बोलली नाही. तिची सर्व नजर पाईकवर होती. तिने फोन पाईकला दिला. ''तुझ्याशी बोलायचंय.''

पाईकने तिला तिच्या घरातून बाहेर काढून जीपमध्ये आणलं, जीप सुरू केली आणि पन्नास फुटांवर थांबवली. कोणीही त्याचा पाठलाग केला नव्हता म्हणून डेव्हॉनच्या घराकडे पाहत तो आता आरामात कोलशी बोलत होता.

''हं, बोल कोल.'' पाईक म्हणाला.

''ती कशी आहे आता?'' त्याने विचारले.

''ठीक आहे, पण घाबरली आहे.''

''तू कोणाला पाहिलंस तिथे?''

''मला आत्ता तरी तिथे कोणी दिसले नाही.''

''एखादा पोलीस किंवा गुप्तहेर? तिथे कोणी दिसले का?''

“नाही.”

“तिने कोणाला पाहिलं का?”

“मी तिला विचारलं नाही.”

“काय घडलंय हे तू सांगितलंस तर मी जास्त प्रश्न विचारणार नाही.” मी म्हटलं.

“ती सुरक्षित आहे.” पाईकने फोन बंद केला. त्याने डेव्हॉन कॉनरकडे बघितलं, तिनेही बघितलं.

पाईकने डेव्हॉनच्या पुढे हात केला, “मी, ज्यो पाईक, तू ठीक आहेस ना आता?”

तिला भीतीने घाम फुटला होता. तिचे तळवे घामाने ओले झाले होते. त्याचा हात हातात घेत, ती म्हणाली “मी डेव्हॉन कॉनर.”

ती स्थिरावली आहे हे पाहून पाईक तिच्या घराचे निरीक्षण करायला लागला.

“घरातील उलथापालथ कोणी केली याची तुला कल्पना आहे का?” पाईकने विचारले.

“नाही, टायसनची खोली बघेपर्यंत टायसन घरीच आहे, असं मला वाटलं; पण त्याची खोली तर उद्ध्वस्तच झाली आहे. माझं ऑफिससुद्धा पार धुऊन काढलं आहे. सगळी कागदपत्रं, मासिके, सामान खाली टाकून दिलं आहे.” ती दुःखी स्वरात सांगत होती.

पाईकने आजूबाजूच्या घरांकडे नजर टाकली. दोन्ही दिशांकडे जाणारा रस्ता न्याहाळला. शेजार असा नव्हताच आणि टेहेळणी कॅमेरेही नव्हते.

“तुम्ही आणि कोल एकत्र काम करता का?” तिने धीर करत विचारले.

त्याने मान हलविली.

“मग तुम्ही डिटेक्टिव्ह आहात का?”

“नाही.” पाईक म्हणाला.

पाईकने जीप थोडी पुढे नेली. तिच्या घराच्या पायरस्त्यावर थांबवली. तिच्या घराच्या बाजू तपासल्या, खिडक्या, छत, गॅरेज सर्व बघितलं.

“आपण काय करतोय?” तिने अस्वस्थ होत विचारले.

“निरीक्षण करतोय.” त्याने स्पष्टीकरण दिले.

त्याने त्याच्या सीटखालून पिस्तुल बाहेर काढले. ते पाहून ती घाबरली.

“ते काय आहे?” तिने विचारले.

“हे पिस्तुल आहे.”

“तुला पिस्तुल का लागतं?”

“जी माणसं इथे आली होती, त्यांच्याकडे पिस्तुल होतं. ते लोक गेलेत का

ते मी बघतोय.''

''कोणती माणसं? कोणी केलं हे सारं?'' ती अजूनही भेदरलेलीच होती.

तिला खरं सांगितलं, तर ती आणखीनच घाबरेल त्यामुळे त्याने उत्तर दिले नाही. त्याने पिस्तुल कमरेत खोचलं आणि दिसू नये म्हणून स्वेटशर्टाने झाकलं.

''तू आता असं कर, आपण सीट बदलू;'' तो डेव्हॉनला म्हणाला. ''तू जीपमधून एक फेरी मार, तू परत येशील तेव्हा मी इथेच असेन, पण जर तू गोळीचा आवाज ऐकलास तर एल्विसला फोन कर.''

''बंदुकीच्या गोळीचा आवाज? मला नाही ऐकायचा.'' ती दचकलीच.

''जर काही घडलं तर एल्विसला फोन कर.'' पाईक तिला म्हणाला.

''नाही, मला चौकाभोवती गाडी फिरवायची नाही आणि तू देखील चालवू नकोस.'' ती म्हणाली.

पाईक न बोलता आपल्या जागेवरून खाली उतरला, जीपला वळसा घालून तिच्याकडे आला. तिच्या बाजूचे दार उघडले. ''चल उतर खाली आणि माझ्या सीटवर बस.''

ती नको नको म्हणत होती; पण पाईकने तिला त्याच्या जागेवर बसायला लावले. चाकाच्या मागे व्यवस्थित बसण्याचा प्रयत्न ती करत होती, तेवढ्यात पाईकने जीपवर हाताने आवाज करीत तिला सांगितले, ''डेव्हॉन, निघ आता'' तिने जीप सुरू केली.

पाईक धावतच घराच्या पुढच्या दरवाजाजवळ गेला, हातात पिस्तुल घेऊन. तो जोरात आत घुसला, बाजूला उभा राहिला. आजूबाजूस कोणी नाही, हे पाहून त्याने मागून दरवाजा लावून घेतला, म्हणजे मागून कोणी येणार नाही. पाईकने यापूर्वी कितीतरी लढायांमध्ये भाग घेतला होता, अनेक इमारती, समुद्री चाचे आणि जगातील अत्यंत धोकादायक भागात लष्करी कारवायात भाग घेतला होता. ओलीस म्हणून धरलेल्या लोकांना त्याने सोडविले होते.

आतासुद्धा आत आल्यावर त्याने टायसनची खोली, बाथरूम, जेवणाची खोली, गॅरेज, मागचे अंगण, डेव्हॉनचं ऑफिस सर्वसर्व तपासलं. खडकातून ज्या सहजतेने पाणी झिरपतं त्याप्रमाणे तो सहजगत्या सर्व ठिकाणी वावरला. कुठेही, कोणीही नव्हतं. गॅरेजमध्ये डेव्हॉनच्या गाडीशेजारी तो उभा होता. त्याने कोलला फोन केला, ''कोणीही नाही इथे, आता मी काय करावं असं तुला वाटतं?

''ती कुठे आहे.''

''तिला मी चौकातून फेरफटका मारावयास सांगितले आहे.''

''हे बघ, त्याच्या टेबलावर लॅपटॉप होता आणि टेबलाच्या खणाच्या मागे नोटा चिटकवून ठेवल्या होत्या, लॅपटॉप आणि पैसे गायब झालेत का ते बघ. रोख

रकमेबद्दल डेव्हॉनला सांगू नकोस, मला नाही वाटत की तिला त्याबद्दल काही माहीत असेल.''

''ठीक आहे.''

''आणि तिला पोलिसात तक्रार करायला सांग, निष्पाप माणसे जर त्यांच्या घरात चोरी झाली तर पोलिसात तक्रार करतात; पण जिचा मुलगा चोर आहे आणि पोलीस त्याच्या मागावर आहेत हे आणि त्याला कुठे शोधायचं हे माहीत असलेली स्त्री पोलिसात तक्रार करणार नाही, म्हणजे डेव्हॉन साधी आहे हे सिद्ध होईल.''

''मला समजलं,'' पाईक म्हणाला.

अखेर पाईकची जीप हळूहळू रस्त्यावर आली.

''ती परत आलीय.'' तो म्हणाला.

पाईकने फोन खिशात ठेवला. डेव्हॉन कॉनरने जीप पायवाटेवर वळवली आणि थांबवली. मग बाहेर पडली. आता तिची भीती पळाली होती. गाडी चालविण्याच्या काळात तिला घडलेल्या घटनांचा क्षोभ होण्यात वेळ मिळाला.

''तू मला घाबरवलंस ना'' ती त्याला म्हणाली. फेरी मारून आल्यावर तिचा आत्मविश्वास वाढला होता.

''नाही, चल आपल्याला घाई करायला हवी, आपण आता जाऊ.'' तो म्हणाला.

''मी तर तुला ओळखतही नाही आणि कोलने कधी सांगितलेही नाही.''

तिच्याकडे न लक्ष देता पाईक वळला आणि घरात गेला, ती त्याच्या पाठोपाठ आत गेली. ते स्वयंपाकघरात गेले.

''तू सगळं बघून घे, काही चोरीला गेले असेल, तर आपल्याला पोलिसात तक्रार देता येईल.''

''पोलीस?'' ती भांबावली.

''हो, तू तुझ्या मुलाबद्दल पोलिसांना काही सांगू नकोस. तू घरी आलीस तेव्हा घरफोडी झाल्याचे कळले आणि म्हणून तू पोलिसांना कळवले. इतर लोक कळवतात तसे.''

दोन्ही हातांची घडी घालत आणि पसाऱ्याकडे पाहत ती म्हणाली, ''कोणी केले असेल हे सगळं? माहीत आहे का तुला?''

''अजून तरी नाही.''

''पण तू तर म्हणालास की ज्यांनी हे सर्व केलं त्यांच्याकडे पिस्तुल होतं. कोण माणसे? त्यांच्याकडे पिस्तुल आहे हे तुला कसं माहीत?''

''पोलिसांना फोन कर. घरात चोरी झालीये, असं सांग. तू खूप घाबरली आहेस हेही सांग. घरात कोणी चोर लपून बसलाय का असं विचारलं तर माहीत नाही असं

सांग आणि लवकर पोलिसांची गाडी पाठवायला सांग,'' पाईकने तिला सूचना दिल्या.

तिचा फोन होईपर्यंत पाईक तिथेच उभा राहिला.

''काही गेलंय का ते बघून घे, ते यायच्या आधी.'' पाईकने सांगितलं.

पाईककडे पिस्तुलाचा परवाना होता, पण त्याला कुठलेही नाटक नको होते. म्हणून त्याने पिस्तुल जीपमध्ये ठेवले. दंडावरचे गोंदण दिसू नये म्हणून वर शर्ट घातला. मग त्याने दरवाजा, त्याची अल्युमिनियमची चौकट तपासली. कुलूप तपासलं. ऑफिस खोली, सरकत्या काचा, उघडी खिडकी, खिडकीच्या बाहेरच्या बाजूवर काही खुणा दिसल्या, पण आतल्या बाजूवर नव्हत्या. पाईकची खात्री पटली, की ते उघड्या खिडकीतून आत आले, पण बाहेर मात्र स्वयंपाकघरातून गेले. त्याला आश्चर्य वाटले, कारण स्वयंपाकघरातून मागच्या अंगणात जायचं आणि तिथून संपूर्ण घराला वळसा घालून रस्त्यावर पोहोचावे लागणार. त्यापेक्षा आले त्याच खिडकीतून किंवा समोरच्या दरवाजाने बाहेर पडणे सोपे होते.

पाईक त्याच गोष्टीचा विचार करत असताना डेव्हॉन त्याच्यामागे आली.

''त्यांनी माझा दागिन्यांचा डबा चोरला, टायसनच्या गोळ्या आणि माझ्या खणातील सहाशे डॉलर्स चोरले.'' ''असं आहे का?''

''टायसन बारा वर्षांचा असताना त्याने तो डबा मला भेट दिला होता.'' डेव्हॉन सांगत होती. रडून तिचे डोळे लाल झाले होते. तिला खूप दु:ख झालंय हे पाईकच्या लक्षात आले.

''त्यांना लॅपटॉप हवा होता.'' पाईक म्हणाला.

''पण आमच्याकडे तर लॅपटॉप नव्हता.''

''छे, एल्विसने तर टायसनच्या टेबलावर लॅपटॉप बघितला होता.''

''तू हा सर्व पसारा बघतोयस ना, त्यातलं काही गेलं असेल, तर कळणारही नाही.''

पाईकला काय बोलावं ते सुचेना.

''त्यांनी माझा दागिन्यांचा डबा नेला त्याचं मला खूप वाईट वाटतं, टायसनने तो डबा मला 'मदर्स डे'ला दिला होता.'' डेव्हॉनला दु:ख झालं होतं.

आता इथे कोल हवा होता. अशा वेळेस काय बोलायचे ते त्याला कळतं. पाईकच्या मनात विचार आला.

''त्यांना लॅपटॉपच हवा होता, तो मिळाला नाही म्हणून चोरी झाली असं वाटण्यासाठी त्यांनी इतर गोष्टी नेल्या.'' डेव्हॉन दूर गेली.

पाईकने खिडकी पुन्हा तपासली, स्वयंपाकघरातून बाहेर पडला, वेलींनी वेढलेल्या तारांच्या कुंपणाच्या बाजूने पुन्हा खिडकीकडे आला.

ऑफिसच्या खोलीची ही खिडकी छातीएवढी उंच होती. तिच्याखाली रोझमेरी आणि अझालीची झाडे होती. नुकत्याच होऊन गेलेल्या दुष्काळामुळे जमीन कोरडी होती आणि जमिनीला भेगा पडल्या होत्या. कोलने पाईकला सांगितले होते, की अलेकचा खून झाला तिथे पुरुषांच्या बुटांचे ठसे मिळाले होते. पाईक गुडघ्यावर खाली बसून जमीन तपासत होता. पाईकने रोझमेरीची झुडपं बाजूला केली. आणि जवळजवळ खाली झोपून त्याने जमीन अगदी निरखून बघितली. जमिनीवरच्या धुळीवर बुटांचे ठसे उमटले होते.

पाईक बाजूला झाला. त्या ठशांचा विचार करत असतानाच एक काळा केसाळ लॅम्ब्रेडॉर कुत्रा कुंपणापाशी येऊन घसा खरवडून भुंकायला लागला.

त्याबरोबर शेजारच्या दारातून विचारणा झाली, ''काय चाललंय तिथं?''

कुत्रा अजूनच जोरात भुंकायला लागला. पाईकच्या लक्षात आलं की चोरट्यांनी स्वयंपाकघरातून पळ का काढला!

दाढी वाढलेल्या आणि सत्तरीच्या आसपास असलेल्या एक माणसाने पलीकडून विचारले, ''कोण आहे तिथे? काय चाललंय?''

''कोणीतरी कॉनर यांच्या घरात चोरी केलेली आहे. आम्ही पोलिसांना बोलावले आहे.'' पाईकने सांगितले.

त्या माणसाने कुत्र्याला शांत केले.

''पण टोबी तर नेहमीच भुंकत असतो. साधारणत: केव्हा घडलं हे?''

''साधारणत: दोन तासांपूर्वी. तुम्ही कोणाला पाहिलं का?''

''नाही, पण टोबीने डोकं उठवलं होतं.'' ते वृद्ध गृहस्थ म्हणाले. तो माणूस कुंपणाजवळ आला आणि त्यांनी कुंपणावरून वाकून बघितले.

''टोबीचे ओरडणे मी ऐकले, पण मी गॅरेजमध्ये होतो, मी येईपर्यंत तो शांत झाला होता.''

''पोलीस कदाचित तुम्हाला विचारतील.''

''चालेल, पण मी त्यावेळेस गॅरेजमध्ये होतो.''

पाईकला आठवलं, त्याने येताना शेजारचे गॅरेज उघडे पाहिले होते, त्याला आत कोणी दिसले नाही पण खूपसे खोके होते.

''पुढच्या दरवाजातून बाहेर पडताना तुम्ही कोणा अनोळखी व्यक्तीला पाहिलं का?''

''नाही बुवा, मी माझ्या कामात होतो.'' ते गृहस्थ म्हणाले.

''दोन माणसं खेळाडू घालतात तशा कपड्यात किंवा एकच असावा.''

''मला दिसली असती, तर बरे झाले असते. माझं लक्ष नव्हतं.''

पोलिसांची गाडी वेगात येत असल्याचे गाडीच्या भोंग्यावरून पाईकने ओळखले.

ज्या मार्गाने तो आला त्याच मार्गाने पाईक परत जात असतानाच ते गृहस्थ म्हणाले, ‘‘पूर्वी कधीही न बघितलेली गाडी मात्र मी पाहिली.’’

पाईक थांबला.

‘‘मोठी क्रिस्टलर, काळ्या काचा असलेली, लिमोझिनसारखीच वाटत होती. रस्त्याच्या समोरच उभी होती.’’

‘‘ड्रायव्हरला तरी पाहिलं का?’’

‘‘कोणीच दिसलं नाही मला. वायमनच्या घरासमोर गाडी लावली होती. मी त्या गाडीचा विचारच केला नाही. पण चोरांकडे एवढी मोठी क्रिस्टलर असणं शक्य नाही.’’

‘‘ही घटना कधीची असू शकेल?’’

‘‘टोबीने घर डोक्यावर घेतले तेव्हा, मी आवाज ऐकून गॅरेजच्या मागे आलो तेव्हा मला ती क्रिस्टलर दिसली.’’

भोंगा आता जणू काही पाईकच्या कानाजवळच वाजत होता. अचानक तो वाजायचा थांबला. आणि गस्तीची गाडी डेव्हॉनच्या घरापासून थोडी दूर उभी राहिली.

‘‘धन्यवाद.’’ पाईक म्हणाला.

‘‘काही लागलं तर त्यांना माझ्याकडे पाठवा, मला मदत करायला आवडेल.’’ तो वयस्कर माणूस म्हणाला.

२०

हार्वी आणि स्टेम्स

कॉनरच्या घरातून बाहेर पडल्यावर हार्वी आणि स्टेम्स यांनी एका हॉटेलच्या मागे असलेल्या कचराकुंडीत दागिन्यांचा डबा फेकला. मग टॉमीच्या जगप्रसिद्ध दुकानातून जाता जाता हॅम्बर्गर घेतले. टायसनच्या खोलीत त्यांना सेहेचाळीस हजार डॉलर्स आणि लॅपटॉप मिळाला होता. लॅपटॉप ते त्यांच्या अशिलाला देणार होते. त्यांना हवा असलेला लॅपटॉप तो हाच का हे पाहण्यासाठी आणि रोख रक्कम त्या दोघांच्याच खिशात जाणार होती.

स्टेम्सने दोन हॅम्बर्गर, लोणचं आणि कांदा मागविला, तर हार्वीने मका, मिरची आणि हॉट डॉग त्याच्यावर जास्त मस्टर्ड लावून आणि कांदा मागविला. त्यांनी ते सर्व पदार्थ गाडीत बसून खाल्ले. दोघांच्या मधल्या जागेत टायसनच्या खोलीत मिळालेली पिशवी त्यांनी ठेवली होती. त्या पिशवीतून टायसनपर्यंत पोहोचण्याचा काही सुगावा मिळेल असे त्यांना वाटत होते.

चाळीस मिनिटांपूर्वी ते त्या घरी आले त्यावेळी गॅरेज बंद होते. स्टेम्सला वाटत होते गाडी गॅरेजमध्ये असेल, टायसन घरात मळक्या गाद्यांवर कालच्या रात्रीच्याच कपड्यात लोळत पडला असेल, नक्षीदार हुक्क्याच्या लांब नळ्या त्याच्या हातात असतील, एखादी मुलगी त्याच्या मिठीत असेल; परंतु घरात कोणीही नव्हतं आणि सगळे वातावरण तर नेहमीचेच होते.

स्टेम्स आणि हार्वी यांच्याकडे, जेम्स टायसन कॉनर याची अतिशय तुटपुंजी

माहिती होती; पण त्या घरात सापडलेल्या पिशवीतून त्यांच्या हाती माहितीचा खजिनाच लागला. टायसन आणि त्याची आई दोघेच तिथे राहात होते. टायसनची शाळा कोणती, त्याची आई कोठे नोकरी करते, कुटुंबप्रमुख म्हणून आईचेच नाव होते, याचा अर्थ वडील त्यांच्याबरोबर राहात नव्हते. ही माहिती म्हणजे त्यांच्यासाठी पर्वणीच होती.

त्या पिशवीत आणखीन शोधताना हार्वीला एक गोळ्यांची बाटली मिळाली. त्यावर टायसनचे नाव होते. हार्वीने बाटली हलवून बघितली.

"काय आहे ते?" स्टेम्सने विचारले.

काही नाही, टायसनचे नाव होते म्हणून घेतली.

"सर्ट्रालीन नावाची गोळी आहे ती. तुला माहीत आहे का ते?" हार्वीने विचारले.

स्टेम्सने घास घेतला आणि खात खात बोलला.

"हे जेनेरिक आहे."

"मनावर ताबा मिळविणारे विशिष्ट प्रकारचे औषध आहे ते."

स्टेम्सला बरीच माहिती होती.

"कशासाठी औषध घेतात ते?"

"भीती वाटणे, उत्कंठा वाटणे, नैराश्य अशा प्रकारच्या मानसिक विकारावर ताबा मिळविण्यासाठी."

"अच्छा!"

हार्वीने दुसरी बाटली घेतली.

"रिटॅलीन या गोळ्या मी माझ्यासाठी ठेवतो," असं म्हणत हार्वीने बाटली खिशात ठेवण्याचा अभिनय केला.

आणि आता टायसनला या गोळ्यांची गरज लागणार नाही.

स्टेम्स म्हणाला "तू दुसऱ्या कोणाचे औषध घेतोस. यावर माझा विश्वास नाही."

हार्वीने आणखीन एक बाटली घेतली. "लोराझेपाम."

"लोराझेपाम हेही उत्कंठारोधक औषध आहे."

हार्वीने घशातून चमत्कारिक आवाज काढला आणि तो फोनकडे वळला. स्टेम्सने बर्गर खातखात डेव्हॉनचे कागदपत्र ठेवून दिले.

"हा मतिमंद असावा का, तुला काय वाटतं?" हार्वीने विचारले.

स्टेम्स खाताखाता अचानक थांबला. त्याच्या तोंडात बर्गर, लोणचं आणि कांद्याचे तुकडे होते. तो खाण्याचा आनंद घेत असतानाच हार्वीचे बोलणे ऐकून दाताखाली अचानक खडा यावा तसा तो थांबला. कसाबसा घास गिळत तो

म्हणाला, ''काय म्हणालास तू, हार्वी?''

हार्वीने फोन ठेवून स्टेम्सकडे बघितलं.

''ही टायसनची शाळा रे, ही खास आहे. तुला माहित्येय. नेहमीच्या शाळेत न शिकणाऱ्या मुलांसाठीची आहे.''

''शाळेबद्दल नाही पण तू कोणता शब्द वापरलास?'' स्टेम्सने विचारले.

''कोणता शब्द?'' ''तू काय बोलतोयस? माझ्या लक्षात येत नाही, हे बघ मी शाळेबद्दल वाचत होतो.''

हार्वीने स्टेम्सला फोन दाखवला.

''तू मतिमंद हा शब्द वापरलास, सहसा हा शब्द तू वापरत नाहीस, पुन्हा असं बोलू नकोस,'' स्टेम्सने नाराजी व्यक्त केली.

''हे खूप वेदनादायक आहे.''

''ओके, पुन्हा नाही बोलणार.'' हार्वी म्हणाला.

''हो, पण मी क्षमा मागितलीय.''

स्टेम्सने बर्गर खाण्याचा प्रयत्न केला; पण त्याच्या तोंडाची चवच गेली. उरलेले बर्गर त्याने पिशवीत ठेवले. घड्याळात बघितले, शाळा सुटायला अजून वेळ होता, म्हणजे आपण त्याला सहज गाठू शकू. गाडी सुरू करत तो हार्वीला म्हणाला, ''चल, आपण शाळेजवळ जाऊन तपास करू.''

त्याने गाडी सुरू केली.

हार्वीला आश्चर्य वाटले. ''खरंच आपण शाळेत जातोय? पण तो आता शाळेत नसणार.'' हार्वी म्हणाला.

''का पण? आज काही शाळेला सुटी नाही, मग शाळेत का नसेल?'' स्टेम्सने विचारले.

''कारण त्याला हे माहीत असेल की पोलीस त्याच्या मागावर आहेत किंवा त्याचा मित्र अलेकने त्याला सांगितलं असेल, की आपण त्याचा शहरभर पाठलाग करत आहोत म्हणून किंवा अलेक मेला म्हणूनही आला नसेल.''

स्टेम्सला दमल्यासारखं वाटायला लागलं.

''पण त्याला या सर्वांची कल्पनाही नसेल.''

''आपण जेव्हा त्याचा पाठलाग करत होतो तेव्हा ते गप्पा मारत बसले होते.'' हार्वी म्हणाला.

स्टेम्स वैतागला होता.

अत्यंत शांत आवाजात स्टेम्स हार्वीला समजावत म्हणाला, ''अलेकला काय घडतंय ते माहीतही नव्हतं. ठीक आहे ते एकमेकांशी फोनवर संपर्कात होते आणि समजा त्याने सांगितले असेल, की एक मोठी काळी गाडी आपला पाठलाग करत

आहे, कळलं तर काय झालं?'' स्टेम्सने हात पसरले, ''पण पाठलाग करतोय हे तर उघडच होतं. हो की नाही, आणि जरी आपण त्याचा पाठलाग का करत आहोत हे कळलं असतं, तर आपल्याला तो सहज चुकवू शकला असता, कळतंय का मला काय म्हणायचं ते?''

पटलं न पटलं सारखं करून हार्वीने खांदे उडविले.

''मग त्या मूर्खाने गाडी ठोकली, हळूहळू तो थांबला, तो मेलाय हे अजून त्यांना माहीतही नसेल आणि कळलं असेल तर चांगलंच की, का माहित्येय?''

हार्वीने डोळे गरागरा फिरवले.

''सांग.'' हार्वी म्हणाला.

''घरफोडी चोरट्यांपैकी अलेक एक होता. हे बातमीत येणारही नाही किंवा पोलिसांपासून वाचण्यासाठी तो पळाला असेही बातमीत येणार नाही, बरोबर ना?''

''हो, पण जर अलेक संशयित नसेल, तर टायसन आणि अंबरदेखील संशयित नसतील.''

हार्वी निर्विकारपणे म्हणाला. त्याने नि:श्वास सोडला. स्टेम्स जेव्हा त्याला असं काही पटवून सांगत असे, तेव्हा त्याचा चेहरा पडत असे.

''पण तुला एवढं बोलायची आवश्यकता नाही, हार्वी.'' स्टेम्स म्हणाला.

''हो, तू तुझा मुद्दा मांडलास, मला पटलं. ही सगळी माणसे चमत्कारिक आहेत. आणि त्यांची शाळा...''

''तिथला तपास नक्कीच महत्त्वाचा ठरेल, कदाचित हा मुलगा काहीच न घडल्यासारखा वर्गात बसलाही असेल.'' स्टेम्सने मत मांडलं.

''तुला तसं वाटतंय का?'' हार्वीने विचारलं.

काही न बोलता स्टेम्सने गाडी काढली, खरं तर शाळेत तपास करणे कालापव्यय असला तरी गरजेचे होते. त्याच्या आईचा विचारही स्टेम्सच्या मनात आला आणि घरात काय काय समजले त्याचाही.

अचानक हार्वी म्हणाला, ''माझा तोच अर्थ होता!''

हार्वी कशाबद्दल बोलतोय हे स्टेम्सला कळले नाही, त्याने चमकून विचारले.

''काय?''

''त्या मगाचच्या शब्दाबद्दल रे!''

स्टेम्स पुन्हा जडशीळ झाला. त्याच्या संवेदना हळूहळू बधीर व्हायला लागल्या. हार्वीला आपण कुठे थांबावं ते कळत नसे.

''जाऊ दे, विसरून जा.'' स्टेम्स म्हणाला.

''मला कदाचित कळत नसेल, पण काही बाबतीत तू संवेदनशील आहेस हे मात्र माझ्या लक्षात आलंय.'' हार्वी म्हणाला.

“आता गप्प बस,” स्टेम्स ओरडला.

“मी पुन्हा एकदा तुझी क्षमा मागतो, कदाचित मी तुझा वाईट मित्र असेन.”

“हार्वी, तू आता एकही शब्द बोलू नकोस.” स्टेम्स पुन्हा ओरडला.

शेवटी हार्वी गप्प बसला.

स्टेम्स शांतपणे गाडी चालवीत होता; काही वेळेस शांतता आवश्यक आणि चांगली असते.

स्टेम्सने पुन्हा आपले विचार टायसन आणि त्याच्या आईवर केंद्रित केले.

टायसन काहीसा संवेदनशील आणि हळवा असणार. इतरांबरोबर त्याचे जमत नसावे. स्टेम्सने टायसनच्या घरातील फ्रीजवर टायसनचे आणि त्याच्या आईचे फोटो पाहिले होते. त्यावरून स्टेम्सच्या लक्षात आले होते. मुलगा पळून जाईल, लपून बसेल पण पुन्हा आईकडेच येईल.

त्याची आई म्हणजेच त्याचे सर्वस्व होते.

त्यामुळे टायसन जर सापडला नाही तर तो कुठे मिळेल हे स्टेम्सला माहीत होते. टायसनची आईच स्टेम्सला टायसनपर्यंत घेऊन जाईल!

२१

एल्विस कोल

घरी जात असताना पाईकचा फोन आला.

"तू बघितलेला लॅपटॉप आणि पैसे त्यांच्या घरातून चोरीला गेले आहेत."

"कदाचित डेव्हॉन गेल्यानंतर टायसनने नेले असतील."

"नाही, तेवढा वेळच नव्हता. पण शेजारच्या माणसाने एक नवीन काळी क्रिस्टलर बघितली. काळ्या काचा असलेली. पण माणसे दिसली नाहीत."

"नंबर बघितला का त्यांनी?"

"नाही, कारण रस्त्याच्या पलीकडे ती उभी केली होती. आणि कामाचा दिवस असल्याने अन्य कोणीच बघितली नाही."

"आणि शेजारीपाजारी कोणाकडे टेहेळणी कॅमेरा असण्याची पण शक्यता नसेल."

"नाही, कोणाकडेच नाही, पण तो मृत मुलगा?" पाईकने विचारले.

"तुझं बोलणं डेव्हॉन ऐकत्येय का?"

"नाही, ती पोलिसांशी बोलत्येय."

"अलेक रिकी, त्याच्याबद्दल काय?"

"त्याचा खून झाला त्या ठिकाणावरच्या बुटांच्या ठशांचा उल्लेख केला होतास ना."

"हो. पोलिसांना दोन माणसांच्या बुटांचे ठसे मिळाले होते." मी सांगितले.

“इथेदेखील डेव्हॉनच्या ऑफिसच्या खिडकीखाली बुटांचे ठसे आहेत. पुसट आहेत; पण ताडून बघता येतील.” पाईक म्हणाला.

क्षणभर मी विचार केला. त्या बुटांचे ठसे जुळणार हे मला माहीत होतं.

“मी जॉन चेनशी बोलतो.” मी पाईकला सांगितलं.

“एक गोष्ट नक्की एल्विस, जर ही माणसे टायसनचा शोध घेत असतील, तर ते नक्की परत येतील. मला वाटतं मी येथे थांबावं, पण डेव्हॉनचा नकार आहे.” पाईक म्हणाला.

पाईकचं म्हणणं बरोबर होतं.

“तिला जर गाडी व्यवस्थित चालवता येत असेल, तर माझ्या इथे पाठव तिला दोन दिवसांसाठी.” मी पाईकला सांगितलं.

“ठीक आहे.” पाईक म्हणाला.

मी जॉन चेनला फोन केला. तो हळू आणि अनिश्चित आवाजात बोलत होता.

“मी एका खुनाच्या प्रकरणावर काम करतोय, बोलू शकत नाही.” तो म्हणाला.

“सोड रे. तसं केलंस तर तुला आनंदच वाटेल.”

“त्याचसंदर्भात बोलतोयस का तू?” त्याने विचारले.

“हो, पत्ता लिहून घे.”

“खून झालेल्या मुलाची ओळख पटली.”

“अलेक रिकी?”

“त्याच्या पालकांना बोलावलं आहे, त्यांनी अलेकचाच खून झालाय का याची खात्री करून घ्यायला सांगितली आणि आता दातावरून त्याची ओळख पटलीये.” जॉन म्हणाला.

क्लॉडिआने त्याच्या आईवडिलांना कळवले होते.

“पण पोलिसांनी त्याचा संबंध घरफोड्यांशी जोडला का?”

“ठसे नाहीत ना जुळवायला? आता तर काय तो बळीच गेला आहे.” जॉन म्हणाला.

मी जॉन चेनला डेव्हॉनचा पत्ता दिला आणि काय काय घडलं ते सांगितलं.

“आत्ता तिथे पोलीस आहेत. ते हे प्रकरण गुप्तहेरांकडे देतील, गुप्तहेर गुन्हे तज्ज्ञांची मागणी करतील, तू तयार आहेस का?”

“नाही रे बाबा, मी आता यात एवढा अडकलोय, तू हा सगळा गोंधळ बघायला हवास.” त्याने आपला आवाज अधिकच बारीक करत म्हटलं.

“अरे, एका माणसाने आपल्या कुटुंबातील सहा जणांना कुऱ्हाडीने मारले आणि नंतर आपले पाय कापून घेतले, आता हा पाय नसलेला रक्तबंबाळ माणूस,

असा माझा जॉब आहे.'' जॉन सांगत होता.

''ऐक जॉन, दुसरा गुन्हा तज्ज्ञ इथे आला आणि जर त्याने घरफोड्या आणि हे प्रकरण यांचा संबंध जोडला तर सर्व श्रेय त्याला जाईल.''

त्याला लगेच पुन्हा शंका आली.

''कोणता संबंध? कशाबद्दल बोलत आहोत आपण?''

''रिकीचा खून, त्या घरफोड्या किंवा अजून काही खून किंवा ज्यांनी कोणी अलेक रिकीचा खून करण्यासाठी भाडोत्री गुंड ठेवले असतील तर त्यांचा संबंध...''

खरंतर मी थापच मारली होती, पण मला जॉनची मदत हवी होती.

''कोणासाठी ते काम करतात?'' त्याने विचारले.

''या घरफोड्यांमधील काही वस्तू त्यांना हव्या असतील, माझी कल्पना अशी की त्या चोरट्यांनी यांच्यापैकी कोणाला तरी लुटलं असावं.''

''याचा अर्थ ती माणसे महत्त्वाची असावीत!'' जॉन म्हणाला.

''अर्थातच''

''आणि श्रीमंतही.''

जॉन चेनचं मन पालटतंय, हे इथे बसून मला कळलं. टी.व्ही.वरती एखादी टंच तरुणी त्याची मुलाखत घेतेय, असं दृश्य त्याच्या डोळ्यांसमोर आलं असावं.

''पाईकला, ज्या खिडकीतून चोरट्यांनी प्रवेश केला तिथे बुटांचे ठसे मिळाले आहेत आणि बहुधा ते ठसे रिकीचा खून झाला, तिथे मिळालेल्या ठशांशी जुळू शकतील, पण जर कोणी तसा प्रयत्न केला तर! दुसऱ्या कोणा गुन्हा तज्ज्ञाला हा संबंध जोडता येणार नाही.'' मी त्याला उसकवत होतो.

''पण मी नक्कीच दोन्ही ठसे ताडून पाहीन.'' जॉन उत्साहाने म्हणाला.

''हो, पण दुसरे कोणी येऊन ठसे नष्ट करायच्या आधी आलास तर!''

ठसे घेण्यासाठी त्यानेच यावे यासाठी मी जोरदार प्रयत्न करत होतो.

चेन म्हणाला, ''तू माझ्याशी चांगलं वागावंस असं मला वाटतंय तर तू मला चटके देतोयस.''

''तू मला असं चिथवू नकोस आणि ही साधी घरफोडी आहे, कोणी जखमी वगैरे झालेला नाही ना!''

''नाही.''

''मग अजून निदान दोन दिवस तरी कोणाला तिथे पाठवणार नाहीत; मी उद्याच सकाळी तिथे जातो, कोणी तरी असेल ना तिथे.'' तो उत्साहाने म्हणाला.

''पाईक असेल, मी त्याला सांगून ठेवतो.''

मी घरी पोहोचलो. बिअरची बाटली घेतली. दिवसभराच्या शोधावरून माझ्या लक्षात आलं, की दोन माणसं याचा शोध घेत आहेत. एक मोठा आणि एक धिप्पाड

माणूस टायसन आणि त्याच्या मित्रांनी चोरलेल्या लॅपटॉपचा शोध घेत आहेत..! आता नेफ आणि हेन्समन हे या अठरा चोरी झालेल्यांपैकी कोणासाठी काम करताहेत, तर ते कोण आहेत हे कळणं आवश्यक होतं.

कॅसेटचे कार्ड काढून क्रमांक पाहून मी कॅसेटला फोन केला.

"मी एल्विस कोल, सार्जंट, सॉरी तुम्हाला थोडा त्रास देतोय!"

"चेष्टा करतोयस का?"

"नाही. जर मला घरफोडी झालेल्या अठरा जणांची नावे मिळाली, तर खूप मदत होईल."

कॅसेटने फोन ठेवून दिला. याचाच अर्थ तिला माहिती द्यायची नव्हती.

माझा बोका घरी नव्हता. मी एक स्वच्छ ताटली त्याच्याकरता ठेवली. हेसकरता आणलेल्या व्हेल माशाचे तुकडे फ्रीजमध्ये होते, ते मी तिथेच उभं राहून खाल्ले. हात धुतले, पाणी टाकलं आणि उरलेली बिअर घेतली.

आता या अठरा जणांची म्हणजे ज्यांच्याकडे चोऱ्या झाल्या त्यांची माहिती मिळवायचा मार्ग म्हणजे विमा कंपन्यांकडे त्यांनी दावे दाखल केले असतील, तर त्या विमा कंपन्यांकडे चौकशी करणे.

यापूर्वी बहुतेक सर्व विमा कंपन्यांसाठी तपास करण्याचे काम मी केले होते. काही प्रादेशिक विमा कंपन्यांसाठी काम केले होते. त्या सर्व कंपन्यांचे फोन क्रमांक काढून मी प्रत्येक कंपनीला फोन करण्यास सुरुवात केली.

बऱ्याच जणांचे फोन लागले नाहीत, काही जण मदत करायला तयार नव्हते. पण एका कंपनीने तीन तर दुसऱ्या कंपनीने आणखीन दोन बंगल्यांचे विमे उतरविले होते. त्यांची माहिती मिळाली. म्हणजे अठरापैकी पाच आणि स्लॉसनचे नाव धरले तर सहा जणांची नावे कळली.

जवळजवळ दोन तास घालवूनही फारसे काही हाती लागले नाही. मी कंटाळलो होतो. एवढ्यात लँडेल जनरल इन्शुरन्स कंपनीचा उपाध्यक्ष आणि संचालक असलेल्या मॅट सिम्सशी संपर्क झाला. त्याच्या कंपनीने जरी अठरापैकी एकाही बंगल्याचा विमा उतरविलेला नसला तरी लॉस एंजलीसमधल्या सर्व चोऱ्यांची, पोलिसांकडून मिळालेल्या माहितीची व्यवस्थित नोंद त्यांनी ठेवलेली होती आणि त्यात टायसन आणि त्याच्या मित्रांनी केलेल्या अठरा चोऱ्यांची संपूर्ण माहिती होती. मॅट सिम्स खरोखरच ग्रेट होता. त्याने लवकरात लवकर सर्व माहिती मेलवर पाठवायचं कबूल केलं.

तत्पूर्वी, डेव्हॉनने टायसनच्या सर्व बिलांची माहिती कळवली होती. त्या माहितीच्या छापील प्रती काढून मी कामाला लागलो. अशाच वेगाने काम करत राहिलो तर डेव्हॉन यायच्या आतच या रहस्याची उकल होऊ शकेल.

बिलांवरून एवढेच कळले की टायसनचा त्या दिवशी फक्त तीनच नंबरशी संपर्क झाला होता. पहिला डेव्हॉनचा होता, दुसरा बहुदा अलेकचा होता. तिसऱ्याची ओळख पटवण्यासाठी मी माझ्या फोनवरील कॅलर आयडी बंद करून त्या क्रमांकावर फोन केला.

एक ध्वनिमुद्रित आवाज ऐकू आला. ''मी अंबर. आपण भाग्यशाली असाल, तर मी आपणास फोन करेन,''

तुम्ही भाग्यशाली असाल तर!

मी फोन कट केला आणि माझी मैत्रीण कार्ला इलीसला फोन केला. कार्लाने बहुतेक भ्रमणध्वनी सेवा पुरवठादारांकडे काम केले होते. तिला बेसबॉलचा खेळ आवडायचा. मी तिला अंबरचा फोन नंबर देऊन तिच्या बिलाची माहिती काढायला सांगितली. हीच माहिती काढण्यासाठी कॅसेटला आणि रिव्हिएराला कोर्टाची परवानगी लागणार होती. मात्र ती माहिती मिळवण्यासाठी माझ्याकडे चांगलं आमिष होतं. माझ्या एका पूर्वीच्या ग्राहकाने मला बेसबॉलच्या स्पर्धेची दोन तिकिटे पाठवली होती.

कार्लाने सरळ मुद्याला हात घातला.

''मुखवटे घालून खेळल्या जाणाऱ्या डॉजर क्लबची दोन तिकिटे, मधल्या जागेतील'' ती म्हणाली.

''हरकत नाही'' मी लगेच म्हणालो.

''थांब तू, मी तपासून फोन क्रमांकाची माहिती देते'' ती म्हणाली

पण यावेळेस नेहमीपेक्षा जास्त वाट पाहायला लागली, त्याचेच मला वाईट वाटले, तिने काम लवकर उरकावे म्हणून मी विचारले.

''तुला काय हवंय कार्ला?''

''मला मधल्या रांगेतील, जाळी जवळची जायंटस किंवा कार्डसची दोन तिकिटे हवी आहेत.''

जायंट्स किंवा कार्डस काहीही असलं तरी हा व्यवहार होता आणि ती तिकिटं तिच्यासाठी आणि तिच्या नवऱ्यासाठी हवी होती.

''कार्ला, ही माहिती मला कालच हवी होती.''

''ती जर आमची ग्राहक असती तर माहिती लगेच देता आली असती, पण तुझ्यासाठी जास्तीत जास्त प्रयत्न करून उद्यापर्यंत देते. उद्या सकाळपर्यंत किंवा त्याआधीही.''

''शक्य तितक्या लवकर उद्या किंवा त्याआधी!''

पण नेफ किंवा हेसमन उद्यापर्यंत थांबणार नव्हते! ते तत्पर होते. त्यांना माझ्यापेक्षा जास्त माहिती होती आणि माझ्याकडे उद्यापर्यंत किंवा त्याआधी! एवढंच होतं.

बोक्याने आतून आवाज केला. कडाकडा खाल्ल्याचा आवाज आला. मी उठून दरवाजापर्यंत गेलो. बघितलं. त्याला हाक मारली, पण बोका खाण्यात मग्न होता. मी बिअर संपवली आणि बाहेरच्या दरीकडे बघितलं. दरीच्या पुढे टेकड्या पसरलेल्या होत्या आणि त्यापलीकडे हॉलीवूड होते. टेकड्यांवरील करड्या रंगाच्या कुरणाने संपूर्ण हॉलीवूड शालीसारखे लपेटून घेतले होते. पण मी ते पाहू नाही शकलो.

डेव्हॉनला आल्यावर काय सांगायचं हा प्रश्न मला पडला होता. पण सांगावेच लागेल आणि तिला न आवडणारे निर्णय तिला घ्यावेच लागतील. टायसन जिवंत आहे का ते मला माहीत नव्हते. नेफ आणि हेन्समनने अलेकचा खून केला होता, त्यानंतर दुसऱ्या दिवशी त्याच्या घराची झडती घेतली होती. कदाचित ते टायसनला भेटले असावेत, लॅपटॉप घरी आहे असे त्याने सांगितले असावे, अलेकप्रमाणेच टायसनचाही खून त्यांनी केला असावा आणि मगच त्याचे घर तपासले असावे. त्याचा मृतदेह मिळणारही नाही कदाचित आणि डेव्हॉनला कधी कळणारच नाही. नेफ आणि हेन्समन किंवा जे कोणी असतील ते अदृश्य होतील. त्यांनी काय केले हे त्यांच्याशिवाय आणि त्यांना हे काम करायला सांगणाऱ्याशिवाय कोणालाच कळणार नाही.

बोका माझ्या पायाशी येऊन अंग घुसळत होता.

मी खाली बघितलं.

बोक्याने वर बघितलं.

मी त्याला म्हणालो. 'आपण असं घडू देता कामा नये. हो ना?'

पण त्याने बघितलेच नाही

२२

संध्याकाळ होता होता डेव्हॉन आली. तिने गाडी उभी केली ते मी ऐकलं आणि तिचं स्वागत करण्यासाठी दार उघडले. तिच्या खांद्यावर पिवळी फुले असलेली कपड्यांची पिशवी होती.

"मला खरोखरच इथे राहावे लागणार आहे?" तिने विचारले.

"इथेच असं नाही, तू मित्रांकडे किंवा हॉटेलमध्ये राहू शकतेस; पण तुझ्या घरी राहू नकोस. कारण ती माणसे पुन्हा तिथे येण्याची शक्यता आहे म्हणून." मी खुलासा केला.

दिवाणखान्याच्या सुरुवातीसच उभं राहून, तिने आठ्या घालत सर्वत्र बघितलं.

भुवया आक्रसत ती म्हणाली, "तुझा मित्र ज्यो पाईक, तो तुझा पार्टनर आहे असं तू कधी बोललाही नाहीस."

"तसा विषय कधी निघाला नाही म्हणून."

"तो काही फारसा बोलतच नाही." ती थोडं नाखुशीने म्हणाली.

"तो बोलण्यात थोडा कच्चा आहे. मी सामान घेऊ का?"

तिच्याकडचे सामान घ्यायचा प्रयत्न केला, तिने दिले नाही.

"पण जर तुझा मित्र माझ्या घरी राहू शकतो तर मी का नाही?" तिने प्रश्न केला.

ते कदाचित परत येतील म्हणून तो तिथे राहिलाय आणि ते तिथे आले तर तू

तिथे असता कामा नये.

बोका पुन्हा बाहेर आला, डेव्हॉनकडे पाहून हळू आवाजात गुरगुरला.

"तू बोका पाळला आहेस, बाप रे!" ती म्हणाली.

मांजरानं लाळ टाकली. आजूबाजूला उड्या मारल्या. स्वयंपाकघरात घुटमळला. आणि दरवाजावर खडखडाट केला.

"तो कधीच बरोबर नसतो." मी म्हणालो

तिने सामानाची पिशवी स्वत:जवळ घट्ट धरून ठेवली होती. त्रयस्थाकडे पाहावं त्याप्रमाणे माझ्याकडे बघितलं, तिचे डोळे चमकत होते आणि चेहऱ्यावर ताण दिसत होता.

"दोन माणसे बंदूक घेऊन येतात. आणखीन एक माणूस बंदूक घेऊन माझ्या घरी राहतो, या सर्वांचा माझ्या मुलाशी काय संबंध? टायसन कुठे आहे?" ती निराशच झाली होती.

मी पुन्हा तिची पिशवी घ्यायचा प्रयत्न केला, यावेळेस तिने अडविले नाही. मी तिला कोचावर बसायला खुणावले.

"सकाळपासून खूप गोष्टी मला कळल्यात, त्याबद्दल आपण बोलायला हवे आणि अलेकबद्दल मला समजलंय."

"टायसनबद्दल काय?" तिने एकदम विचारले.

"मला माहीत नाही, पण तो अलेकबरोबर नव्हता, अलेकला काहीतरी झालंय, टायसन कुठे आहे ते मला माहीत नाही पण तो अलेकबरोबर नव्हता. कळलं?"

" तो अलेकबरोबर नव्हता, ते ऐकलं मी. असं बोलू नकोस तू." ती घाबरून म्हणाली.

"डेव्हॉन, अलेकचा काल रात्री खून झालाय, टायसन आणि अंबर त्याच्या बरोबर नव्हते. पोलिसांना अलेकचा एकट्याचाच मृतदेह मिळाला." मी सांगून टाकले.

ही भयानक बातमी ऐकून डेव्हॉन घाबरली, तिच्या घशाला कोरड पडली. तिने ओठावरून जीभ फिरविली. तिने बोलायचा प्रयत्न केला पण थांबली.

"मला समजतंय."

"पोलिसांना अलेकच्या मृतदेहाजवळ दोन जणांच्या बुटाचे ठसे मिळाले. ज्यांनी अलेकला मारलं बहुधा त्याच माणसांनी तुझ्या घरात शोधाशोध केली आहे."

"पण या सर्वांचा टायसनशी काय संबंध?"

"टायसन आणि त्याच्या मित्रांनी लॅपटॉप चोरला होता आणि ज्यांचा चोरला आहे त्यांना तो परत हवाय."

मग मी तिला कार्ल, आठवडी बाजार इथपासून सुरुवात करून सगळं समजावून

सांगितलं. मी तिला हेही सांगितलं की दोन गुप्तहेरांनी लॅपटॉपसाठी क्रेन्झावर किती दबाव आणला, शालेट आणि अलेकची कशी ओळख झाली, क्लॉडिआने त्या दोन गुप्तहेरांचं वर्णन केलं, ज्यांना टायसन आणि अंबरची नावे माहीत होती. मी तिला लुईस ऑगस्टविषयी सांगणार होतो तेवढ्यात ती म्हणाली,

"मला वाटतं पोलिसांना टायसनबद्दल माहिती नसावी."

"पोलिसांना टायसनबद्दल आधी माहीत नव्हते, पण आता मला खात्री नाही. विशेष शोधपथकाची प्रमुख म्हणाली, की टायसन आणि त्याच्या मित्रांची ओळख पटलेली नाही.'

मान हलवत ती म्हणाली. "मग त्यांना टायसनचे नाव कसे कळले?"

"ही जी दोन माणसे आहेत ना, ती पोलिसांपैकी आहेत की नाही माहीत नाही. ते तसं म्हणतात आणि चौकशीची गुप्त माहिती असलेल्या पोलिसांकडे असलेली माहिती त्यांच्याकडे आहे, बिल्ले काय कसेही तयार करता येतात. ते कोणी का असेनात त्यांची स्वत:ची तपास यंत्रणा आहे. शोधपथकापेक्षा ते दोन पावले पुढे आहेत आणि ते माणसांना मारताहेत. काय करायचं ते आपल्याला ठरवावं लागेल."

"टायसन स्वत:हून शरणागती पत्करणार होता त्याचे काय?"

"अटकेचा आदेश निघण्यापूर्वी टायसन मिळतो का हे आता महत्त्वाचे नाही, पण अलेकला ज्यांनी शोधलं त्यांच्या आधी तो आपल्याला मिळायला हवा."

"अर्थातच. आपण त्याला शोधायला हवं."

"पोलीस आपल्याला मदत करतील, विशेष शोधपथकात नसलेले वरचे पोलीस अधिकारी. जर आपण त्यांना आपल्याकडील माहिती दिली, तर ते निश्चितच मदत करतील." मी म्हटलं.

"नको." डेव्हॉन ठामपणे म्हणाली.

"तू विचार कर, त्यांची आपल्याला मदतच होईल, डेव्हॉन."

"नाही, मला तो धोका पत्करायचा नाही."

"डेव्हॉन.. ऐक..."

"तू मला सगळं सांगितलंस, पोलिसांना माहीत असलेले सर्व त्या दोघांना माहीत आहे. कदाचित ते खरे पोलीस असू शकतील. कदाचित ज्यांचा कॉम्प्युटर चोरीला गेला आहे त्या श्रीमंत माणसाकरिता ही माणसे काम करीत असतील. त्याबद्दल त्यांना पैसेही मिळणार असतील. तसा तू विचार केलायस का?"

"डेव्हॉन."

"आपण माझ्या मुलाबद्दल बोलत होतो, तू त्याला शोधलं पाहिजेस, तू..!"

"आपण पोलिसांची मदत घेतली तर जास्त लवकर शोधू शकू."

"तू आता माघार घेऊ नकोस, एल्विस."

“मी माघार घेत नाहीये.”

“मग ठीक आहे, मला जर इथे राहणे भाग असेल तर राहते; पण आपलं ठरलंय.”

हो, ते ठरलेलंच होतं.

डेव्हॉनला आवरायचं होतं म्हणून मी तिला पाहुण्यांची खोली दाखवली. टॉवेल, इतर हव्या त्या गोष्टी दिल्या. ती माझ्यावर कुरघोडी करू पाहत होती. मी फ्रीजमधून बिअरची बाटली काढली.

तिचं आवरून होईपर्यंत मी जेवणाची तयारी केली. वाटाणे, लिंबू त्यावर थोडंसं मीठ घालून गॅसवर परतून घेतलं. पातेल्यात सॉस तयार केले. डेव्हॉन जीन्स आणि त्यावर सैलसर टीशर्ट घालून आली. विजारीच्या खिशात हात घालून उभी राहिली.

“मोठ्या पात्याचा पास्ता की इटालियन पास्ता?”

“तुला पाहिजे ते.” मी म्हटलं.

मी माझे खाणे घेऊन बसलो.

“मगाशी मी तुझ्याशी जरा रागावून बोलले, मी दिलगीर आहे.” ती म्हणाली.

“असू दे, तो तुझा मुलगा आहे, मी समजू शकतो.”

तिने खिशातून हात बाहेर काढले आणि हाताची घडी घातली.

“मी इथे असताना तू काम करावेस, बरं दिसत नाही.” ती म्हणाली.

“माझे अशील बऱ्याचदा इथे राहतात. तुला बिअर हवी आहे का?”

“नको.”

मी हाताच्या कोपराने फ्रिझकडे निर्देश केला.

“तिथे फ्रीजमध्ये पाणी आहे आणि पाचक थंड पेयदेखील आहे. ते काढ.”

तिने फ्रीज उघडला, आत काय काय आहे ते बघितलं आणि बिअर घेतली.

मी पास्ता ताटात वाढून घेतला आणि जेवणाच्या खोलीत जेवायला गेलो. गप्पा चालल्या होत्या पण वरवरच्या, खरं तर ज्या कारणासाठी आम्ही एकत्र आलो तो विषय टाळायला हवा.

“तुझा मुलगा किती मोठा आहे?”

तिने एकदम विचारल्यामुळे मी गोंधळलो.

“नाही. मला मुलगा नाही.” मी म्हणालो.

तिने आश्चर्यचकित होऊन बघितलं.

“मी तुझ्याबरोबर एका लहान मुलाचा फोटो बघितला, मला वाटलं तो तुझा मुलगा आहे.”

मी पास्ता खात बिअर पीत होतो.

"तो माझ्या मैत्रिणीचा मुलगा आहे, बेन. तो येतो तेव्हा इथे राहतो."

"हे छान आहे." "खूपच छान."

"खूप गोड दिसतोय, खूप जवळचा असेल ना तुझ्या?"

डेव्हॉनला या विषयावर बोलायचं दिसलं, म्हणून मी बिअर घेत म्हणालो,

"आम्ही एकत्र होतो, बेन आणि त्याची आई लुईझानाहून इथे आले, काही दिवस इथे राहिले, पण परत गेले."

"खूपच वाईट, तुम्ही लग्न केले होते का?"

"मला लग्न करावंसं वाटत होतं पण नाही केलं, तिला दुसरंच काहीतरी हवं होतं."

तिने मान हलवली आणि बिअर पीत राहिली.

"टायसनच्या बापालाही असंच दुसरं काहीतरी हवं होतं." डेव्हॉन म्हणाली.

काय बोलावे हे कळेना म्हणून मी विषय बदलला.

"मला ज्यांच्याकडे चोरी झालीये अशा अठरा जणांची यादी मिळतेय, ती बघून याच्यामागे कोण आहे ते कदाचित कळेल. अंबरच्या फोन नोंदी सुद्धा मिळतील. आपल्याला अंबरचा शोध लागला तर टायसन मिळू शकेल."

आपल्या ताटातील पास्त्याकडे ती पाहत होती.

"तुला असं वाटतं का, की तो मेला असेल?"

तिच्याकडे मी नजर टाकली, ती माझ्याकडेच पाहत होती.

"नाही."

"कदाचित अलेकसारखाच टायसनचाही शोध त्यांना लागला असेल, म्हणूनच तो उत्तर देत नसावा." डेव्हॉन म्हणाली.

"तो जिवंत आहे."

ती माझ्याकडे पाहत होती, बघताबघता तिचे डोळे भरून आले. तिने डोळ्यांची उघडझाप केली; पण तरीही डोळ्यांतून आसवं ओघळलीच. मी तिच्याजवळ गेलो, तिच्या खांद्यावर हात ठेवला.

"डेव्हॉन, तू सतत टायसनला निरोप पाठवत राहा, अलेकचं काय झालं ते कळव, तुझ्या घरी काय झालं ते कळव, त्याला शोधत असलेल्या माणसांबद्दल कळव. त्याला कदाचित माहीत नसेल." मी सांगितलं.

"तो सारखा फोन बदलतोय. उत्तर देत नाही. त्याला निरोप मिळतात की नाही हे कळत नाही." डेव्हॉन म्हणाली.

"हो, पण तू प्रयत्न करत राहा." तिच्या खांद्यावर थोपटत मी म्हणालो.

तिने फोन हातात घेतला; पण तिच्या डोळ्यांतून अश्रू ओघळले. तिच्या हातात फोन असताना मी ताटे उचलून ठेवली. बिअरची दुसरी बाटली संपवली आणि पुन्हा

दिवाणखान्यात गेलो, माझंच मला आश्चर्य वाटत होतं की मी दारुड्या झालो की काय? ती माझ्या पुस्तकांच्या कपाटाशेजारी उभी होती, त्यातील पुस्तके मी अनेकवेळा वाचली होती.

"तुला माहित्येय मी त्याला खूपदा ताकीद दिली होती, बघायचंय तुला मी काय लिहिलं होतं ते." तिने विचारले.

"तू योग्य तेच लिहिलं असणार, डेव्हॉन, पुन्हा परतपरत निरोप पाठवत राहा. वरचेवर लिहीत राहा," मी तिला म्हटलं.

ती कसंनुसं हसली. पुन्हा थोडी बिअर घेतली.

"ती मूर्ख होती."

डेव्हॉन कोणाबद्दल बोलली, ते मला कळलं नाही. "तू कोणाबद्दल बोलत्येस?"

ती त्या चित्राकडे बोट दाखवत म्हणाली, "तुझी मैत्रीण रे, तिला तुझ्याकडून दुसरंच काहीतरी हवं होतं ना!"

मी त्या चित्राजवळ जाऊन बघितलं. मी, बेन, लुसी आम्ही ॲरोहेड इथल्या तळ्यात एका भाड्याने घेतलेल्या केबिनमध्ये राहिलो होतो. बदकांना दाणे टाकले होते, पाण्यात उड्या मारल्या होत्या, मी बेनला डोक्यावर घेतले होते, मी कंबरभर पाण्यात उभा होतो. लुसीने आमचे फोटो काढले होते.

तिने पुन्हा त्या चित्राकडे बोट दाखवले.

"तुझा चेहरा बघ, त्याच्याबद्दल किती प्रेम आहे तुझ्या डोळ्यांत, त्याला सुद्धा तू आवडतोस, तू एक चांगला बाप होऊ शकला असतास."

पुन्हा हातातल्या बाटलीने चित्राकडे निर्देश करत ती म्हणाली, "खरंच ती मूर्ख रे, याहून अधिक काय तिला मिळू शकलं असतं."

काही वेळ त्या चित्राकडे पाहत बसली, मग माझ्याकडे बघितलं, थोडीशी ओशाळली.

"मी खरं तर तसं बोलायला नको होतं, मला बिअरची सवय नाही, म्हणून असेल."

"जाऊ दे, एवढा विचार करू नकोस." मी सावरून घेतलं.

दिलगिरी व्यक्त करून ती तिच्या खोलीकडे गेली. मी वरच्या खोलीत गेलो, अंघोळ केली, कपडे बदलले. पुन्हा खालीत गेलो तेव्हा डेव्हॉनच्या खोलीचं दार बंद होतं; पण खोलीत प्रकाश दिसत होता. कदाचित ती मुलाला उत्तर न येणारे निरोप पाठवीत असावी.

मी सर्व दिवे बंद केले. बिअर घेतली आणि ज्यो पाईकला फोन केला.

"काही हवंय का?"

"ती कशी आहे?" त्याने कुजबुजत विचारले. बहुधा लपलेल्या ठिकाणावरून तो बोलत असावा.

''थोडीशी घाबरलीय, पण ठीक आहे, उद्या सकाळी तिकडे जॉन चेन येणार आहे.''

''तिला सांग मी त्यांना खायला घातले आहे.'' पाईक म्हणाला.

पाईकचे बोलणे क्षणभर माझ्या लक्षातच आले नाही पण नंतर आठवलं -

''मत्सालय ना'' मी म्हटलं.

''तिने माशांना खायला घाल म्हणून सांगितलं होतं.''

''ठीक आहे, मी सांगेन तिला.''

मी फोन ठेवला. आणि ज्या रात्री टायसन गायब झाला त्या रात्रीचे टायसनने केलेले आणि टायसनला आलेले फोन मी तपासत बसलो.

त्याने अंबरला तीन वेळा तर ज्या रात्री अलेकचा खून झाला त्या रात्री अलेकला चार वेळा फोन केला होता. अंबरशी तो जवळजवळ वीस मिनिटे बोलत होता. अलेकने टायसनला एकदाच फोन केला होता. बहुतेक सर्व फोन पाच ते आठ मिनिटांचे होते. परंतु प्रत्येक संभाषणात बराच कालावधी होता, त्यावेळेस कदाचित अलेक आणि अंबर बोलत असावेत. आपला पाठलाग होतोय, कोण करतंय, का करतंय याची जाणीव अलेकला होती की नाही देव जाणे! पाठलाग कुठून सुरू झाला असावा आणि कशाप्रकारे संपला असावा आणि बांधावर गाडी कशी आपटली? अलेक..कदाचित पोलीस ठाण्याजवळ म्हणा किंवा शेरीफच्या ऑफिसजवळ, अग्निशमन केंद्र जिथे किंवा कुठेही गर्दी, प्रकाश असेल तिथे थांबू शकत होता. अंबरच्या ऐवजी पोलिसांना फोन करून पाठलाग होतोय, जीवाला धोका आहे असं कळवू शकत होता. मुलींवर प्रभाव टाकण्यासाठी त्याने बंदूक दाखवली होती. तो तरुण होता, पोरकट होता आणि टायसन, अंबरसारखाच मूर्खही होता.

हातात बिअर घेऊन मी बाहेर आलो, समोरच्या दरीकडे पाहिलं. रात्र निरभ्र होती फार दूरवर आणि उतारावर दिवे चमकत होते. कुटुंबवत्सल माणसे जेवूनखाऊन टीव्ही पाहत असतील किंवा पुस्तके वाचत असतील, बेन आणि लुसी काय करत असतील?

मी पुन्हा आत गेलो, डेव्हॉनच्या खोलीचं दार बंद होतं, आतला प्रकाश दिसत होता आणि रडण्याचा आवाज येत होता.

डेव्हॉनने ऐकू नये म्हणून मी ओट्यावर जाऊन टायसनचा नंबर फिरविला. मला बिप्स ऐकायला आल्या, मग मी त्याला आवाजी निरोप ठेवला.

''टायसन, माझं नाव एल्विस कोल. मी तुझ्या आईला मदत करतोय, ती खूप काळजीत आहे. तू सुखरूप आहेस हे तिला कळव आणि लक्षात ठेव तसं नाही केलंस तर जेव्हा सापडशील तेव्हा मी तुला जबरदस्त शिक्षा करीन.''

मी फोन ठेऊन दिला. थोडावेळ तसाच विचारात गढून गेलो आणि पुन्हा तोच

मॅसेज टाइप केला.

'फादर ऑफ द इअर.'

मला आणखीन बरंच बोलायचं होतं; पण ते प्रत्यक्ष भेटीतच बोलेन.

जर काळ्या गाडीतल्या माणसांना मिळण्याआधी टायसन मला मिळाला तर आणि जर मी त्याला जिवंत ठेवू शकलो तर!

२३

टायसन कॉनर

अंबर तिची बहीण जाझीकडे आली होती. जाझी एका विमान कंपनीत नोकरीला होती; त्यामुळे जगात सर्वत्र फिरण्याची संधी तिला मिळाली होती. अंबर आणि जाझी दोघींनाही त्यांची आई आवडत नव्हती. त्यामुळेच अंबर जाझीकडे राहत होती आणि टायसनदेखील तिथेच होता. तो दिवाणखान्यातील फरशीवर आडवा पडून हातपाय पसरवत, हलवत होता.

अंबर बाथरूममध्ये होती. टायसन किचनमध्ये गेला, बटाट्याचे वेफर्स, लोणचं, चॉकलेट आणि कोक घेऊन आला. या घरात खायच्या वस्तू फारशा नव्हत्या आणि टायसनला तर सतत भूक लागलेली असायची. आणि एवढं कमी खाऊन अंबर कशी राहू शकते याचं त्याला आश्चर्य वाटत असे.

व्हेन्तुरा मुक्त मार्गावरची वाहतूक टायसनने अनेकवेळा बघितली होती, पण जाझीच्या खिडकीतून दिसणारे दिव्यांचे लाल पांढरे पट्टे इतके सुंदर दिसत असत की जणू काही सिनेमातील असावे, असे ते दृश्य अतिशय छान दिसत असे. वुडलँड टेकडीवरची, सहा ब्लॉक्स असलेली दोन मजली इमारत म्हणजे जाझीचे घर, तेही दुसऱ्या मजल्यावर, एखाद्या मासिकातल्या आकृतीप्रमाणे ती इमारत दिसत होती. काळ्या फरशा, स्टीलचे चकाकणारे खांब आणि मातकट रंगांच्या दगडांनी बांधलेली इमारत होती ती. टायसनच्या घरापेक्षा खूपच छान. अंबरने त्याला एकदा गरम पाण्याचा टब दाखवला होता, ते त्यात अजून जरी उतरले नसले तरी त्याचा आनंद

आपण एकदा जरूर घ्यायचा, असं तिने त्याला कबूल केले होते. त्या रात्री तो टब जादूसारखा वाटत होता. त्यातला हिरवा प्रकाश चमकत होता. टायसनला त्या टबमध्ये उतरायची इच्छा झाली होती आणि त्या चकाकणाऱ्या प्रकाशात कायमचे बसून राहावे, असे वाटत होते.

आईने सगळा घोटाळा करून ठेवला असे टायसनला वाटत होते. त्यामुळे तो तिच्यावर रागावला होता. आपण केलेल्या चोऱ्या आईला कळल्यावर त्याने पोलिसात कबूल करावे असे तिचे म्हणणे होते. हे जेव्हा त्याने अलेकला आणि अंबरला सांगितले तेव्हा ते दोघे त्याच्याशी विचित्रच वागले आणि आता अलेक बेपत्ता आहे. कदाचित तो माझ्याशी पुन्हा बोलणारही नाही, काळजी करण्यासारखं काही नाही, असं अंबरला वाटत होतं, पण टायसनला खात्री नव्हती. त्या रात्री घरातून बाहेर पडताना त्याने अकरा हजार डॉलर्स बरोबर घेतले होते आणि आपले नवीन कपडे अंबरच्या घरी लपवून ठेवले होते. कारण त्याच्या आईने बार्नेस जॅकेटबद्दल शंका घेतली होती. जर पळून जायची वेळ आली तर आपल्याकडे पैसे आणि कपडे असावेत; पण पळून जायची वेळ येणार नाही असंच त्याला वाटत होतं.

पाण्याचा आवाज थांबला याचा अर्थ अंबरची अंघोळ झाली असावी.

जर आईने पोलिसांना बोलावले असेल तर? टायसन विचार करत होता. नवीन फोन घेतल्यापासून त्याने त्याचा जुना फोन अजून बघितलाच नव्हता, त्याचा जुना फोन आईच्या नावावर असल्यामुळे आणि तो फोन जर चालू ठेवला, तर त्यावरील संभाषणावरून पोलीस आपल्यापर्यंत पोहोचतील असं अंबरला वाटत होते; पण असं काही घडणार नाही याची टायसनला खात्री होती, अंबरला नव्हती.

केस वाळवण्याचा पंखा जोरात चालू होता. अंबर नळाखालून बाहेर आली आणि तिने केस वाळवायला सुरुवात केली.

टायसन कोचावरून उठला आणि जाझींच्या शयनखोलीत गेला. तिथे झोपण्यासाठी दोन खोल्या होत्या. मोठी खोली जाझींची होती आणि अंबरची लहान होती. अंबरच्या सर्व वस्तू तिच्याच खोलीत असल्यामुळे टायसन जाझींच्या शयनखोलीत आला.

त्याने पलंगाच्या बाजूला बसून मागच्या खिशातून जुना फोन काढला. फोन त्याने चालू करताच त्याच्या आईचे फोन आणि निरोप धडाधड यायला लागले. सगळे निरोप त्याने घरी यावे, कळवावे, प्रतिसाद द्यावा, त्याची आई त्याची काळजी करत्येय असेच होते. टायसनला वाईट वाटले, थोडंसं गलबलून आलं. अपराधीदेखील वाटलं आणि सर्वांत मोठा निरोप त्याला मिळाला. त्याच्या आईने लिहिले होते...

"हाच निरोप तुला मी ध्वनिमुद्रित स्वरुपात पाठवला आहे. अलेक तुझा मित्र मेला आहे, तुला माहित्येय का त्याचा खून झालाय आणि ज्यांनी

खून केला ते तुला आणि अंबरला शोधत आहेत. तू खूप संकटात आहेस बाळा, ह्या माणसांना हवी असलेली वस्तू तुम्ही चोरलीत. मला वाटतं लॅपटॉप! त्यांनी अलेक आणि इतरांना मारलंय, तुला आणि तुझ्या मैत्रिणीला शोधताहेत, ते तुम्हालाही ठार मारतील. कृपा करून घरी जाऊ नकोस, त्यांनी आपल्या घरात शोध घेतलाय आणि कदाचित अजूनही लक्ष ठेवून असतील. तू मला फोन कर. मी एका डिटेक्टिव्हला मदतीला घेतले आहे. तो माणूस आपल्याला मदत करतोय. बाळा. अलेकचा खून झालाय, तू जिवंत आहेस की नाही हेही मला माहीत नाही. तू जिवंत असायला हवास, मी तुझ्यावर खूप प्रेम करते. मला तुझी खूप काळजी वाटते.''

हे वाचत असताना अंबर आत आलेली, त्याला कळलेच नव्हते. ती खिदळत म्हणाली,

''तुझी आई खरोखरच चांगली आहे.''

टायसन वैतागलाच होता. त्याला काहीतरी चमत्कारिक वाटत होते. अंबर त्याच्या मागेच होती आणि तिने तो सर्व निरोप वाचला होता. रुंद जिवणीतल्या तिच्या हसण्यामुळे ती अधिकच सुंदर दिसत होती.

''हे खरं असेल का? तुला काय वाटतं?'' त्याने अंबरला विचारले.

''मला वाटतं ही एक रचलेली कहाणी असावी, तू तिला फोन करावास असं तिला वाटतं.'' अंबरने तिचे मत सांगितले.

''मला अलेकची काळजी वाटतेय, त्याने अजून फोन का केला नाही?''

''अलेक कदाचित लपून बसला असेल, तुझ्या आईला कळल्याचं सांगितल्यावर तो एकदम वेगळाच झाला. आईचा कदाचित हा बनाव असेल असं मी त्याला सांगितलं. पण तुला माहिती आहे ना अलेक कसा आहे तो. त्याला जिकडेतिकडे पोलीसच दिसतात. नाटकी आहे नुसता!''

अंबर आरशापुढे जाऊन उभी राहिली. टायसन मोहित होऊन तिच्याकडे पाहत होता. तारुण्याने मुसमुसलेली अशी ती टायसनने बघितलेली सर्वांत सुंदर स्त्री होती. दोन्ही हात पसरून ती म्हणाली, ''कशी दिसते मी?''

''खूपच मादक.'' टायसन म्हणाला.

तिच्या हसण्याने तो पागल झाला. ''धन्यवाद साहेब, तुम्ही खरंच गोड आहात.'' तिने आपले केस डोळ्यावर घेतले, पुन्हा एकदा आरशात बघितलं; आणि टायसनसमोर गुडघ्यावर बसत, त्याच्या डोळ्यांत डोळे घालत म्हणाली,

''मला वाटतं, तुझ्या आईचं म्हणणं खरं नसावं, पण जर असेल तर आपण

त्याला शोधू.''

"हो,'' टायसन म्हणाला.

"मला अलेकची काळजी वाटते, नको त्या माणसांबरोबर काम करतो, विचार करत नाही. मला तर त्याच्या बंदुकीचा तिरस्कारच वाटतो'' अंबर म्हणाली.

अलेकने बंदूक बाळगायला सुरुवात केली होती आणि पोर्शे ही महाग गाडी घेण्याच्या बाता मारायला लागला. चोरलेली महागडी घड्याळे घालून तो क्लबमध्ये कामावर जात असे. असाच दिखाऊपणा करून, लोकांच्या नजरेत येऊन अनेकजण तुरुंगात गेले आहेत. म्हणून अंबरने त्याच्याकडून बंदूक काढून घेतली होती. अंबर नुसतीच सुंदर, चांगली नव्हती तर ती तल्लखही होती.

"तू त्याची बंदूक काढून घेतलीस ते चांगले केलेस,'' टायसन म्हणाला.

क्षणभर थांबून विचारमग्न झालेली अंबर म्हणाली,

"एक गाडी त्याचा पाठलाग करत होती, असं तो म्हणाला, मला वाटलं त्याचं ते नाटक असावं, पण विश्वास ठेवण्यासारखे वाटले, हो ना?''

"हो.''

"तुला खरोखरच असं वाटतं का, की त्याचा पाठलाग होत होता.'' अंबरने विचारले.

"त्याने नाटक केले असे वाटत नव्हते, कारण तो घाबरला होता.'' टायसन म्हणाला.

"त्याने कदाचित त्यांना चुकविले असावे, पाठलागामुळे तो चिडला असावा, तुला त्याचा स्वभाव माहीत आहे ना?''

अंबरला डोंगरावरून येणारी मस्त हवा आणि हवेबरोबर चेरीचा सुगंध आला. तिच्या नितळ डोळ्यांत काळजी उमटली.

"तो ठीक असावा,'' टायसनच्या गालाला हात लावत ती काळजीच्या सुरात म्हणाली.

"मला सुद्धा तसंच वाटतंय.'' टायसन म्हणाला.

टायसन तिच्या डोळ्यातच अडकला होता, जेव्हापासून ते भेटले तेव्हापासून ती त्याच्याशी बोलत असे, त्याची उत्तरे ऐकत असे, त्याने विनोद केला असे समजून हसत असे, एवढेच नव्हे तर एखाद्या विनोदावर हसायला नाही आले, तर त्याची चेष्टा करत नसे. आपण बावळट वगैरे आहोत असे वाटून देत नसे. त्याचा अपमान करत नसे, किंवा आपण कोणी विशेष आहोत असे त्याला वाटावे अशीच त्याच्याशी वागत असे. टायसन जसा होता तशीच ती त्याच्याशी वागत असे. तिने तिचे विश्व त्याच्यासाठी उघड केले होते. खरंच अंबर म्हणजे टायसनकरता जादूच होती.

एकदम मागे सरकून ती त्याला म्हणाली, ''मला इथे रात्रभर बसायचे नाही, चल आपण बाहेर जाऊ.''

टायसनच्या पोटात गोळा उठला, तो घाबरून म्हणाला ''पोलीस जर आपला शोध घेत असतील तर?''

तिने त्याचा हात धरून त्याला जवळ घेतलं. ''हे बघ, माझ्यासारख्या सुंदर मुलीने घरी बसावे का, की माझ्याबरोबर येण्याचा संकोच वाटतो?''

टायसन हसला.

''चल कपडे कर. कदाचित क्लबवर अलेकबद्दल कोणाला माहिती असेल.''

दरवाजाकडे जाताना ती म्हणाली, ''ते निळे जाकीट घाल, तू मस्त दिसशील, आणि तुला भूक लागलीय, तशी नेहमीच लागते म्हणा, बाहेर काहीतरी खाऊ.''

अंबर गेल्यावर टायसन स्वत:शीच हसला. अंबरच्या बोलण्यावरून टायसनला असे वाटे की तो कोणी विशेष आहे.

''चल रे लवकर, आपण माझ्या गाडीतून जाऊ.'' तिने घाई केली.

टायसन कपडे बदलत असताना त्याचा जुना फोन वाजला. मघाशी तो जुना फोन बंद करायचा विसरला होता. बहुतेक नवीन निरोप आला असावा.

> ''माझं नाव एल्विस कोल, मी तुझ्या आईला मदत करतोय, याचाच अर्थ तुलाही मदत करतोय. तुझ्या आईला तुझी खूप काळजी वाटतेय, तू ठीक असल्याचं तिला कळव. आणि तसं नाही केलंस तर जेव्हा मिळशील तेव्हा मी तुला जबरदस्त शिक्षा करीन.''

टायसनने अंबर येतेय का ते बघितलं आणि लगेच तो निरोप फोनमधून काढून टाकला. त्याचा आईने उल्लेख केलेला माणूस हाच असावा, ज्याने चोरीचे घड्याळ ओळखले होते. टायसन चिडला. त्याला वाटले त्याची आई त्याला घाबरविण्यासाठी या सर्व गोष्टी रचित असावी. आणि मला कळविण्यासाठी त्याला पैसे देत असावी. त्याच्या आईचे मानसिक संतुलन बिघडले हेच खरे.

अंबर म्हणाली ते बरोबर होतं. त्याने फोन बंद करून ठेवायला हवा होता.

तो फोन बंद करणार एवढ्यात दुसरा निरोप आला.

''टायसन मी खरोखरच तसं करीन.''

टायसनने कोलचा फोन नंबर ओळखला.

''गेलास उडत.'' असं म्हणत टायसनने फोन बंद करून मागच्या खिशात ठेवला. जॅकेट घेऊन तो निघाला.

२४

ज्यो पाईक

संधिप्रकाश कमी होऊन रात्रीचा अंधार पडला. डेव्हॉनचे घर आणि कुंपण यांच्या मधे पाईक घराच्या छायेत बसला होता. थंडी वाढत होती पण हवीहवीशी वाटत होती. दरीतून येणाऱ्या लाखो दिव्यांच्या प्रकाशामुळे ताऱ्यांचा प्रकाश कमी वाटत होता. काळी गाडी येत्येय का याची पाईक वाट पाहत होता. तशा दोन-चार काळ्या गाड्या मागेपुढे येऊन गेल्या, पण पाईकला हवी असणारी गाडी आली नाही. पोलीस नाहीत आणि कोणीही नाही! उशिरा रात्री पाईकच्या लक्षात आले की एक करमणुकीसाठी वापरली जाणारी मोठी गाडी तीन घरे सोडून उभी आहे. डेव्हॉन गेल्यानंतर त्याने ते वाहन जवळून पाहिले होते.

रस्त्याकडे तोंड करून उभ्या असलेल्या त्या वाहनावर विक्रीसाठी असं लिहिलं होतं. त्या अक्षरांवरची शाईसुद्धा आता पुसट झाली होती. त्या वाहनाची तीन चाके सपाट झाली होती. रात्रीच्या अंधारात पाईक डेव्हॉनच्या घराशेजारी छायेत बसला होता. वातावरणातील धुळीची पुटं चढल्यामुळे गाडीवर झेब्रासारखे पट्टे दिसत होते ही गाडी मुद्दामहून रस्त्याकडे तोंड करून ठेवली असली तरी आतापर्यंत कोणाचेचे त्याकडे लक्ष गेले नव्हते. अनेक महिने गाडी तशीच राहिल्यामुळे त्यावरची अक्षरे पुसट झाली होती. मध्यरात्रीनंतर पाईक डेव्हॉनच्या घराच्या छायेतून बाहेर पडून त्या मोठ्या प्राण्यासारख्या दिसणाऱ्या करमणुकीच्या वाहनाकडे गेला, पुढच्या दोन्ही काचांवरची धूळ त्याने थोडीशी पुसली, आत बसल्यावर नीट दिसायला हवे म्हणून.

चालकाच्या केबिनची अवस्था काही फारशी चांगली नव्हती. त्या गाडीचे तोंड रस्त्याकडेच होते. धूळ पुसून झाल्यावर पाईकने त्याची जीप त्या वाहनाच्या बाजूला लावली आणि तो पुन्हा डेव्हॉनच्या घराच्या छायेत येऊन बसला.

एखाद दुसरी गाडी, माणसे अजिबात नाहीत!

पावणेदोन वाजता निशाचर जनावरांनी रस्ता ओलांडला. रानमांजरासारखा एक प्राणी येऊन गेला. टोकदार सुळे असलेला जंगली कुत्रा तोही फिरून गेला, रानमांजर डेव्हॉनच्या घराच्या पायवाटेवर येऊन थांबली. तिला पाईकचा वास लागला होता. पाईकने आपला श्वास रोखून धरला होता. आता ती त्याच्याचकडे पाहत होती. ती कुठून आली आणि कुठे जाणार हे पाईकला कळले नाही. पाईककडे पाहत ती उभी होती.

पाईक श्वास रोखून उभा होता. पण रानमांजरीने त्याला पाहिलं असेल असं त्याला वाटत नव्हतं. पण त्याचा गंध तिने नक्कीच ओळखला असणार आणि ती अंधारात पाईकचा माग घेत असणार. रानमांजरीने थेट पाईककडे पाहिलं पण ती पळाली नाही. पाईक विचार करत होता ती कुठून आली असेल आणि कुठे निघाली असेल. आणि तिला जिथं पोहोचायचं आहे तिथे ती सुखरूप पोहोचेल का. ते डोंगरदऱ्यांपासून शेकडो मैल दूर होते. मानवी जगाने त्यांचा भोवताल व्यापला होता. रानमांजरीने त्याला पाहिलं पण ती पळाली नाही.

पाईक शांतपणे म्हणाला ‘पळ’. क्षणात ती रानमांजर अंधारात अदृश्य झाली.

पहाटे चार वाजता पाईकने सॅक पाठीवर अडकवली आणि तो त्या करमणुकीच्या वाहनाकडे गेला. रात्री डेव्हॉनच्या घराजवळ बसणे ठीक होते; पण दिवसा पाईकला लपणे आवश्यक होते. त्या वाहनाचा दरवाजा उघडून तो आत गेला, हाताच्या ओंजळीत लहान दिवा लावून आतली जागा बघितली. प्रवासी बसण्याच्या जागेवरून त्याला डेव्हॉनचे घर दिसत होते आणि चालकाच्या जागेवरून विरुद्ध दिशेकडचा रस्ता दिसत होता. आता तोही रानमांजरासारखा अंधारात पाहू शकत होता.

पहाटे साडेचारपासून एकेका घराला जाग यायला लागली. शास्त्रीय तपास विभाग असा फलक असलेली एक गाडी डेव्हॉनच्या घराजवळ येऊन थांबली. जॉन चेन आला होता. त्याने गाडी डेव्हॉनच्या घराच्या पायवाटेवरच थांबवली.

पाईकने चेनला फोन केला. चेन म्हणाला

“तू इथे असशील असं एल्विस म्हणाला होता कुठे आहेस तू?”

चेन गाडीतून उतरला आणि घराकडे पाहू लागला.

पाईक म्हणाला “वळू नकोस”

“मी वळत नाही, पण तू कुठे आहेस?”

“मी रस्त्याच्या समोरच्या बाजूस, तुझ्या डाव्या हाताला तीन घरे सोडून

मनोरंजन वाहनात आहे.'' चेनने वळून त्या गाडीकडे डोळे बारीक करून बघितले.

''जॉन'' पाईकने हाक मारली.

चेनने वळून बघितले. ''खिडकी कुठे आहे?''

''गॅरेजच्या उजव्या हाताला शेवटची खिडकी, तिथे तिचे ऑफिस आहे.''

चेनने प्रवेशद्वाराजवळून घराच्या भिंतींच्या बाजूने बघायला सुरुवात केली. पण अंधारामुळे त्याला दिसेना.

''हॅऽऽ, इथे खूप अंधार आहे. इथे दिवा लावायला हवा,'' तो पुटपुटला.

''पुढे वॅटकीन्सचं घर आहे, त्यांचा कुत्रा भुंकेल.''

''तू येतोयस की व्हॅनमध्येच अडकलायस?''

''येईन. तुला आवश्यकता असेल तर.''

''ठीक आहे, पण मला ती जागा सापडली, माझं काम मी करतो.''

चेन त्याच्या गाडीकडे गेला, त्याचं नाव असलेला डगला त्याने अंगात घातला. प्रखर दिवे घेतले, प्रवेशद्वाराकडून तो त्या खिडकीकडे गेला. टोबी, शेजारचा कुत्रा त्या आवाजाने भुंकायला लागलेला पाईकने ऐकला. पण लगेच थांबला, बहुधा वॅटकीन्स बाहेर आले असावेत.

चेनने बुटाचे ठसे घेण्याचे काम उरकून जाईपर्यंत सकाळ झाली होती.

शेजारीपाजारी आपापल्या कामाला लागले. तीही वेळ गेली. गजबजलेला रस्ता पुन्हा शांत झाला, नाष्ट्यासाठी सफरचंद, केळं, एक कडक रोल आणि वास येणारा मिश्र पदार्थ.

आता कुठे दिवसाची सुरुवात झाली होती, तरीही पाईकची दिवसभर वाट पाहण्याची तयारी होती.

पण त्याला फार वेळ वाट पाहावयास लागणार नव्हती.

काळी गाडी काही तासांच्या अंतरावरच होती..!

◆

भाग ३

काहीतरी वेगळं हवं असलेली स्त्री...!

२५

एल्विस कोल

मला जाग आली तेव्हा माझा मजला सकाळच्या कोवळ्या ऊन्हात छान पिवळसर रंगात न्हाऊन निघाला होता. बोका अंगाचं मुटकुळं करून माझ्या डोक्याजवळ झोपला होता. अगदी हळू आवाजात घोरतदेखील होता.

मी त्या पिवळसर रंगानं आल्हादून गेलो असतानाच फोन वाजला. चेन होता.

''काही मिळालं?''

''दोन अंशत: ठसे आणि काही उथळ ठसे, काही स्पष्ट ठसेही मिळाले, माती कोरडी होती म्हणून बरे झाले.''

''पॅकोइमामधीलच ठसे का?''

''मला ते कॉम्प्युटरमधून तपासावे लागेल; पण तुला तर माहित्येय की ते प्रकरण माझ्याकडे नाही.''

''जॉन धन्यवाद! मला कळव.''

''एक गोष्ट नक्की एल्विस,'' चेन म्हणाला. ''तो माणूस खूप धिप्पाड असणार. त्याच्या बुटाचा क्रमांक १४ असणार.''

एक मोठा! एक धिप्पाड!!

''बुटाच्या एकाच जोडीचे ठसे आहेत की दोन?'' मी विचारले.

''प्रथमदर्शनी तरी एक. असे वाटते की एकाने खिडकीतून प्रवेश केला असला पाहिजे आणि दुसऱ्याला दरवाजातून आत घेतले असणार. आपण नक्की काय

करतोय हे त्यांना माहीत होतं.'' चेन म्हणाला.

''त्यावरून एकाने दुसऱ्याला आत घेतले असे तू म्हणतोयस का?''

चेन हसला.

''एकदम नवीन बूट होते. नुकतेच खोक्यातून काढलेले आणि त्यांनी हातमोजे घातले असणार कारण हाताचे ठसे खिडकीवर मिळाले; पण त्यात घेण्यासारखं काहीच नाही. जणू काही त्याच्या बोटांना टोकंच नव्हती. व्हिनाइल मोजे घातले की असे होते.''

''नवीन बूट हे काय प्रकरण आहे?''

''हे बघ, तुम्ही बूट घालून हिंडता, तुमचे पाय कुठेही, कशावरही पडतात, त्यामुळे बुटांच्या टाचांना चिरा पडतात, बुटांच्या चवड्यावर छेद जातात, त्यामुळे एक प्रकारचा आकार तयार होतो; बरोबर, याला शॅलमॅक पॅटर्न असं म्हणतात. आणि ज्याप्रमाणे कोणतीही दोन माणसे एकसारखी चालत नसतात, त्याप्रमाणे तुमच्या बुटांचे ठसेही एकमेव असतात, कळलं.'' त्याने समजावून सांगितले.

''म्हणजे बोटांच्या ठशांसारखे! हो ना!''

''बरोबर पण नवीन बुटाच्या बाबतीत काय होतं, की त्याच्यावर एखाद दुसरे चक्र असते त्यामुळे ठसे सारखेच असतात, त्यात तुलना करण्यासारखे काही नसते.'' चेनने समजावले.

याचा अर्थ, एक मोठा, एक धिप्पाड. दोघेही खूप धूर्त होते.

मी फोन ठेवला. मॅट सिम्सचा ई मेल आला होता. त्या ई मेलने मला नवीन उभारी मिळाली. अठरा घरफोड्यांची सविस्तर माहिती त्याने पाठवली होती. शिवाय कार्ला इलिसने अंबरच्या फोन बिलांची माहिती पाठवली, पण फोन अंबरच्या नावावर नव्हता. आधी मी कार्लाला फोन केला.

तिच्या आवाजावरून ती खूपच उत्तेजित झाल्यासारखी वाटत होती. संगीताचा आणि लोकांच्या ओरडण्याचा आवाज येत होता.

''एक मिनिट थांब, मला काही ऐकू येत नाहीये.'' ती म्हणाली.

ती पुन्हा बोलायला लागली तेव्हा आवाज बंद झाला.

''माहिती मिळाली का?'' तिने विचारले.

''हो, पण मला दुसरी नावे अपेक्षित होती, तुझी खात्री आहे ना माहितीबद्दल?''

''अर्थातच, नाहीतर मी पाठवलीच नसती.'' ती म्हणाली.

''बघितलंस कशी आहे ती?''

''हो, नोरा गुरविक, व्हिसा कार्डावरून बिलाचे पैसे भरण्यात आले आहेत. तिथेही तिचेच नाव आहे आणि चालू बिलाचा पत्ता पलासेडचा आहे.''

नोरा गुरविक, अंबर नाही!

"खात्यावर दुसरं कोणाचं नाव आहे का?"

"इतर पाच क्रमांक आहेत पण सर्वांवर एकच नाव आहे. आणि हे व्यावसायिक खाते असल्यामुळे कर्मचारी किंवा नातेवाईक फोन वापरत असतील."

"नोरा कदाचित अंबरची आई असू शकेल..!"

"तसं वाटतंय खरं कार्ला! धन्यवाद!" मी म्हणालो.

"जायंटस किंवा कार्डस काहीही असू दे जाळीमागे अगदी मध्यभागी आहे."

"तुझ्या नावाचा एक हॉटडॉग ठेवतो आहे." मी म्हणालो.

"मला तुझ्या भुकेची कल्पना आहे" कार्ला म्हणाली.

कार्ला पण ना!

टी शर्ट आणि लहान विजार घालून मी स्वयंपाकघरात गेलो. डेव्हॉन अजूनही तिच्याच खोलीत होती. कॉफी घेऊन मी ओट्यावर आलो. हवा थंड होती, धुक्याची चादर संपूर्ण खोऱ्यावर पसरली होती. मी हठ योगात सांगितल्याप्रमाणे बारा सूर्यनमस्कार घातले, शेवटचा बारावा नमस्कार तायक्वांदो पद्धतीने अत्यंत कमी वेगात केला, मग वेग वाढवत सोबत वाघाच्या, बगळ्याच्या पोजेस केल्या, आणि शेवटी विंग चुन प्रकारचा व्यायाम केला. डेकच्या या टोकापासून त्या टोकापर्यंत दमछाक होईस्तोवर धावलो, डेकची फरशी घामाने भिजून गेली. व्यायाम संपवून मी पाठीवर आडवा पडलो. माझे कपडे घामाने ओलेचिंब झाले होते.

डेव्हॉन तिथे कधी आली मला समजलेच नाही. ती म्हणाली, "रोज तू असा व्यायाम करतोस?"

मी शीर्षासनात होतो म्हणून ती मला उलटी दिसली, ती दारात उभी होती.

"शेजारी बघत असतील तरच मी व्यायाम करतो! पण तुझी झोप कशी झाली?"

"मी ठीक आहे," ती म्हणाली, पण ती ठीक नव्हती कारण ती खूपच थकलेली दिसत होती आणि तिच्या डोळ्याखाली काळी वर्तुळे दिसत होती.

"कॉफी घेशील ना?" मी विचारले.

"घेईन. छान वास येतोय कॉफीचा."

माझ्यापाठोपाठ ती स्वयंपाकघरात आली. ही कॉफी लुइझानमधल्या मूर्ख बाईने पाठवली आहे हे मी तिला सांगितले नाही.

मी दोन कपात कॉफी ओतली. त्यात साखर आणि दूध घातलं. कप कदाचित गरम असेल म्हणून कप धरण्यासाठी टॉवेल घेतला. तिने कॉफीची चव घेतली.

"खूप छान झालीय." ती म्हणाली.

"तुला आवडली ना? मला बरं वाटलं." मी म्हणालो.

तिने पुन्हा घोट घेतला. तिला कॉफी आवडली, दोन्ही हाताच्या ओंजळीत तिने

कॉफीचा कप तोंडाजवळ धरून ठेवला. कदाचित तिला कॉफीच्या उष्णतेने आणि वासाने बरे वाटत असावे.

"तू कराटे करत होतास का?" तिने विचारले.

"काही तायक्वांदो, काही कुंग फूचे प्रकार; मला दोन्ही आवडतात."

"टायसनलाही आवडायचं, लाथा झाडायच्या आणि सगळे हवेत उडायचे, त्याला शिकायचे होते म्हणून मी त्याला एके ठिकाणी पाठवलेदेखील होते."

"ए, दोजोमध्ये?'

"तो बारा वर्षांचा होता तेव्हा; पण त्याला आवडलं नाही."

"कारण, पाहणं आणि प्रत्यक्ष करणं यात खूप फरक आहे."

"तो म्हणायचा, इतर मुलं त्याची मस्करी करतात, मला तरी तसं कोणी मस्करी करताना दिसलं नाही."

डेव्हॉन शांत होती, कपाच्यापलीकडे पाहत होती. कदाचित ती बारा वर्षांच्या टायसनला आठवत असेल.

"त्याला माझे निरोप मिळालेत की नाही कुणास ठाऊक! तसं तो दुर्लक्ष नाही करणार," ती म्हणाली.

मी कॉफी संपवून कप धुवून ठेवला.

"अंबरच्या फोनची बिले पलासेडच्या पत्त्यावर जातात, मी प्रयत्न करून बघतो. कदाचित टायसन आणि अंबर दोघेही तिथेच असतील. जर नसतील तर कुठे आहेत ते तरी कळेल."

डेव्हॉनचा चेहरा उजळला. कदाचित मुलाला शोधण्याचा एखादा मार्ग मिळाला असावा, नवीन आशा पल्लवित झाल्या.

"चल, मी कपडे बदलून येते." ती म्हणाली.

"थांब, तिथे काय असेल ते माहीत नाही. त्यामुळे तू येऊ नकोस," मी तिला अडवलं.

"अरे, पण तो माझा मुलगा आहे. मला त्याला मदत करायची आहे." ती म्हणाली.

क्षणभर मी विचार केला, मला तिची मदत कशी होऊ शकेल. मग तिला म्हटलं, "तुला मदतच करायची असेल तर हे बघ."

मी तिला कॉम्प्युटर उघडून दिला आणि मॅट सिम्सने पाठवलेली माहिती दाखवली.

"हे सगळे पोलीस रिपोर्ट आणि विमा दावे दाखल झाले त्यांची माहिती आहे. यात अठरा घरफोड्यांची सर्व माहिती आहे. माझ्यासाठी तू त्या सर्वांच्या छापील प्रती काढ."

"हो, मला माहीत आहे कसं करायचे, ते," ती उत्सुकतेने म्हणाली.

"या नस्तीमधून आपल्याला नाव व पत्ते मिळतील, पण आपल्याला त्यांची पार्श्वभूमी कळायला हवी. हे लोक काय करतात, कसे जगतात, पूर्वी कधी अटक झाली आहे का? वगैरे वगैरे. तुला सगळं शोधून काढावे लागेल. तोपर्यंत अंबरचा शोध घेऊन मी येतो."

मला हळूच स्पर्श करत तिने प्रतिसाद दिला आणि ती कॉम्प्युटरजवळ बसली.

"मी बसते आता" ती म्हणाली.

"तुला जे जे महत्त्वाचे वाटेल त्याच्या प्रती काढ."

"मी इथे आहे, तू टायसनला शोध." ती मला म्हणाली.

मी वरच्या मजल्यावर गेलो, अंघोळ केली, कपडे बदलले, बुटाची नाडी बांधत असतानाच, माझी शेजारीण कँडी, जिचा सौंदर्य प्रसाधनाचा व्यवसाय होता, तिचा फोन आला. आम्ही काही वेळा डेट वर गेलेलो आहे पण हाताच्या बोटावर मोजण्याइतक्या वेळा सुद्धा तिनं मला घरी फोन केलेला नाही. मी घाईत होतो, हाताच्या ओंजळीत फोन घेत मी म्हणालो,

"बोल कँडी."

"आता तू दिसतोस कुठे. पण तू तुझ्या ऑफिसवर येणार असशील तर ऑफिसमधले पाहुणे जाईपर्यंत तुला थांबावं लागेल."

"कोणी अशील?"

"नाही पोलीस. तू कधी येशील असं विचारत होते. मी सांगितलं त्यांना की मला गरोदर केलंस तेव्हापासून तू इकडे फिरकत नाहीस."

"गुप्तहेर होते का?"

"त्यांच्या ओळखपत्रांवरून तर तसंच वाटलं."

"दोन माणसे होती का? एक मोठा आणि एक धिप्पाड?"

"दोन माणसं. पण एवढे काही धिप्पाड नव्हते. म्हणजे मी काही, ओह वॉव, आय एम वेट"

"हे असं बोललंच पाहिजे का?"

"पण मी चावट बोललेलं तुला आवडतं ना पण. काही निरोप आहे का असं मी त्यांना विचारलं, तर नाही म्हणाले."

"त्यांनी माझ्या ऑफिसमध्ये प्रवेश केला होता काय?"

"बहुतेक नाही, ते दरवाजाची मूठ फिरवत होते. मग उद्वाहनाजवळ थांबले. संपूर्ण व्हरांड्यात फिरत होते. आता बहुतेक गेले असावेत. पण नक्की माहीत नाही." कँडी म्हणाली.

"कँडी, आभारी आहे, मी आता काळजी घेईन" मी म्हणालो.

"हुशार आहेस. मी शरीरापेक्षा बुद्धीकडे आकर्षित होते." ती म्हणाली.

मी बूट घातले, कपाटातून नवीन कपडे काढले, हवाइन पद्धतीचा नवीन शर्ट घातला. जीन पँट घातली, आणखीन काहीतरी कमी वाटत होतं म्हणून खांद्यावर चामडी पिशवी लटकावली, पिस्तुल कमरेला खोचलं, ते दिसू नये म्हणून वरून निळा कोट घातला. बाहेर आलो तर माझे छपाईमशीन धडधडत होते. डेव्हॉन मनापासून काम करत होती.

मला पाहताच म्हणाली, "बाप रे, किती छान दिसतो आहेस तू!"

डेव्हॉन एकच रात्र राहिली, तर लगेच आम्ही ओझी आणि हॅरिएट झालो.

"मला किती वेळ लागेल ते माहीत नाही, पण तू इथे कैदी नाहीस, बाहेर जावंसं वाटलं तर जा, पण मला कळव."

"मी इथे बसून सर्व छापून घेते. ऑफिसमध्ये येत नाही असं कळवते."

"आणि जर तुला टायसनबद्दल काही कळलं तर मला फोन कर, काही घडलं तरी मला फोन कर आणि काही लागलं तरी कळव." मी म्हणालो.

"नक्की, ठीक आहे आता मला काम करू दे."

ओझी बाहेर पडला. हॅरिएट घरीच राहिली. निघताना तिच्या गालावर ओठ टेकवायला हवे होते; परंतु मी अंबरला शोधायला निघालो होतो.

मी खोऱ्यातून गाडी पुढे काढली. पश्चिमेकडे बुलेवॉर्डकडे वळलो, आता मी समुद्राची दिशा धरली. दुसऱ्या टोकाला पॅसिफिक पलासेड होते. तिथे सूर्यास्त होत असतो. अचानक एक काळी मोठी गाडी एका ट्रकच्या मागून आली आणि माझ्या गाडीमागे लागली. ती इतकी जवळ होती की माझ्या गाडीला मागून टेकेल असं मला वाटलं. मी गाडीत दोघांना बघितलं.

दोन माणसे!

दोन मोठी माणसे!!

२६

मी गाडीत गॅस भरण्यासाठीही थांबलो नाही किंवा समोर दिसणाऱ्या गल्लीत वळलो नाही किंवा हुलकावणी द्यायचा प्रयत्नही केला नाही. ते माझ्या मागे लागलेत हे माझ्या लक्षातच आले नाही असं मी भासवले. माझी गाडी मी उजव्या मार्गिकेतच ठेवली होती. नेहमीप्रमाणे मी गाडी चालवत होतो. फक्त माझं पिस्तुल मी माझ्या पायात घेतले.

डेव्हॉनचे शेजारी काळी गाडी असं म्हणाले होते, पण गाडी काय सहज बदलता येते आणि शेजारचे गृहस्थ वृद्ध होते, कदाचित गडद ग्रे गाडी त्यांना काळी वाटली असण्याची शक्यता होती.

मी आणखीन दोन चौक पुढे गेलो, पुढे एक सिमेंटचा ट्रक होता, त्याच्या पुढे जाऊन मी मार्गिका बदलली, ग्रे गाडी दिसली नाही. त्यांनीही अलगद त्यांची गाडी त्या ट्रकच्या पुढे धक्का न लागेल अशी काढली आणि पुन्हा माझ्या गाडीमागे आले. ट्रक चालकाने ब्रेक सोडून दिले आणि तो भोंगा वाजवायला लागला. मी डावीकडे वळण्याचा सिग्नल दिला आणि ला सिनेगाच्या येथे डाव्या गल्लीत वळलो. तिथे लाल दिवा होता, मला थांबणं भाग होतं. आता त्या गाडीतील माणसे काय करतात हे मला बघायचं होतं.

मी पिस्तुलावरची पकड घट्ट केली, ब्रेक दाबले आणि थांबलो. माझ्यामागे ती ग्रे गाडीसुद्धा थांबली. माझ्या गाडीच्या आरशात ते दोघे मला दिसत होते. त्या

दोघांचे चेहरे रागीट, क्रूर आणि निर्विकार वाटत होते. त्यांचे स्पोर्टस् कोट, टाय आणि गॉगलवरून ते पोलिसांचे गुप्तहेर असावेत असं वाटत होतं. ते नेफ आणि हेन्समन असायला हवे होते. त्यांनी गाडीबाहेर यावं असं मला वाटलं, पण ते गाडी बाहेर पडले नाहीत.

पुन्हा तो सिमेंटचा ट्रक त्यांच्या बाजूने आला, ट्रकचा हॉर्न वाजत होता आणि ट्रकचालक शिव्या देत होता. त्या दोघांनीही प्रतिक्रिया दिली नाही, त्यांनी माझ्यावरची नजर हटविली नाही.

सिग्नल हिरवा झाल्यावर मी सिनेगाच्या उजवीकडे वळलो. ती ग्रे गाडीदेखील माझ्या पाठोपाठ वळली. त्यांनी मला अडविण्याचा प्रयत्न केला नाही की ठार मारण्याचा प्रयत्न केला नाही. त्यांनी लपून राहायचासुद्धा प्रयत्न केला नव्हता. ते फक्त माझ्या मागोमाग येत होते.

ते असं का करत होते याचा मी विचार करत होतो आणि त्यांच्याबाबतीत काय करता येईल याचा विचार करत असताना माझा फोन वाजला. येणाऱ्या क्रमांकावर माझंच नाव होतं म्हणजेच माझ्याच ऑफिसमधून कोणीतरी फोन करत होतं.

"कोण?" मी विचारलं.

एका स्त्रीचा आवाज आला.

"कोल, मी सार्जंट कॅसेट, तू आज सकाळी काय करतोयस?"

"मजेत आहे. तू माझ्या ऑफिसमध्ये काय करतेयस?" मी थोड्याशा रोषाने विचारले.

"तुझी वाट पाहतेय, आपल्याला बोलायला हवं."

मी दक्षिणेकडे वळलो आणि माझा पाठलाग करणाऱ्यांवर लक्ष ठेवून होतो.

"कॅसेट, मी कामात व्यस्त आहे, तू अशाप्रकारे माझ्या ऑफिसमध्ये आलीस हे मला पटलेलं नाही. तू वेळ ठरवून यायला हवं होतंस." मी रागाने म्हटलं.

"तुला आरशात गाडी दिसतेय?"

मी त्या माणसाकडे बघितलं.

"हो, ते माझ्यामागे आहेत."

"ती माझीच माणसे आहेत, एस आय एसची दोन माणसे तुझ्या मागावर आहेत तू त्यांना बघितले नसावेस असा माझा कयास आहे, ती ग्रे गाडी अजूनही तुझ्या मागे आहे का?"

मी पुन्हा त्या माणसाकडे बघितलं.

"हो."

"तू त्यांना बाय बाय कर." तिने सांगितले.

तसं मी करताच ती ग्रे गाडी माझा पाठलाग सोडून निघून गेली.

“तुला काय पाहिजे?” मी विचारले.

“मी काय सांगितले तुला, मला तुझ्याशी बोलायचं आहे, मी तुझी वाट पाहतेय, तू जर आलास तर बरे होईल.” कॅसेट म्हणाली.

ती तशी चांगली होती पण ताठा सोडला तर.

“त्या ग्रे गाडीतील माणसांची नावे काय?”

“क्वार्कमायर आणि बेन्स” तिने सांगितले.

“तू सकाळी त्यांना माझ्या ऑफिसमध्ये पाठवलं होतंस का?”

“हो. आणि तू काय शेजारच्या ऑफिसमधल्या बाईला गरोदर केलंयस का रे?”

कदाचित आपण चेष्टा करतोय की मैत्रीच्या पातळीवर बोलतोय असं तिला वाटत असावं, पण मी हसलो नाही.

“कोल, वेळ काढ लवकर ये. महत्त्वाचं आहे. आलास की सगळं सांगते.”

“पाचच मिनिटात आलो.” मी म्हणालो.

आठ मिनिटांनंतर मी ऑफिसमध्ये पोहोचलो. गाडी लावून चार चार पायऱ्या चढून माझ्या मजल्यावर आलो. लिफ्ट होती पण माझ्यासारखा माणूस जिने चढू शकतो. कँडीचे आणि माझ्या ऑफिससमोर असलेले इन्शुरन्सचे ऑफिस बंद होते. माझ्या ऑफिसचे दार उघडे होते. मी आत गेलो, आत कॅसेट होती.

माझ्या ऑफिसमध्ये दोन खोल्या होत्या. पुढच्या खोलीला बाल्कनी होती. मागची खोली पाईकची होती. पण पाईकला त्या खोलीची गरज नव्हती. माझ्या खोलीत टेबल होतं. अशिलांना बसायला खुर्च्या, कोच होते. छोटासा फ्रीज होता, वर घड्याळ होतं, आणि घड्याळाच्या टिकटिकीबरोबर सर्वत्र नजर फिरवली जात होती.

खोलीत कॅसेट एकटीच होती.

“रिव्हिएरा कुठे आहे?” मी विचारले.

ती उभी राहिली, हसलीही नाही, हस्तांदोलनही केलं नाही. “मला काही खासगी बोलायचं होतं, मला वाटलं त्यादृष्टीने तुझं ऑफिस योग्य असेल.”

मी पाईकचं ऑफिस, बाल्कनी बघितली, कोणीही नव्हतं. कदाचित रिव्हिएरा टेबलाखाली असू शकेल!

“तू फोन करू शकली नसतीस का? आपण एकत्र का येतोय? की तुला खूप काही मोठं दाखवायचं आहे?”

माझ्याकडे तिने अशा नजरेने बघितले की तिच्या मनात दुसरा विचार असावा. ती खाली बसली, पायावर पाय टाकला,आणि फ्रीजकडे पाहत म्हणाली,

“तुझ्याकडे पाणी नसेलच ना?”

"पाणी आहे, पण ऑफिसमध्ये घुसणाऱ्यांसाठी नाही."

ती हसली.

"ठीक आहे, एल्विस तू हे सगळं प्रकरण एकंदरीत कठीण करणार आहेस असं वाटतंय."

"कॅसेट, तुला काय बोलायचं आहे? मी खूप कामात आहे, मला खूप कामं आहेत."

पाय बदलून ती म्हणाली, "तू खोटं बोललास."

"खरं आहे, पण मला काही नटण्यामुरडण्याची कामे नाहीत."

"तू काही इन्शुरन्स दाव्यांचे पैसे मिळवण्यासाठी काम करत नाहीयेस, लोकांनी तुझे जे वर्णन केले त्यात तू बसत नाहीस."

"जे असं बोलतात त्यांनी माझ्या क्रेडिट कार्डाची बिले बघितलेली नाहीत."

"मला नाही तसं वाटत, पण कोल तू जे काही करतोयस ते तुझ्या अशिलासाठी करत आहेस." कॅसेट म्हणाली.

तिला दुसरंच काहीतरी बोलायचं होतं, पण मला तिचा रोख आवडला नाही.

"होय, कॅसेट मी कोणाकरिता तरी काम करतोय." मी सांगितलं.

"मी ज्या लोकांशी बोलले, अगदी गुप्तहेर जे तुझा तिरस्कार करतात ते देखील म्हणतात की तू विश्वासू आहेस, याबद्दल मी जेवढा विचार करते तेवढं मला असं वाटतं, की तू तुझ्या अशिलाशी खोटं बोलतोयस."

"कॅसेट, तू आत्ता इथून निघून गेलीस तर बरे होईल."

मला तिच्या बोलण्याचा राग आला.

"थांब," ती हात वर करून म्हणाली, "मी तुझ्यावर आरोप करत नाही, पण तू कायदे मोडतो आहेस किंवा कोणत्या तरी वेड्यावाकड्या गोष्टीत अडकला आहेस."

"मग काय झालं?"

"तू सत्य का टाळतो आहेस, हे मला माहीत आहे, मला खरोखरच कळलंय, पण खरं काय ते याहून खोल आहे. तुला माझ्यापेक्षा जास्त माहिती आहे आणि म्हणूनच आम्ही इथे आलो आहोत." हात पसरून ती म्हणाली. "एकटीच, तुझ्या या बाहुल्याबरोबर!" घड्याळाकडे हात करत चेहरा वेडावाकडा करत ती म्हणाली.

"तू सांगतो आहेस, त्यापेक्षा जास्त माहिती मला हवी आहे. थोडा तरी प्रामाणिकपणा हवा, त्यासाठी विश्वास तुटला तरी चालेल!"

मी फ्रीजमधून पाण्याच्या दोन बाटल्या काढल्या, एक तिला दिली, दुसरी मी घेतली, पाणी प्यायल्यावर मी तिला म्हणालो,

"माझ्याशी सरळ बोल."

“लुईस ऑगस्ट.”

“आणखीन?” मी विचारलं.

“तू तिचं नाव का नाही सांगितलंस?” तिचा प्रश्न.

“माझ्याकडे काहीतरी आहे असं मी तुला म्हटलं नव्हतं का?”

“डोकं चेचून तिचा खून करण्यात आला आहे, तुला नक्की ठाऊक असणार याची खात्री आहे मला, बहुतेक चोरी करताना तिला मारण्यात आलं असावं.”

“बहुतेक.”

“तुला असं वाटतं का, की दुसऱ्याच कोणत्यातरी कारणास्तव तिचा खून झालाय?”

“कदाचित तिला एक किंवा अधिक चोरांची माहिती असावी आणि असं असेल तर चोरट्यांना शोधणाऱ्या एक किंवा अधिक लोकांनी तिला मारलं असावं.” मी म्हटलं.

“चोऱ्या करणाऱ्या मुलांना शोधतो आहेस का?” तिने विचारले.

“हो.”

“का, काय कारण?”

“माहीत नाही.”

“तू आणखीन दोन नावे टाळलीस, नेफ आणि हेन्समन. त्यांनी तिला मारलं का?”

“काही कल्पना नाही”

“लुईस ऑगस्टकडे माहिती होती असं त्यांनी तुला सांगितलं का?”

“ते मी खोटं बोललो, पण मी त्यांना भेटलेलो नाही.”

“मग त्यांनीच मारलं असावं असं तू का म्हणालास?”

“तुला माहित्येय का ते बघण्यासाठी मी तसे म्हणालो.”

“मला माहिती कशी असेल?”

“तुझ्यासाठी ते काम करताहेत असं त्यांनी क्रेन्झासला सांगितलं होतं.”

“मार्टीन आणि मार्गी?”

“होय, त्यांनी बिल्ले दाखवले, ते पोलीस असल्याचं सांगितलं. तुझ्या विशेष दलासाठी काम करत आहोत असंही त्यांनी सांगितलं. त्यांनी क्रेन्झासकडे चौकशी केली आणि लुईस ऑगस्टची चौकशी केली.”

कॅसेट खूप वेळ माझ्याकडे पाहत होती. तिच्या मनात कोणते विचार असतील याचा मी विचार करत होतो, पण तिचा चेहरा निर्विकार होता. शेवटी ती मागे टेकून बसली.

“आणखीन काही सांगायचंय?” तिने विचारले.

"नाही."

"तू यात कसा काय गुंतला आहेस, हेच मला कळलेलं नाही." तिने आश्चर्य व्यक्त केले.

"मी तुला सांगितले नाही का?"

ती माझ्याकडे थोडा जास्त वेळ बघत राहिली.

"ठीक आहे. सध्यातरी एवढी माहिती पुरेशी आहे." असं म्हणत कॅसेट उठली.

"हा असा बाहुला ठेवून तुझं म्हणणं लोकांनी गांभीर्याने घ्यावे अशी कशी अपेक्षा करतोस?"

"तो माझ्यासाठी इथे आहे. लोक काय विचार करतात त्याकडे मी लक्ष देत नाही."

"हं, तेही मी ऐकलंय," ती हसत म्हणाली.

जाता जाता पाण्याची बाटली तिने माझ्याकडे फेकली. दूर जाणाऱ्या तिच्या पावलांचा आवाज मी ऐकला. दार बंद करून घेतलं. सगळीकडे बघून घेतलं, काहीही बिघडलेले नव्हतं, हरवलेलं नव्हतं.

२७

पॅसिफिक पलासेड जगाच्या अगदी टोकाकडे वसले होते, जेथे लॉस एंजलीसचा किनारा अगदी लागून होता. पलासेडच्या दक्षिणेला सांता मोनिका, उत्तरेला मालिबू, पूर्वेला ब्रेंटवूड, एंजलीसच्या लोकांना हवाहवासा वाटणारा होता. त्यातून, रिव्हिएरा कंट्री क्लबमुळे तर या शहराला शोभाच आली होती. श्रीमंत लोकांना गोल्फ खेळायला आवडतं ना!

समुद्र दिसेल अशा एका रेषेत बांधलेली घरे होती. नोरा गुरविकचा पत्ता इथलाच होता. बहुतेक सर्व घरे एकही डाग नसलेली, स्वच्छ स्पॅनिश मध्ययुगीन वाडे, पूर्वजांच्या खुणा मिरविणाऱ्या वाड्या, रुबाबदार परंतु शालीन श्रीमंती असलेली घरे.

नोरा गुरविक एका गल्लीत राहत होती. घर विकत घ्यायला खूपच महाग होतं, पण तिचं घर सुंदरही नव्हतं आणि छानही नव्हतं. नवीनच बांधलेली इमारत इतर जुन्या सुंदर घरांसमोर अगदी वाईट दिसणारी, जणू काही रसात पडलेली माशीच!

मी गल्लीच्या टोकापर्यंत गेलो, कुठे टायसनची वोल्वो दिसतेय का ते पाहत, पण नाही!

एक प्रौढा, गुडघ्यापर्यंत झगा आणि बूट घालून बाबागाडी ढकलत पायवाटेवरून रस्त्यावर आली. तिला जाण्याकरता रस्ता देत मी थांबलो. ती हसली, बाबागाडीतून एका छान मुलाने हात बाहेर काढून हवेत उडविले...

त्या बाईने रस्ता ओलांडल्यावर मी पुन्हा त्या इमारतीपाशी रेंगाळलो.

एका मोठ्या लोखंडी दारापर्यंत सिमेंटच्या पायऱ्या वरपर्यंत चढत गेल्या होत्या. आतल्या अंगणात घरापेक्षा आणि दारापेक्षा उंच वाढलेला बांबू होता. पांढऱ्या संगमरवरी भिंतीवर टेहेळणी कॅमेरा होता. दरवाजाच्या बाजूला अडकवलेल्या किल्ल्यांच्या जुडग्यावर आणखीन एक कॅमेरा होता. मी पायऱ्या चढून वर गेलो. घंटीचे बटण दाबले, घंटी वाजत राहिली. मला स्लॉसनच्या घराची आठवण झाली. खूप वेळा घंटी वाजली, पण दार उघडले गेले नाही.

''ती कधीच गेली.'' बाबागाडीवाली बाई रस्त्यापलीकडून मला सांगत होती.

''कोण नोरा?'' मी विचारले.

''बहुतेक ती दौऱ्यावर असावी, ती नेहमीच प्रवास करते.'' प्रौढा सांगत होती.

बोलताना ती हसत होती. बहुधा कुचेष्टेने, उपरोधाने. माझ्या लक्षात आले तिला अजून काहीतरी सांगायचे होते, ती माझ्या विचारण्याची वाट पाहत होती.

मी तिच्यापर्यंत गेलो, लहान मुलाने पटकन तिच्याकडे झेप घेतली.

''तुमचं हे बाळ म्हणजे अगदी बाहुली आहे.'' मी कौतुक केले.

''ही तीन नंबरची नात आहे, चौथं येऊ घातलंय,'' ती दुपटं सारखं करत म्हणाली.

''छान बातमी आहे. अभिनंदन!''

मी त्या बाळापुढे हात नाचवले. जीभ बाहेर काढून दाखवली, बाळाने खिदळत हातपाय उडवले. आम्ही दोघेही हसलो, मग मी तिला अंबरबद्दल विचारले.

''खरं तर मला अंबरलाच भेटायचंय. ती इकडे आसपास कुठे असू शकेल काय?''

त्या प्रौढेच्या चेहऱ्यावरचे हसू मावळले.

''ती लहान मुलगी पुन्हा संकटात आहे काय?'' तिने विचारले. संकटात.

''तो तिचा मित्र, मला वाटलं ती त्याला मदत करू शकेल, आई तशी मुलगी, किती त्रास आहे हा?''

प्रौढा सगळं सांगण्याच्या तयारीतच होती.

मी तिला माझं कार्ड दिलं, ओळख सांगितली.

रे बेकनने, त्या प्रौढेने कार्ड काळजीपूर्वक वाचले. ही बाई कोणाबरोबरही बोलू शकत होती. तिने कार्ड परत दिले.

''यापूर्वी कधीही माझी आणि खाजगी गुप्तहेराची भेट झालेली नाही.''

''इतर गुप्तहेर दुसऱ्याला कमी लेखतात.''

तिने डोळे मिचकावले आणि हसली.

''तू खूपच विनोदी आहेस. मला विनोदी माणसे आवडतात.''

"छान, मुलीला भेटणारा पहिला माणूस खास असला पाहिजे."

माझ्या बोलण्यावर ती मोठ्याने हसली.

"आणि थोडंसं चावट बोलणारी माणसं जास्त आवडतात." ती म्हणाली.

मी आवडणारा?

"अंबर आसपास असू शकेल का?" मला तिला काही प्रश्न विचारायचे आहेत.

कोणास ठाऊक? असा चेहरा करत ती म्हणाली, "महिनाभरात ती मला दिसलेली नाही, ते सतत भांडत असतात."

"कोण? अंबर आणि तिची आई?"

"नाही, तिघेही. ती तिची भयानक आई आणि तिचे माजी नवरे. इथे तर तमाशाच असतो. भांडणं, ओरडणं मूर्खपणा नुसता! त्या मुलींचे नुकसान झाले यात काही आश्चर्य नाही."

मुली.

"म्हणजे अंबरला बहीणदेखील आहे का?"

"हो, जाझी, ती मोठी बहीण, जेव्हा शक्य झालं तेव्हा लगेच ती इथून बाहेर पडली. पण तिला तरी नावे कशी ठेवणार?" रे बेकन म्हणाली.

"जाझीचे आडनाव पण गुरविकच आहे ना?" मी विचारले.

"रीड, अंबरचेही तेच आहे, रीड तिचा पहिला नवरा."

नजरेनेच तिने मला तिचे घर दाखवले.

"डिक, हा पाचवा नवरा!"

"डिक, नोराचा नवरा होता?"

"भूतकाळ. कंटाळला असेल तिला," ती मला माहिती सांगतच होती.

आत्तापर्यंत ते लहान बाळ कंटाळलं. ते कुरकुर करायला लागल्यावर तिने त्याला घेतले आणि जोजवायला लागली.

"अंबर जाझीबरोबर असेल, इथे खूप भांडणे झाली की ती जाझीकडे जाते. खरं तर तिनेही इथून जायला हवं. मला विचारशील तर इथे तिचे खूप नुकसान होईल."

तिच्या वाक्यावरून मला आठवलं, "तुम्ही म्हणालात ती संकटात आहे म्हणून."

कपाळाला आठ्या घालून तिने घराकडे पाहिलं. आठ्या घालण्यासारखं काय होतं ते संगमरवर आणि ग्रॅनाइटच्या मागे होतं.

"हो, असं म्हणण्याचं कारण तिच्या घरात दडलं आहे, बघ ना, एकापाठोपाठ अमली पदार्थ, मुलं आणि त्यांचं रानटी वागणं."

"तिला कधी अटक झाली होती का?"

''माहीत नाही, पण मागील तीन वर्षे ते इथेच राहत आहेत.''

लहान बाळाला थोपटत ती म्हणाली, ''तिने दोनदा आत्महत्या करण्याचा प्रयत्न केला.''

''कोणी, अंबरने?''

''हो, आम्हाला ॲम्ब्युलन्स आली तेव्हा कळलं. पोलीस आले तेव्हा वाटलं पुन्हा तिने तसेच केले की काय.'' रे बेकनने मान हलवत इतिहास सांगितला.

ती, तिच्या घराकडे पाहत होती, मीदेखील पाहिले.

''पोलीस आले होते का?''

''हो, कालच पोलीस आले होते. कोणीतरी आत घुसलं होतं.'' तिने पुढे जोडलं.

''काल दिवसा?'' मला आश्चर्य वाटले.

''हो, मी किराणासामान आणायला गेले होते. घरी आले तर ही गर्दी, रस्ता बंद. मला वाटलं अंबरने शेवटी आत्महत्या केली की काय? मी पोलिसांच्या गाडीच्या बाजूने येऊही शकत नव्हते.''

''खरंच भीतिदायक. काय झालं ते पोलिसांनी सांगितलं का तुम्हाला?''

''काही नाही, घरफोडी झालीय आणि घाबरण्याचे कारण नाही, बहुतेक इशाऱ्याचा भोंगा बंद झाला असावा, पोलीस काही जास्त बोलले नाहीत.''

''तुम्ही कधी येथे काळी मोठी गाडी बघितली होती काय?''

''लिमोझिनसारखी का?''

''शक्य आहे, चार दरवाजे, काळ्या काचांच्या खिडक्या, काळा रंग.''

''गाडीसारखी गाडी,'' विशेष काय त्यात अशा अर्थाने तिने मान उडवली..

''तुमच्याकडे जाझीचा फोन नंबर किंवा पत्ता आहे का?''

''नाही, पण नोराचा नंबर आहे माझ्याकडे, डिकचा ट्रक आला तर लगेच कळव असं नोराने सांगितलंय. त्यांच्या घटस्फोटात मला गुंतवणार बहुतेक...''

लहान बाळाने आता त्रास द्यायला सुरुवात केली. थोपटूनही ऐकेना, म्हणून रे बेकन बाळाला दाईकडे सोडायला गेली. येताना नोराचा नंबर आणते म्हणाली.

रे बेकन आत गेल्यावर मी नोराच्या घरावर लक्ष केंद्रित केले. सर्वत्र सुरक्षा व्यवस्था असतानादेखील तिच्याकडे स्वत:ची अशी स्वतंत्र सुरक्षा व्यवस्था होती. गॅरेजच्या बाजूला 'व्हाईट शिल्ड होम प्रोटेक्शन'चा फलक होता. नोराच्या घरावर कॅमेरा दिसला. स्लॉसनच्या घरी ज्याप्रमाणे फोटो आले होते, तसेच आताही मिळू शकतील हे माझ्या लक्षात आले. पण स्लॉसनच्या इथले फोटो काही फार चांगले नव्हते, कदाचित नोराच्या इथले फोटो चांगले असतील. त्यावरून अंबरच्या घरी कोण घुसले होते हे तर कळेल आणि मला व्हाईट शिल्डकडून फोटो मिळू

शकतील.

रे बेकनने मला नोराचा नंबर दिला. मी नोराला फोन केला तर ध्वनिमुद्रित फीत ऐकायला आली. ''मी नोरा, निरोप ठेवा, मी तुम्हाला फोन करेन.''

नोराच्या मेसेजने मला आश्चर्य वाटलं, ती अगदी नॉर्मल वाटत होती.

मी माझं नाव नंबर सांगितला, शिवाय असाही निरोप ठेवला, की रे बेकनकडून डिकविषयी कळलं. मी त्यात मदत करीन. हा निरोप ऐकून ती मला नक्कीच फोन करेल.

मी फोन ठेवला आणि व्हाईट शिल्डबद्दल विचार करू लागलो. व्हाईट शिल्ड कदाचित माझ्यासारख्या अनोळखी डिटेक्टिव्हला मदत करणार नाही, असं वाटून मी डेव्ह डेटमनला फोन केला. त्याला फोन करून मला काय पाहिजे ते सांगितलं.

नोराच्या घरावरील कॅमेऱ्याने तिच्या घरात घुसणाऱ्यांचे फोटो घेतले असतील, तसेच रस्त्याकडे तोंड असलेल्या कॅमेऱ्याने जर एखाद्या काळ्या गाडीचा फोटो व्हिडिओ घेतला असेल, तर तो भाग मला हवा आहे असं मी त्याला सांगितलं.

''याचा संबंध कदाचित स्लॉसनशी जोडता येऊ शकेल.'' डेव्ह म्हणाला.

''माझाही तसाच अंदाज आहे. बघू, जर मी म्हणतो तीच माणसे असली तर आणि जर लहान मुले घरात घुसली असतील तर नाही.'' मी म्हणालो.

वीस मिनिटांनंतर डेव्हचा फोन आला. ''मुली नव्हत्या तिथे.'' तो म्हणाला.

''मग दोन माणसं, त्यातील एक जाडा?''

''अरे, त्यांच्याकडे व्हिडिओ वगैरे काहीच नाही.'' डेव्ह म्हणाला.

''एक मिनिट थांब, मी आता त्या इमारतीबाहेर आहे. मी आता कॅमेरात बघतो आहे.'' मी म्हणालो.

''व्हाईट शिल्ड सांगू शकेल पण नोराच्या इथली सुरक्षा व्यवस्था व्हाय फाय वापरून भेदली आहे. खरं तर हे सोपं नाही.'' डेव्ह म्हणाला.

''पण त्या धोक्याच्या इशाऱ्याचे काय? पोलीस आले ना लगेच.'' मी म्हटलं.

''कोणीतरी पोलिसांना फोन केला, तुला माहित्येय कोणी केले हे?''

''नाही.''

''नक्की खरं सांगतोयस ना?''

''पण कळलं तर सांगीन तुला'', मी म्हटलं.

''कोणीतरी अतिशय कुशल, हुशार माणसाने हे काम अतिशय कौशल्याने केलं असणार, कोणीही साधासुधा माणूस हे करू शकणार नाही.'' डेव्ह म्हणाला.

मी नोराच्या घराकडे पाहत होतो. एक मोठा आणि एक जाडा दोघेही कुशल होते.

दोन माणसांनी माझ्या आधी नोराचे घर शोधले होते. तिथली सुरक्षायंत्रणा हॅक

केली होती, ते माझ्या आधी क्रेन्झासला भेटले, लुईस ऑगस्टलाही आणि अलेक रिकीलाही! आणि माझ्या आधी जर जाझी त्यांना मिळाली, तर त्यांची विजयपताका अशीच चालू राहील. कदाचित त्यांना जाझी मिळाली असेल, तर टायसन आणि अंबर दोघेही मेले असतील. पण मला तसं वाटत नव्हतं! आता मला टायसनपर्यंत पोहोचविण्यात टायसनच मदत करणार होता.

मी टायसनला पुन्हा नव्याने निरोप पाठवला...

"अलेकला मारलेल्या माणसांना तू चोरलेला लॅपटॉप हवा आहे, तुला शोधण्यासाठी त्यांनी लुईस ऑगस्टचा खून केला, तुला आणि अंबरला ते ओळखतात. तुम्ही कुठे आहात ते त्यांना माहीत आहे, तुझ्या घराची झडती त्यांनी घेतली आहे, त्यावेळेस तुझी आई जर तिथे असती, तर ती नक्कीच मेली असती. या माणसांपासून तू फार काळ दूर लपून राहू शकणार नाहीस. टर्मिनेटर आठवतोय? ते टर्मिनेटर आहेत. ते तुला आणि अंबरला शोधतील आणि मग तुझ्याकडे लॅपटॉप आहे की नाही हा प्रश्नच उरणार नाही! ते पुरावाही मागे ठेवत नाहीत, तू हे सगळं समजून घे, तू हुशार आहेस, विचार कर आणि माझ्याशी बोल."

मी निरोप पाठवला आणि वाट पाहत बसलो!

टायसनचा प्रतिसाद नाही, फोन नाही, मीच मूर्खासारखा वागलो, असं मला वाटलं,

फोन बाजूला ठेवला, आता यात कोणीही काहीही करू शकत नव्हते. शोध चालू ठेवण्यासाठी मी गाडीकडे वळलो..!

२८

टायसन कॉनर

पश्चिम हॉलीवूडमधील एका शाकाहारी हॉटेलच्या बाहेर ओट्यावर ते बसले होते. त्यांच्या आजूबाजूला तरुण, भटकी आणि रुबाबदार मुलेमुली होती. ते गवती चहा किंवा स्पॅनिश कॉफी पीत होते. एखाद्या प्राणिसंग्रहालयात आल्यासारखे टायसनला वाटत होते. ते आले तेव्हा गर्दी होती, अनेक जण तिष्ठत होते पण अंबरने टायसनचा हात धरत ओढत आत आणले. दोन मिनिटात त्यांना जागा मिळाली.

"मला ही जागा खूप आवडते." अंबर म्हणाली.

टायसन म्हणाला, "हो, जागा छानच आहे." खाद्यपदार्थ ठेवून वेटर गेली.

मशरूम, टोफू, काळे वाटाणे सगळे नैसर्गिक पदार्थ होते. टायसनला वाटले नव्हते की हे पदार्थ त्याला आवडतील.

"आणखीन काही हवंय का?" महिला वेटरने विचारले.

अंबरने हसून तिच्याकडे बघितलं.

"नको, आहे ते खूप छान आहे." टायसन, अंबर दोघेही म्हणाले.

वेटरने क्षणभर टायसनकडे बघितलं.

"तू कशी आहेस?" अंबरने तिला विचारले.

"छान, आभारी आहे," ती म्हणाली.

"तुझे कानातले मला आवडले." अंबर म्हणाली. तसे तिचे डोळे चमकले.

"मित्राची जादू का" तिने विचारले.

"मला माहीत नसेल का..."

अनेक वर्षांची मैत्री असल्यासारख्या त्या हसल्या.

अंबर हसली तेव्हा ती वेटर प्रभावित झाली. अंबरचा हा प्रभाव टायसनने नेहमीच अनुभवला होता. त्याला आश्चर्य वाटायचे, सर्वच तिच्या प्रेमात पडायचे.

ती गेल्यावर टायसनने फोनमधला फोटो अंबरला दाखवला.

"तू या बाईला ओळखतेस?" त्याने विचारले.

अंबरने फोटोकडे पाहिलं.

"काहीशी ओळखीची वाटते." अंबर म्हणाली.

"ती व्हेनिसमध्ये राहते, आठवडी बाजाराजवळ. नेहमी यायची ती, कदाचित तू आणि अलेक तिला भेटला असाल." टायसन म्हणाला.

अंबरने पुन्हा काळजीपूर्वक पाहिले, आठवले असं तिला वाटलं, पण खात्री नव्हती.

"शक्य आहे, पण कोण आहे ती?" अंबरने विचारले.

"तिचं नाव लुईस ऑगस्ट."

"आणि अलेकसारखाच तिचाही खून झालाय." टायसन म्हणाला.

"हे मला तू असलं काही सांगू नकोस, मला वाईट वाटतं आणि मग मी निराश होते." ती म्हणाली.

अलेकबद्दलची माहिती फेसबुकसारख्या समाजमाध्यमावर येत होती आणि नंतर कोलने लुईस ऑगस्टबद्दल लिहिले. टायसनने गुगलवरून माहिती काढली, लुईस ऑगस्ट शहात्तर वर्षांची होती आणि हाती बनविलेल्या उशा, बाहुल्या किंवा स्पंजाची खेळणी आठवडी बाजारात विकत असे, शेजाऱ्यांमध्ये लाडकी होती. तिच्या दयाळूपणाबद्दल ती प्रसिद्ध होती. तिच्या डोक्यात मारून तिचा खून झाला होता. इतरांना ऐकायला जाऊ नये, म्हणून टायसन अंबरला हळू आवाजात सांगत होता.

"अलेकबद्दल माझी आई म्हणत होती ते खरे आहे. जर या दोन्ही घटनांचा एकमेकांशी संबंध असेल तर?"

"नाही, तिचं म्हणणं बरोबर नाही. तुला वाटतंय तसं नक्की नाही."

"अलेकला गोळ्या घालून मारण्यात आले."

टायसनचे बोलणे ऐकून बाजूच्या मुलाने एकदम मान वळवून बघितलं.

"अलेकबद्दल मलाही वाईट वाटतं, पण सोफिया म्हणाली, ती रस्त्यावरची मारामारी होती आणि तुला माहित्येय अलेक कसा होता ते, त्याने काही गुंडांना छेडलं असेल."

सोफिया अलेकला खूप आधीपासून ओळखत होती, तिने अलेकबद्दल फेसबुकवर

लिहिलेले टायसनने वाचले होते म्हणून त्याने त्यापूर्वीच्या नोंदी वाचल्या, पण कोणीही घरफोड्यांविषयी लिहिले नव्हते. आईने आणि कोलने कळविलेल्या गोष्टीत टायसनला तथ्य वाटत होते, म्हणून तो काळजीत पडला होता. एकदा आपल्या घरी जाऊन खरोखरच कोणी शोध घेतला का ते पाहावं, असा विचार त्याच्या मनात आला, पण त्याने ते टाळले. कदाचित पोलीस आणि कोलने रचलेला हा सापळादेखील असेल.

"रस्त्यावरची मारामारी ही कदाचित ऐकीव गोष्ट असू शकेल. काय घडले ते पोलिसांना अजून माहीत नाही. त्यांनी सांगितलं की तपास अजून चालू आहे." टायसन म्हणाला.

अंबर समोरच्या टोफूकडे झुकली. तिचे डोळे तेवढे विस्फारले होते, जणू ते म्हणत होते की असं घडलेलं असणं साहजिकच आहे.

"कोणालाच माहीत नाही, तर आपण कोण?" टोफू खात खात अंबर म्हणाली.

कोलला माहीत होतं आणि कोलच्या म्हणण्याप्रमाणे ज्यांनी अलेकला मारलं त्यांनाही माहीत होतं.

"मी आशा करतो की तुझं बरोबर असावं."

"मी बरोबरच आहे. त्यांना कळलं असतं तर आपण तुरुंगात असतो."

"काही सांगता येत नाही, दोन्ही बाजूची शक्यता आहे."

मान हलवत तिने हात पसरले.

"मी गोंधळले आहे तू आता जे काही म्हणालास त्याची मला कल्पना नाही."

आवाज आणखी बारीक करत टायसन म्हणाला, "आपण कोणाच्या घरी चोऱ्या केल्या ते आपल्याला माहीत नाही, ज्या घरात घुसलो तिथे कोण राहत होतं ते माहीत नाही, जर आपण कोणा 'भाई'च्या घरात चोरी केली असेल तर ते काही पोलिसात जाणार नाहीत, ते एखाद्या लुका ब्रासीसारख्या मारेकऱ्यालाच पाठवतील."

अंबरचं शरीर ताठरलं. तिने ओठावरून जीभ फिरवली, तिचा चेहरा काळवंडला.

"तू खूप त्रासदायक आहेस टायसन," ती त्याला म्हणाली.

"उलट आपल्याला त्रास होऊ नये म्हणून मी प्रयत्न करतोय." टायसन म्हणाला.

"हे सगळं तू सुरू केलंस. तू आणि तुझ्या मूर्ख आईने," मशरूम खात ती म्हणाली.

टायसन ओशाळला. तो अन्नपदार्थांकडे पाहत राहिला. अंबरनं त्याच्यावर रागावू नये असं त्याला वाटत होतं. अंबर त्याच्या आयुष्यातील खूप मोठी गोष्ट

होती.

काही क्षण शांततेत गेले. टायसन ती बोलेपर्यंत अन्नाकडे बघत राहिला.

मग अंबर म्हणाली, ''हे मशरूम खूप चांगले आहेत.''

टायसनने काळ्या वाटण्याची उसळ खाल्ली. ती उसळ वेगळीच दिसत होती, पण त्यातल्या काजूच्या रसामुळे जिभेवर चव रेंगाळत राहिली.

''ही उसळसुद्धा खूप चांगली आहे.''

''हे बघ, टायसन, तुझा तो कोण 'भाई' आहे ना, त्याने अलेकला मारलेलं नाही, तुझ्या आईने रचलेली कथा आहे ही. तू तिला विषय पुरविलास.'' अंबर म्हणाली.

टायसनला अवघडल्यासारखं झालं आणि तिचा रागही आला.

''तुझं कदाचित बरोबर असेल,'' टायसन म्हणाला.

''आता चमत्कारिक वागू नकोस, लोक असेच पकडले जातात.'' ती म्हणाली.

''मी चमत्कारिक वागत नाहीये.''

''मग त्या मारेकऱ्याविषयी बोलणं म्हणजे वेडेपणाच आहे ना?'' तिने विचारले.

''पण माझं म्हणणं काय की अलेकचं काय झालं ते आपण आधी शोधू, आणि मग इतर बाबतीत आईचं म्हणणं बरोबर आहे का ते बघू.''

''नाही. तुझं म्हणणं असं आहे का मॉम्मीला भेटून सगळं कबूल करावं?'' चमचा खाली ठेवत तिने विचारलं.

टायसनला तिच्या मॉम्मी शब्दाचा राग आला. लहान मुलांना मॉम्मी असते, अंबर आईला नोरा म्हणते, जणू काही त्यांच्यात नातंच नाही.

''मला अजिबात घरी जायचं नाही.'' तो पुटपुटला.

''मी घरी जाणार नाही.'' टायसन म्हणाला.

''मग आता याविषयी बोलणं थांबव. तू मला दुखावलंस,'' अंबर म्हणाली.

अचानक ती असं म्हणाल्यामुळे तो सटपटला.

''तू असं काय बोलतेस? मी काहीच केले नाहीये.'' तो खट्टू झाला.

''मी तुझ्यावर विश्वास ठेवला, पण तू मला फसवलंस. तू सगळं आईकडे कबूल करून आपल्या साऱ्यांना फसवलंस.'' अंबर तणतणली.

टायसनचा चेहरा पडला. शरमेने मान खाली गेली.

''पण मी तुझ्याबद्दल आणि अलेकबद्दल काहीच सांगितलं नाही.''

''तू सांगितलंस आपलं ते गुपित होतं आणि कोणालाच सांगायचं नाही असं आपण एकमेकांना वचन दिलं होतं. आणि तू ते सांगून मोडलंस.'' अंबर अजूनही रागावलेली होती.

''मी तुझ्याबद्दल अजिबात सांगितलं नाही.''

“हो, तू सांगितलंसच, माझं नाव न घेता, तू बोललास. तुला अजून समजत नाही का? आपण किती भाग्यवान होतो, आपल्याकडे भरपूर पैसे होते, मित्र होते. आपण मोठमोठ्या क्लबमध्ये जात होतो, खूप मजा करायचो, कोणालाही काही कळत नव्हते; पण तू बोललास आणि मला बहिणीच्या घरी लपावं लागलं आणि आता मारेकऱ्याच्या भीतीने तुझी चड्डी ओली होत्येय.” अंबर धडाधडा बोलत होती.

यावेळेस शेजारच्या मुलाने पुन्हा एकदा वळून बघितलं आणि तो टक लावून बघायला लागला.

अंबरच्या लक्षात आल्यावर ती भडकून उठत त्याच्याकडे झुकून त्याला म्हणाली, “मी मोठ्याने बोलतेय का, गुपचूप चहा पी आणि इकडे थोबाड घालू नकोस.”

त्या मुलाने खुर्ची वळवली.

अंबर खाली बसली, तिचा चेहरा क्रुद्ध झाला होता. तिने टोफूचा एक चावा घेतला.

“माझी चूक झाली,” टायसन म्हणाला.

“मला माहित्येय. तुझ्या आईने त्या भाडोत्री माणसाच्या मदतीने तुला पकडलंय.”

“हो ना.”

त्याला काय बोलावं तेच सुचेना.

“आपल्याकडे अजून धमाका आहे, पण तू आता जास्त पिळू नकोस.” ती म्हणाली.

“नाही.” टायसन म्हणाला.

“तू तर काहीच खाल्ले नाहीस.” अंबर त्याच्याकडे पाहत म्हणाली.

“मी एखाद दुसरा टॅको घेईन.”

ती हसली.

“चल, मग पैसे दे. ए पागल, निघू या आपण. वाटेतच टॅको घेऊ. तुला आवडेल.”

एका क्षणात ती उठली.

“बाथरूमला जाऊन येते आपण गाडीजवळ भेटू, तू बील दे.” असं म्हणत, ती गेली सुद्धा.

तिच्या पाठमोरी आकृतीकडे सगळे मान वळवून पाहत होते. सर्वांची नजर तिच्या नितंबावर होती.

टायसनने वेटरला बील घेऊन यायला सांगितले, बील येईपर्यंत त्याने कोलचा निरोप पुन्हा वाचला. त्याला तो निरोप अंबरला दाखवायचा होता पण ती चमत्कारिक

होती, अजून त्याने अंबरला कोलबद्दल आणि त्याच्या निरोपाबद्दल काहीच सांगितले नव्हते. कोणीही जुना फोन वापरायचा नाही असं अंबरने बजावलं होतं. त्यामुळे टायसन जेव्हा एकटा असे, शक्यतो बाथरूममध्ये, तेव्हाच तो आईच्या आवाजातला निरोप ऐके. त्याला खूप रडू फुटे, पण आपलं रडणं अंबरने ऐकू नये म्हणून तो तोंडावर रुमाल घेई.

अंबर अलेकबद्दल किंवा तो कसा मेला याविषयी चकार शब्द बोलत नसे. ती खूपच वेगळी वागत असे, पण तिने लुईस ऑगस्टला ओळखले होते. आणि अलेकच्या खुनाच्या तीन दिवस आधी लुईसचा खून झाला होता.

'तुम्हाला शोधण्यासाठी लुईसचा खून झाला.'

हे कोलचं वाक्य तो जितक्या वेळा वाचे, तितका त्याचा कोलवर आणि आईवर विश्वास बसे. कोणा दोघांनी अलेकचा खून केला होता, चोरलेला लॅपटॉप मिळविण्यासाठी आणि आता ते टायसन आणि अंबरच्या मागावर होते.

'त्यांनी तुझ्या घराची झडती घेतली, त्यावेळेस जर तुझी आई तिथे असती, तर तिचाही खून झाला असता.'

वेटरने उरलेले पैसे आणून ठेवले आणि गेली. चौतीस डॉलर्स.
कोलची ही वाक्ये पुन्हापुन्हा वाचून त्याची पाठ झाली होती.

'तुला आणि अंबरला नक्की शोधतील, मग तुझ्याकडे लॅपटॉप असो वा नसो, तू हुशार आहेस, विचार कर.'

ज्या अर्थी ही माणसे लॅपटॉपसाठी माणसे मारताहेत, त्या अर्थी त्या लॅपटॉपमध्ये काहीतरी महत्त्वाचं असणार किंवा धोकादायक असणार. ज्याचा लॅपटॉप होता त्याला ती माहिती उघड होण्याची भीती वाटत असावी.

टायसनने जुना फोन खिशात ठेवला, पैसे देण्याकरता पाकीट काढले.

तो बाजूचा मुलगा पुन्हा बघायला लागल्यावर टायसनला आठवले की तो लॉसर जिक होता, नक्की तिचा भाऊ.

टायसनने नोटांचे पुडके काढले, तो त्यातून नोटा मोजून देत असताना त्या मुलाची नजर त्याच्या पैशावर होती.

जिक?

टायसनने शंभरची दुसरी नोट काढली आणि मग तिसरी. त्या नोटा त्याने पहिल्या नोटेवर ठेवल्या. मग कुचेष्टेने हसणाऱ्याकडे पाहत बाहेर पडला.

उरलेले पैसे ठेव तुलाच लॉसर!

२९

हार्वी आणि स्टेम्स

हार्वी आणि स्टेम्स यांनी डेव्हॉनच्या कार्यालयात दोन वेळा फोन केला. तिथल्या स्वागतिकेने सांगितले की डेव्हॉन कार्यालयात आलेली नाही.

एन्सिनोमधील व्हेंचुरा बुलेवार्डमध्ये असलेले क्लिंगर आणि क्लिंगर हे डेव्हॉनचे तीन मजली कार्यालय होते. सहा भागीदार, चार साहाय्यक आणि कर्मचारी त्या कार्यालयात होते. इमारतीखाली गाड्या उभ्या करण्याची जागा होती, व्हरांड्यात लिफ्ट होती. सर्वत्र कॅमेरे होते. सहज म्हणून चालतोय असं दाखवत स्टेम्सने डेव्हॉनची गाडी दिसत्येय का ते इमारतीत जाऊन बघितलं. हार्वीनेही वीस मिनिटांपूर्वीच जाऊन तपासलं होतं. डेव्हॉनची ऑडी दिसली नव्हती. एवढंच नव्हे तर टायसनची वोल्वोसुद्धा शाळेत दिसली नव्हती. स्टेम्स आणि हार्वी क्लिंगर आणि क्लिंगरच्या इमारतीबाहेर गाडीत बसून होते. स्टेम्सने फोन केला.

"क्लिंगर आणि क्लिंगर कार्यालय. मी काय मदत करू शकते." स्वागतिकेने विचारले.

"आपल्या कार्यालयात विशिष्ट प्रकारचे मासे पोहोचवायचे आहेत, पत्ता बरोबर आहे ना आणि वेळ विचारण्यासाठी फोन केला आहे." स्टेम्स म्हणाला.

"मासे?" तिने विचारले.

"होय मॅडम, तीन टेट्रा, एक चेरी बार्ब आणि एक एंजल फिश."

हार्वीने स्टेम्सच्या बोलण्यावर मान हलवली.

स्वागतिकेने विचारले ''मासे जिवंत आहेत का?''

''होय मॅडम, म्हणून तर मला खात्री करून घ्यायची होती. घरी गेलो आणि कोणी नेसल तर, बरोबर ना?'' स्टेम्सने हसत विचारले.

''पण कोणासाठी भेट पाठवलीय?''

''डेव्हॉन कॉनर यांना देण्यासाठी. डेव्हॉन हे स्त्रीचेच नाव आहे ना?''

''डेव्हॉन कॉनर आलेल्या नाहीत.'' तिने सांगितले.

''ठीक आहे, त्यांच्यावतीने हे जिवंत मासे कोणी स्वीकारू शकेल का?''

''मासे जिवंत आहेत ना?''

''एका भांड्यात आहेत आम्ही खात्रीने जिवंत मासे आणतो.''

''सॉरी, आम्ही स्वीकारू शकत नाही.''

''ओके, पण हे जिवंत मासे आहेत, डेव्हॉन जर आज नसतील तर उद्या केव्हा येतील?''

''ठीक आहे, उद्या केव्हा आलं तर चालेल?

''डेव्हॉन उद्याही येणार नाही.''

''ठीक आहे, उद्या नाही तर हे मासे घेऊन आम्ही परत केव्हा येऊ? हे मासे जिवंत आहेत.'' स्टेम्स चिकाटीने म्हणाला.

''डेव्हॉन कॉनर अनेक दिवस येणार नाहीत, माशांबाबत आम्ही जबाबदार नाही.''

''ठीक आहे मासे मरणार नाहीत अशी आशा करतो.''

स्टेम्सने हार्वीकडे पाहत डोळे मिचकावले. हार्वी खदाखदा हसायला लागला.

''काय तर म्हणे जिवंत मासे! ते मरायला नकोत! करा फोन आणि तू मला मूर्ख म्हणत होतास!'' हार्वी खिदळत म्हणाला.

स्टेम्सला त्याचे हसणे अजिबात आवडले नाही; पण तसं न दाखवता तो म्हणाला, ''काहीतरी घडलं असावं, डेव्हॉन काही दिवस रजेवर आहे.''

''मी सांगतो तुला स्टेम्स, ती तिच्या मुलाला मदत करत्येय, बहुधा ती त्याला देशाबाहेर पाठवणार असावी.'' हार्वीने त्याचे मत व्यक्त केले.

''छे,छे, ते अजूनही इथेच आहेत. अटक नाही, अटकपत्र नाही, मग कशाला देश सोडून जातील?''

''स्टेम्स मग चल, आपण त्यांच्या घरावरून चक्कर टाकू या, कळेल तरी काय आहे ते. कदाचित ते टी.व्ही. पाहत असतील, काय वाटतं?''

''मूर्खपणा होईल.''

''खरंच सांगतो, ते जर मान्चुरीयाला गेले नसतील तर घरीच असायला हवेत, नाही तर आपण तेथे टेहेळणी यंत्रणा बसवू.''

"यात काहीतरी तथ्य वाटतंय" स्टेम्स म्हणाला.

"अर्थातच. मला नेहमी चांगल्या कल्पना सुचतात." हार्वी गमतीने म्हणाला. "आपण आपला खोका तिथे ठेवू आणि मग आपल्या 'मधावर' लक्ष केंद्रित करू."

खोका म्हणजे गुरविकच्या घरून चोरलेला लॅपटॉप आणि मध म्हणजे अंबर आणि तिची बहीण, जास्मीन. जास्मीन हा नवीन शोध होता.

काल या दोघांना टायसन जेव्हा शाळेत सापडला नाही, तेव्हा ते पलासेडला अंबरला शोधण्यास गेले. अंबर तिथे नव्हती. पण जास्मीन नावाची अंबरची बहीण आहे हे त्यांना कळलं.

अंबरच्या घरी पाच शयनकक्ष होते. अंबर आणि जास्मीन यांची स्वतंत्र खोली, बाथरूम होते. तिथल्या घरातील धुळीवरून, कोरड्या बाथटबवरून त्यांच्या लक्षात आले की या दोघी अन्यत्र राहात असाव्यात. त्यांचा पत्ता शोधायचा प्रयत्न त्या दोघांनी केला, पण त्यांना तो कळला नाही.

डेव्हॉनने जशी आपल्या बिलाची नोंद ठेवली होती, तशी अंबरच्या आईने, नोराने ठेवली नव्हती. याचा अर्थ तिची बिले व्यवस्थापक भरत असावा. संपूर्ण घरात तिचे खूप फोटो होते. बिकीनीतले, काही अंगासरशी घट्ट बसणाऱ्या कपड्यातले, काही उत्तान फोटो, भडक रंगरंगोटीवरून ती बाई बाजारू वाटत होती.

हार्वीने त्यातील एका फोटोकडे बघून मान हलवली.

त्यांनी तिच्या घरातील कोकच्या दोन बाटल्या संपवल्या, काही गोळ्या सापडल्या, त्या बहुतेक अमली पदार्थांच्या असाव्यात असे त्यांना वाटले.

नोराच्या खोलीत एक लॅपटॉप सापडला. अर्थात, हा लॅपटॉप तो नव्हता ज्याचा शोध घेण्यास त्यांना सांगण्यात आले होते. पण काहीतरी माग मिळेल असं वाटल्यावरून त्यांनी तो लॅपटॉप उचलला.

अंबर आणि जास्मीनच्या खोलीत त्यांना बरीच माहिती मिळाली. खणात एक फोटो सापडला. एका फोल्डरमध्ये बार आणि क्लबमध्ये वारंवार जाणाऱ्यांची नावे लिहिली होती.

स्टेम्सला जास्मीनचे फोटोग्राफ्स मिळाले. ती अंबरपेक्षा तीन-चार वर्षांनी मोठी असावी, दिसायला सुंदर होती आणि शाळेत फुटबॉलपटू असावी.

आता डेव्हॉनच्या कार्यालयाबाहेर बसून स्टेम्स जास्मीनचा विचार करत होता.

अचानक हार्वी म्हणाला, "मला पटतंय."

स्टेम्सने गाडी सुरू केली.

"काय, कशाबद्दल बोलतोयस तू?" स्टेम्सला कळलेच नाही.

"एखाद्या स्वामी किंवा गुरूप्रमाणे मी तुझ्या मनातले विचार ओळखू शकतो, मला पटलंय." स्टेम्सने गाडी रस्त्यावर घेतली.

“अरे, परत तेच. काय पटलंय तुला?”

हार्वी मागे सरकला आणि हाताची घडी घातली.

“तू जास्मीनचा विचार करतोयस. आपल्याला दिशा मिळविण्यासाठी.” हार्वीने खुलासा केला.

“तू बरोबर ओळखलंस, हार्वी, ग्रेट आहेस.”

“म्हणून आपण आता इथून निघू आणि जास्मीनचा शोध घेऊ.”

स्टेम्सने हार्वीकडे बघितलं आणि हसला.

“मस्त कल्पना आहे.” स्टेम्स म्हणाला.

त्याने डेव्हॉनच्या घराच्या दिशेने गाडी वळवली. डेव्हॉन कार्यालयात आणि टायसन शाळेत नव्हते, तिला आपल्या मुलाच्या नावाने अटकपत्र निघालेय का ते माहीत नव्हतं. जणू दोघेही कळेपर्यंत लपून बसणार होते.

स्टेम्सला वाटले डेव्हॉनचं घर रिकामं असेल, पण तसं नव्हतं, ती त्यांची चूक होती. डेव्हॉनचं घर रिकामं नव्हतं.

कुणीतरी वाट पाहत होतं!

३०

ज्यो पाईक

अकराच्या सुमारास काळी गाडी आली. चमकणारी, चार दरवाजांची क्रिस्टलर आणि काचा गडद अशी.

ज्यो पाईकला आधी ती दिसलीच नाही, पण ती पाईक बसलेल्या वाहनाच्या बाजूने डेव्हॉनच्या घराच्या दिशेने गेली. मागचे लाल दिवे लागले, याचा अर्थ गाडीचा वेग कमी झाला होता. गाडीची क्रमांक पट्टी दिसत नव्हती. गाडीवर विक्रेत्याच्या नावाची पट्टी, गाडी दूर असल्यामुळे दिसत नव्हती.

त्या गाडीने क्षणात वेग घेतला आणि पुढच्या वळणावर वळून गेलीसुद्धा.

पाईक अजूनही त्या मनोरंजन वाहनात बसून होता आणि आता उबून गेला होता. त्याने घाम पुसला. पाण्याचा घोट घेतला. ज्या अर्थी ही काळी गाडी येऊन गेली, याचा अर्थ ते काय नुसते फेरी मारायला आले नसावेत. कमी वेगात गाडी पाहणी करून गेली असावी. त्याने दुसऱ्या बाजूच्या काचेतून पाहण्यास सुरुवात केली.

दोन मिनिटांनंतर तीच गाडी पुन्हा आली, एक माणूस गाडी चालवत होता, पाईकला त्याचा चेहरा दिसला नाही, पण त्याने जॅकेट आणि टाय घातला होता. गाडीला मागील बाजूप्रमाणे पुढेही क्रमांक नव्हता. गाडीच्या पुढच्या काचेवर एक छोटा चौकोन दिसत होता, त्यावर नोंदणी क्रमांक असावा. ज्यांच्या गाडीला क्रमांक पट्टी नसते त्यांना ही नोंद चालू शकते.

पाईक पुन्हा पहिल्या बाजूच्या आरशाकडे वळला.

ती काळी गाडी हळूहळू चालत होती. डेव्हॉनच्या गॅरेजचे दार अर्धवट वर गेले आणि बंद झाले. गाडीतल्या मंडळींनी गॅरेजच्या दरवाजावरील नियंत्रकाशी आपला फोन जोडला असावा. यावरून गॅरेज रिकामे आहे हे त्यांच्या लक्षात आले.

काळी गाडी पुढच्या कोपऱ्यापर्यंत गेली आणि वळली.

पाईकला वाटले आपण एकदा आपल्या जीपमध्ये जावे, पण इथे काहीतरी घडतंय असं वाटलं म्हणून तो थांबला.

चार मिनिटांनंतर काळी गाडी आली, पण यावेळेस ती पुढून आली. स्पोर्ट कोट, जॅकेट, टाय लावलेला माणूस गाडीतून खाली उतरून डेव्हॉनच्या घराकडे चालत निघाला.

पाईकने कॅमेरा सुरू केला.

रुंद खांद्यांचा पाईकपेक्षा मोठा, पण धिप्पाड नाही, केस बारीक कापलेले, निमुळती हनुवटी असलेल्या त्या माणसाचे पाईकने तीन फोटो घेतले. कसे आलेत ते बघून आणखीन दोन फोटो काढले.

तो माणूस पायवाटेवरून गॅरेजपर्यंत गेला, हातात मोजे घातले. गॅरेजचा दरवाजा वर करून तो आत गेला, दार लावून घेतले. पाईकने कोलला फोन केला.

''ते दोघे इथे आले आहेत. एक आत आहे, दुसरा गाडीत.''

''गाडीवर काही क्रमांक वगैरे आहे का?''

''नाही, पण गाडी नवीन दिसते आहे. चार दरवाजे, काळी आणि गडद अशी.''

''ती माणसे पोलीस वाटताहेत का?''

''पण त्याने काय फरक पडतो?'' पाईक म्हणाला.

कोल घुटमळला.

''त्यांचे फोटो घे.'' कोल म्हणाला. ''कुठे जात आहेत ते बघ.''

पाईकने फोन ठेवला.

तीन मिनिटांनंतर गॅरेजचा दरवाजा उघडला गेला, आतला माणूस बाहेर आला, त्याने कोणी बघतंय का हे पाहण्यासाठी गॅरेजच्या बाजूने चक्कर मारली. मग खिशातून काहीतरी बाहेर काढले, दिव्याच्या बाजूला उंचावर ठेवले. ती वस्तू ठेवण्यासाठी त्याला काही हलवाहलवी करावी लागली. मग तो बाहेर आला, त्याच वेळेस काळी गाडी कोपऱ्यावर आली.

पाईकने आपल्या सर्व वस्तू गोळा केल्या, गाडीच्या बाहेर पडला, मागचा तो उंच माणूस गाडीत बसलेला त्याने पाहिला. ती गाडी पुढे जाईपर्यंत थांबला, मग धावतच जीपकडे गेला. जीपने त्यांच्या गाडीचा पाठलाग सुरू केला.

काळ्या गाडीतल्या माणसांना अजिबात घाई नव्हती. ते आरामात गाडी

चालवत होते. एकदाच पाईकने आपली गाडी अगदी त्यांच्या गाडीजवळ नेली आणि त्यांच्या गाडीवर असलेल्या विक्रेत्याच्या नावाच्या फलकाचा फोटो काढला.

हॉलीवूड बुलेवार्डमधल्या एका थाई हॉटेलपाशी ती काळी गाडी थांबली. पाईकने समोरच्या दुकानापाशी आपली गाडी लावली. जवळजवळ चाळीस मिनिटांनंतर ते दोघे हॉटेलबाहेर आले. यावेळेस पाईकने चालकाला बघितले. तो आधी पाहिलेल्या माणसापेक्षा लहान होता, पण तसा मोठाच! जाडजूड मान, चौकोनी चेहरा, कठोर डोळे, मोठा माणूस हसला पण ड्रायव्हर हसला नाही. त्याचा चेहरा निर्विकार होता. त्याला स्वत:ला लपवायचे होते. पाईकने त्याचाही फोटो काढला. पण नीट आला नाही. जेव्हा तो चालक गाडी सुरू करण्यासाठी खाली वाकला, तेव्हा त्याच्या जाकीटमधून पाईकला सोन्यासारखे काहीतरी चमकल्याचे दिसले. कदाचित तो बिल्ला असावा. पाईकला खात्री नव्हती.

ती काळी गाडी संपूर्ण हॉलीवूडभर फिरत होती. हॉलीवूडच्या पूर्व दिशेला जाऊन मग सिल्व्हर लेक, इको पार्क, येथून ते पुढे गेले. ते अशा पद्धतीने फिरत होते की जणू काही त्यांना वेळच काढायचा होता. शेवटी ते शहराच्या खालच्या बाजूला गर्दीच्या रस्त्यावरील एकतर्फी मार्गिकेकडे गेले. बहुधा त्यांचं फिरणं आता संपत आलं असावं, असं पाईकला वाटलं. त्याने त्याची गाडी आणखीन जवळ नेली. रस्त्यावरच्या गर्दीमुळे पाठलाग करणे अवघड होते.

पेरशिंग चौकाच्या जवळ असलेल्या, ऑफिसची वाटावी अशा एका उंच इमारतीपाशी गाडी थांबली. पाईकदेखील थांबला. त्याचा कॅमेरा जय्यत तयारीत होता.

दहा मिनिटे थांबल्यावर तो उंच माणूस गाडीबाहेर पडला. त्याच्याजवळ एक लॅपटॉप होता. करड्या रंगाचा सूट घातलेला, व्यापारी वाटावा असा माणूस त्या इमारतीत आतबाहेर करणाऱ्यांच्या गर्दीतून बाहेर आला. त्या माणसाने उंच माणसाकडून लॅपटॉप घेतला. पाईकने त्या दोघांचा फोटो घेतला.

ते दोघे बोलत असतांना वाहतूक नियंत्रकाची गाडी काळ्या गाडीमागे आली, त्यातील पोलिसाने भोंगा वाजवून वाट द्यायला सांगितले. उंच माणसाने काळ्या गाडीला खूण करून पुढे जाऊन थांबण्यास सांगितले आणि पुन्हा तो धिप्पाड माणूस, करड्या सुटातील माणूस दोघेही बोलण्यात मग्न झाले. पाईकची कल्पना होती की गाडी चौकात फेरी मारून येईल. काही वेळाने ते दोघेही आत गेले.

पाईकला जाणवले की जर त्या दोघांना आतच जायचे होते, तर इतका वेळ ते बाहेर बोलतच बसले नसते आणि ज्या अर्थी इतक्या वेळानंतर ते आत गेलेत त्याअर्थी त्यांचा बेत बदलला आहे.

पाईकने गल्ली पार करून इमारतीला वळसा घातला. लोकांचा लोंढा एका

दरवाजातून आत येत होता तर तितकीच माणसे दुसऱ्या दरवाजातून बाहेर पडत होती. ती इमारत इतकी मोठी होती की इमारतीच्या दोन्ही बाजूला प्रवेशद्वारे होती. तो उंच मोठा माणूस कदाचित पुढून आत येऊन मागून बाहेरही पडला असेल.

काळी गाडी गेली तशी ती दोन्ही माणसे अदृश्य झाली.

पाईकला वाटले त्याच वेळेस त्या दोघांना गोळ्या घालायला हव्या होत्या..!

३१

एल्विस कोल

पलासेड हे गाव अगदी साधं, सुंदर होतं. टेकडीच्या पायथ्याशी सनसेट बुलेवार्डच्या आसपास सुंदर हॉटेल्स होती. समुद्रकिनारा जवळ होता, शहर लांब होते, गावात एक आरामदायी वातावरण होते. गुरविकच्या घराकडून येतानाचा रस्ता मला आलो त्यापेक्षा जास्त लांबचा वाटला. पण वरचं निळं आकाश आणि छान सूर्यप्रकाश यामुळे मस्त वाटत होतं.

मी एका प्राथमिक शाळेजवळ थांबलो, कॉफी आणि आइस्क्रीम घेऊन एका छोट्याशा बागेत बसलो. अंबर रीड किंवा जाझी रीड या नावावर लॉस एंजलीसमध्ये काहीही नोंद नाही असं मला माहिती पुरविणाऱ्या माणसाने कळवले होते. गाड्यांची नोंद करणाऱ्या ऑफिसमधल्या मित्राने अंबर रीड नाव आहे असं कळवलं, पण त्याचा पत्ता गुरविकचाच होता.

जाझी रीडचा पत्ता कळलाच नाही. याचा अर्थ कॅलिफोर्नियातून तिच्या नावाचा चालक परवाना दिला गेला नव्हता. खरं तर असं असायला नको होतं. याचाच अर्थ दुसऱ्याच नावाने तिला परवाना दिला गेला असावा.

किती रीड देशात नोंदवले आहेत, असे.

मी विचारले तेव्हा तो म्हणाला रीड या नावाचे निदान दोनशे तरी उल्लेख आहेत. काय करायचं?

मी कॉफी, आइस्क्रीम संपवले. नोरा गुरविक मला फोन करणार नाही हे गृहीत

धरून मी तिला पुन्हा फोन केला. आताही फोन उचलला गेला नाही. मी दुसऱ्यांदा निरोप पाठवला. नेफ आणि हेन्समन बहुधा टेलीपथी वापरत असावेत. त्यामुळे त्यांना फोनची वाट पाहत बसावे लागत नसणार. मलाही हे काम सोडून खाद्यपदार्थांचं दुकान काढावंसं वाटलं. एवढ्यात पाईकचा फोन आला.

"कुठे आहेस तू?" त्याने विचारले.

हॅलो नाही, कसं चाललंय वगैरे काही नाही.. पाईकचं हे नेहमीचंच.

"पलासेडला. एखादं खाद्यपदार्थांचं दुकान टाकण्याचा विचार आहे. का?"

"डेव्हॉनच्या घरापासून दूर राहा. कारण जो माणूस आत गेला होता, त्याने तिथे कसले तरी उपकरण बसवले आहे." पाईकने सावध केले.

"काय असावे ते?"

"बहुतेक हालचाली टिपणारे यंत्र, म्हणजे कोणी तिथे आले तर कळावं म्हणून. मी आता काही कपडे, सामान घेतो आणि पुन्हा तेथे जातो." पाईक म्हणाला.

ही बातमी चांगली होती. जर टायसन त्यांच्याकडे असेल तर ते त्याच्या घरात जाणार नाहीत.

"आता कुठे गेले असतील ते?"

"शहराच्या खालच्या भागात, तिथे त्यांनी व्यापाऱ्यासारख्या दिसणाऱ्या एका माणसाला, मला नक्की माहीत नाही, पण लॅपटॉप दिला." पाईकने माहिती दिली.

"तू फोटो काढलास का?" असं विचारताक्षणीच माझा फोन वाजला, पाईकने फोटो पाठवले होते. आर्थिक केंद्राच्या जवळ असलेल्या एका नवीन इमारतीचा पत्ता त्याने सांगितला. तसेच त्यांचे वर्णन सांगून ते डेव्हॉनच्या घरात आल्यापासून काय काय घडलं ते सांगितलं.

"ते पोलीस असावेत असं तुला वाटतं का?" मी विचारले.

"तू वर्णन केल्याप्रमाणे ते दोघे आहेत, एक मोठा, एक धिप्पाड. बाकी सगळं स्वच्छ दिसतंय."

पाईकने पाठवलेल्या फोटोत दोन जण दिसत होते. ज्या व्यापाऱ्याला भेटले तो फोटो आणि डेव्हॉनच्या घरात शिरलेल्या माणसाचा फोटो होता. हा फोटो स्पष्ट होता, पण दुसऱ्याचा फोटो मात्र पुसट होता. जर अलेकच्या खोलीतील मुलगी किंवा क्रेन्झास यांनी या दोघांपैकी नेफ किंवा हेन्समन यांना ओळखलं तर कॅसेट या फोटोच्या प्रती प्रत्येक पोलिसाला देऊ शकेल आणि मग शहरभर यांचा शोध घेता येऊ शकेल. मात्र ज्याने लॅपटॉप स्वीकारला त्याच्याबद्दल काहीतरी कळायला हवं होतं.

पुढचा फोटो काळ्या क्रिस्टलर गाडीचा होता आणि पाचवा फोटो गाडी विक्रेत्याच्या फलकाचा होता. इझीकेआन मोटार क्राफ्ट; पण गुगलवर या नावाचे

काहीही मिळाले नाही. मला याचं आश्चर्य वाटायला हवं होतं, पण नाही वाटलं. या दोघांनी घेतलेली काळजी खरोखरच प्रशंसनीय होती, ते दोघेही महाधूर्त होते!

मी त्यांच्या फोटोचा विचार करत असतानाच माझा फोन वाजला, निरोप आला होता. निरोप लहान असला तरी महत्त्वाचा होता...जेम्स टायसन कॉनरने निरोप पाठवला होता...!

"त्यांच्या लॅपटॉपमध्ये काय आहे?"

मी कॉफीचा कप माझ्या पायाजवळ ठेवला, दोन्ही हातात फोन धरला, आत्तापर्यंत टायसनचा संपर्क नव्हता, तो चौकटीबाहेर होता आणि पुन्हा गायब होऊ शकत होता, त्याच्याकडे काही मागणी, प्रश्न किंवा सूचना, धमक्या यामुळे कदाचित तो पुन्हा दूर जाऊ शकेल, म्हणून प्रत्युत्तरादाखल मी त्याला एक साधा निरोप पाठवला.

'मला कल्पना नाही.'

घड्याळातील सेकंदकाटा टिकटिक करत पुढेपुढे जात होता आणि मला तो काळ खूप मोठा वाटत होता. टायसन पुन्हा लिहील किंवा नाही लिहिणार, मी फोनकडे पाहत होतो आणि फोन चिरचिरला. टायसनने विचारले होते.

'कोणत्या प्रकारचा लॅपटॉप आहे हा?'

मी सावधपणे उत्तर दिले. आता आमच्यात संभाषण सुरू झाले.

'हा लॅपटॉप कोणत्या प्रकारचा आहे किंवा त्यांना का हवा आहे हे माहीत नाही, एव्हढंच माहीत आहे, की त्यांना तो हवा आहे.'

'ओके' टायसनचे उत्तर आले.

परत वेळ लांबला, त्याला प्रश्न विचारणं कदाचित धोकादायक ठरू शकतं, पण साधं सरळ वाक्य त्याला प्रेरित करेल, त्याने संभाषण थांबवावं असं मला वाटत नव्हतं. त्याला घाबरवायचं नव्हतं किंवा माझ्याशी त्याने संपर्क साधला याबद्दल त्याला पश्चात्ताप व्हायला नको होता, पण त्याचबरोबर त्याला सावधही करायला हवं होतं, कोणतंही स्पष्टीकरण न देता मी त्याला त्या दोन माणसाचे फोटो

पाठवले. त्याने लगेच प्रतिसाद दिला.

"हेच ते दोघे का?"

मी लिहिले 'हो.'

मी काही वेळ जाऊन दिला, त्याने माझे पूर्वीचे सर्व निरोप वाचले होते, अलेक, लुईस ऑगस्ट यांच्या खुनाबद्दल आणि इतर माहिती त्याने मिळविली असेल, पण मदतीसाठी संपर्क साधला होता. मी टायसनला लिहिले.

'जे मी तुला सांगितले ते सर्व खरे आहे. अंबरला पण दाखव, तू जर त्यांना बघितलेस तर लगेच पळ काढ. शक्यतो मोकळ्या जागेत आणि लोकांच्या आसपास राहा, स्वत:ला सुरक्षित ठेव.'

टायसनने विचारले, 'कोण आहेत ते?'

'मला माहीत नाही.' मी लिहिले.

'हा लॅपटॉप कोणाचा आहे?'

'तेही मला माहीत नाही.'

'एखादा गुप्तहेर माहीत आहे का?' टायसनने विचारले.

हे वाचून मला हसायला आले. बेटा हुशार आहे, त्याची हुशारी चांगली होती. आमच्यात एक नाते तयार व्हायला लागले होते, मी जर आणखीन जोर लावला तर तो मागे हटेल, मला त्याला जिवंत ठेवायचे होते, म्हणून मी लिहिले,

'तुझ्याकडे त्यांचा लॅपटॉप असेल तर त्यांतून या माणसांबद्दल कळेल.'

त्याने प्रतिसाद दिला नाही. ही मुले चोरलेला माल लगेच विकून टाकत असत त्यामुळे नेमका हा लॅपटॉप विकला गेला असावा, म्हणून मी लिहिले,

‘जर तू विकला असशील किंवा कुणाला दिला असशील तर मी तो परत मिळवू शकेन.’

प्रतिसाद शून्य..!
मी चिकाटीने पुन्हा लिहिले,

‘जर तो लॅपटॉप गेला असेल तर जाऊ दे, मी समजू शकतो. मी तुला अजूनही मदत करू शकतो.’

खूप वेळ गेला, उत्तर नाही. आपण चोरलेल्या लॅपटॉपचे काय केले हे कदाचित आठवत नसेल, कुठे आहे, काय करतोय आणि एकटाच आहे का मला कळायला काहीच मार्ग नव्हता, तो कदाचित गाडी चालवीत असेल किंवा विमानात असेल, टी.व्ही. पाहत असेल, कदाचित वेगासमध्येही असू शकेल, घाबरला असेल; परंतु तो तसा न घाबरण्याइतका हुशार होता. माझा फोन चिरचिरला,

‘मी सुखरूप आहे, माझ्या आईला कळवा.’
‘टायसन तूच सांग.’ मी सुचवले.

‘ठीक आहे, कळवेन!’
‘तू बोल तिच्याशी,’ मी पुन्हा म्हटलं.

माझ्या तळव्यांना घाम फुटला होता.
‘तिला तुझ्याकडून ऐकायचं आहे.’
पलीकडून काहीच प्रतिसाद नव्हता म्हणून पुन्हा लिहिलं, ‘तू सुरक्षित आहेस का?’

थोड्याशा त्राग्याने त्याने लिहिले, ‘हो...येस्’

मग मी विचारपूर्वक त्याला कळवले.

‘मी इथेच आहे, तुला काही गरज लागली तर मला कळव.’

दहा मिनिटे मी शांत बसलो. डेव्हॉनला हे सर्व कळल्यावर खूप बरं वाटेल,

ती सुटकेचा नि:श्वास सोडेल, माझे आभार मानेल, तिला तिच्या मुलाबद्दल कळणे हा तिचा अधिकार होता, पण मी तिला कळवले नाही. टायसन कदाचित आईला सरळ निरोप पाठवू शकला असता; पण तो माझ्याकडे आला, याचा अर्थ मला कळला नाही. पण एवढ्यावरून मी खूप काही करू शकतो. अर्थात, तो माझ्यापर्यंत आला तर..!

मी आइस्क्रीमच्या दुकानातून बाहेर पडलो. चालताना एका घरे खरेदीविक्रीचा व्यवसाय करणाऱ्या ऑफिससमोरून जात होतो. पलासेडमधल्या काही घरांचे फोटो तिथे होते, शिवाय 'बंद आहे,' 'दिवाळखोरीमुळे विक्री' आणि 'घटस्फोटामुळे विक्री' असे फलक लावले होते.

मला आता नोराच्या फोनची गरज नव्हती. अन्य ठिकाणाहून मला मदत मिळण्यासारखी होती.

मी नोरा गुरविकच्या पत्त्यावरील मालमत्तेचा शोध घेतला तर ही मालमत्ता रिचर्ड एल. आणि नोरा गुरविक यांच्या संयुक्त नावावर होती. रिचर्ड एल.चे सांता मोनिकामध्ये लाकडी सामानाचे दुकान होते. त्या दुकानाचा पत्ता बघून फोन करायच्याऐवजी मी सरळ दुकानाचा रस्ता धरला.

३२

ब्रॉडवेच्या दक्षिणेला 'गुरविक पॅटीओ लाईफस्टाईल'ने संपूर्ण मजला व्यापला होता. विविध प्रकारचे लाकडी सामान या टोकापासून त्या टोकापर्यंत रचून ठेवले होते. घरगुती स्वयंपाकघरापेक्षा इथली स्वयंपाकघरे अतिशय सुलभ आणि सुंदर होती.

तिथल्या एका विक्रेत्याला मी विचारले,

"डिक गुरविक आहेत का?"

"हो सर, आपण कोण ते त्यांना जाऊन सांगू का?"

"हो." असं म्हणत मी त्यांना माझं कार्ड दिले. "नोरासंदर्भात मला त्यांना भेटायचंय," मी म्हटलं.

काही मिनिटातच डिक गुरविक विक्रेत्याबरोबर आले. चांगले उंच, सडपातळ होते. केस बहुधा रंगवले असावेत आणि केसांचा बुचडा त्यांनी डोक्यावर बांधला होता. त्यांच्या वयाला खरं तर ते शोभत नव्हते. त्यांनी हस्तांदोलनासाठी हात पुढे केला नाही.

"मी डिक गुरविक, घटस्फोटाच्या संदर्भात..." ते म्हणाले.

"मी नोराचं काम करत नाही किंवा तुमच्या घटस्फोटात मला रस नाही. मी फक्त अंबर आणि जाझीचा शोध घेतोय." मी म्हटलं.

"तुला माहित्येय का त्या माझ्या मुली नाहीत," गुरविक चिडून म्हणाला.

"त्या तुमच्या मुली नाहीत हे मला माहित्येय. मी नोराला फोन केला होता पण ती बाहेर आहे. मी तिच्या मोबाईलवर फोन केला पण..."

"ती नालायक बाई, सतत फिरत असते." गुरविक मधेच चिडून म्हणाले.

काहीच प्रतिक्रिया न देता मी म्हणालो, "मला अंबर आणि जाझीला शोधण्यासाठी मदत करा."

ते पुन्हा चिडले. "सांगितलं ना, मला माहीत नाही, कदाचित जास्मीनला माहीत असेल, तू आतल्या बाजूस ये."

हॉलमध्ये वेगवेगळ्या खणात माहितीपत्रके ठेवली होती. आतल्या बाजूस गुरविकचं ऑफिस होतं, साधंच. खूप पैसे कमावणाऱ्या माणसाचं ते ऑफिस वाटत नव्हतं. याचमुळे कदाचित तो यशस्वी झाला असावा, काम करणाऱ्याचं ते ऑफिस होतं.

गुरविक टेबलामागे खुर्चीत बसला, चश्मा लावला. फिरत्या खुर्चीवरून वळून त्याने धातूच्या कपाटाची दारे उघडली. काहीतरी मनाशी ठरवून बंद केली. पण काय शोधायचं ते लक्षात येईना. चश्म्याच्या वरून बघताना तो म्हणाला, "कोणत्या प्रकारच्या संकटात ती सापडलीय?"

"तिची बहीण अंबर, मला असं सांगण्यात आलं, की घरी राहणं अशक्य झालं म्हणून ती जाझीकडे राहते आहे."

त्याने पुन्हा अस्वस्थपणे खण उघडले, बंद केले. "खरं आहे ते, तिला तरी दोष कसा देणार, नोरासारखी वेडसर बाई तिची आई आहे. मला कळत नाही की मी काय विचार करत होतो." गुरविक म्हणाले.

त्याचं म्हणणं मान्य केल्यासारखी मी मान डोलावली.

"माझ्या आयुष्यातील तीन वर्षे, तुला कल्पनाही येणार नाही, की त्या बयेने मला किती लुटलं आहे ते? किती पिळून काढलंय मला." गुरविक रोष व्यक्त करत होते.

त्यांनी दुसरा खण उघडला, फायलीवरून बोटे फिरविली. मग शांत झाला. त्यांनी चश्मा सारखा केला, मग परत खुर्ची वळवून टेबलावरच्या पॅडवर काहीतरी लिहिले.

"मला अजूनही कळत नाही हे चांगलं की वाईट, दोन वर्षे झाली असावीत."

मग त्यांनी लिहिलेला कागद फाडला. त्यांच्या करड्या चेहऱ्यावर संताप होता. पण मग तो थोडा कमी झाला.

"नोराला घर हवं होतं, म्हणून मी घर विकत घेतलं. तिने नाही, मी घेतलं, आणि मग माझ्या लक्षात आलं की मी एका विषारी वाईट डबक्यात पडलो आहे. त्या तिघींनी प्रत्येक दिवशी मला खूप त्रास दिला, पण त्या मुलींकरिता मला खूप

वाईट वाटायचं. त्या तिघींबरोबर राहणं म्हणजे नरकयातना होत्या तरी मला त्यांच्याबद्दल वाईट वाटायचं.''

ते क्षणभर थांबले, ते सर्व आठवून त्यांचा संताप होत होता.

''मी हे सगळं थांबवायचा प्रयत्न केला; पण ती चूकच झाली. आम्हा पुरुषांना वाटतं की आपण सगळं बरोबर करू पण तसं होत नाही, अंबर म्हणजे एक महाघोटाळा आहे. वाईट वाटतं, पण खरंच ती तशी होती. जास्मीन चारपाच वर्षांनी मोठी आहे. आपली आई म्हणजे एक विषवल्ली आहे, हे समजण्याइतपत ती हुशार आहे.''

ते तिला जास्मीन म्हणत असत, जाझी नाही.

''तुम्ही जास्मीनच्या खूप जवळचे आहात का?'' मी विचारले.

हातातला कागद हलवत ते म्हणाले, ''छे, छे, तिला जागा शोधण्यासाठी मदत करतोय, तुला सांगतो, पहिले सहा महिने मी तुला पैसे देईन, त्याची परतफेड करू नकोस, पण त्यानंतर तुझी तू स्वतंत्र आहेस. असं मी तिला सांगितलं.''

त्याच्या हातातला कागद बघत मी मान हलवली.

''खूपच उदार आहात.'' मी म्हटलं.

''हे म्हणजे जीवनदाता असल्यासारखे आहे, जर कोणी बुडत असेल तर आपण शांत बसू शकतो का?''

हातातील कागदाचा चिटोरा मला देत गुरविक म्हणाले, ''जास्मीन विमानात साहाय्यक आहे. ती इथे राहते की नाही हे माहीत नाही, जगभर उडत असते.''

वुडलँड हिल्स असा पत्ता त्या चिठोऱ्यावर लिहिला होता.

''धन्यवाद गुरविक.'' मी म्हटले, ''तुमच्याकडे जास्मीनचा फोन नंबर आहे का?''

मागे टेकून बसत ते म्हणाले, ''माझं त्यांच्याशी काही देणंघेणं नाही, त्या काही माझ्या मुली नाहीत.''

मी तिथून गेलो तेव्हा गुरविक टेबलामागे बसला होता. नजर शून्यात लावून.

मी धावतच गाडीत बसलो आणि खोऱ्यात वळलो. सेपुलवेडा वळण, व्हेंचुरा, एनसीनो आणि टारझानावरून नकाशात बघून मुक्त मार्गावरच्या उत्तरेला असलेल्या एका आधुनिक इमारतीत पोहोचलो.

आग विझवणाऱ्या नळाजवळ मी गाडी उभी केली. गाडीच्या बाहेर पडलो तर तीन इमारतींच्या पुढे वोल्वो उभी असलेली दिसली, मी जवळ जाऊन बघितले क्रमांक बरोबर होता. गाडीत पसारा तसाच होता. तीच ती वोल्वो.

मी इमारत नजरेखालून घातली.

गंजलेल्या प्रवेशद्वाराजवळ छताखाली पत्रपेटी होती आणि घरच्या क्रमांकानुसार

घंटीची बटणेदेखील एका रांगेत होती. सहा घरांकरीता सहा पत्रपेट्या. पाच क्रमांकावर रीड असं नाव होतं. मी कळ दाबली. कोणीच उत्तर दिले नाही. मी पुन्हा कळ दाबली. यावेळेस एका तरुण मुलीचा आवाज आला. ती अंबर होती!

"कोण आहे?" तिने आतून विचारले.

"जास्मीन रीडकरिता युपीएसकडून एक खोका आला आहे. नायमन मार्क्युसकडून."

"ठीक आहे, ठेवून जा!" अंबर म्हणाली.

"जास्मीन करता पार्सल आलं आहे - ती येईल." अंबर बोलत होती.

"बाजूला ठेवू का?"

"हो, चालेल." ती म्हणालाी.

"नाही. पण मला सही हवी आहे, खूप मोठा खोका आहे." मी चिकाटी सोडली नाही.

अंबर थोडीशी गडबडली.

"ठीक आहे, मी येते." ती म्हणाली.

ती येत असतानाच मी रस्ता ओलांडला आणि गाडीत जाऊन बसलो.

टायसन कॉनरने दार उघडले. तो बाजूच्या भिंतीकडे चालायला लागला. युनायटेड पोस्टल सर्व्हिसेसच्या चालकाला शोधायला लागला. फाटकाजवळ खोका दिसतोय का ते पाहायला लागला. कुठे युपीएसचा ट्रक दिसतोय का? रस्त्याच्या दोन्ही दिशांना ते त्याने बघितले.

टायसन अगदी व्यवस्थित दिसला. शांत, चिंता नसलेला आणि सुरक्षित! त्याच्या वागण्यावरून असं नाही वाटलं, की तो किंवा अंबर यांना जास्मीनच्या घरात कोणी अडकवून ठेवलं आहे. युपीएसचा ट्रक कुठे दिसतोय का, ते टायसनने दोन मिनिटे सर्वत्र बघितलं. शेवटी तो कंटाळला, आत गेला, दरवाजा बंद करून घेतला.

मी गाडीत बसलो होतो. मी टायसनची मजा पाहत होतो.

टायसन मी तुला शोधलं!

मी डेव्हॉनला, टायसनच्या आईला, फोन करून ज्या रात्री तो गायब झाला, त्या रात्रीपासूनची सर्व हकिकत सांगितली.

"टायसन सुरक्षित आहे, मी त्याला शोधलंय..!" मी अखेर म्हटलं.

३३

माझं सगळं ऐकून डेव्हॉनला रडायला यायला लागलं. तिने हुंदका दिला. तिचं हृदय पुन्हा धडधडायला लागलं.

"त्याला फोन दे, मला त्याच्याशी बोलायचंय." डेव्हॉन उत्तेजित होत म्हणाली.

"मी अजून त्याच्यापर्यंत पोहोचलो नाही. तो सुरक्षित आहे हे सांगण्यासाठी फोन केलाय."

"त्याला आता जितकी मारता येईल तितकी, मजा मारू दे, मग घरी आला की, त्याला जिवंतच ठेवत नाही" तिच्यातली आई संतापली होती.

काळी गाडी कुठे आसपास दिसते आहे का हे मी पाहत होतो. ते नक्की जास्मीनला शोधत इथपर्यंत येणार, फार मागे नसतील, कदाचित कोणत्याही क्षणी ते इथे पोहोचतील, आलेही असतील, मला बघितलेही असेल, मी कणखर व्हायचा प्रयत्न केला.

"हे बघ, त्याला आपण आता घरी नेऊ शकत नाही, हे लक्षात घे. कारण तुझ्या घरात ज्यांनी एकदा शोध घेतला ते पुन्हा एकदा तेथे गेले होते; आणि ते टायसनला शोधत आहेत." मी खुलासा केला.

डेव्हॉन खूप वेळ शांत बसली. तिला वाटत होते की एकदा का टायसन हाताशी लागला की हे प्रकरण मिटेल, आयुष्य पुन्हा सुरळीत होईल. मी गाडीच्या बाहेर पडलो. या क्षणी टायसन माझ्यापासून दीडशे फूट दूर होता, त्याच्या मनात

आता काय विचार असतील.

‘‘मला तुझं म्हणणं पटतंय,’’ डेव्हॉन म्हणाली, ‘‘पण तो आता कुठे आहे?’’

‘‘वुडलँड हिल्स इथल्या अंबरच्या बहिणीच्या घरात. अंबर आणि तो दोघेही.’’ मी सांगितले.

‘‘ती मुलगीही त्याच्या बरोबर आहे का?’’ तिने विचारले.

‘‘मी अजून अंबरला बघितले नाही, पण अंबर तिच्या बहिणीबरोबरच राहते. तिची बहीण सतत सर्वत्र प्रवास करत असते.’’

‘‘ठीक आहे एल्विस, मी तिथे येते. तू आता कुठे आहेस?’’ तिने अधीरतेने विचारले.

‘‘डेव्हॉन, तू एवढ्यात इथे येऊ नकोस, मीच त्या दोघांना इथून हलवतोय.’’

‘‘तू त्यांना हलवतोयस? का? कुठे? मला भीती वाटत्येय,’’ ती काळजीने म्हणाली.

‘‘ती माणसे इथे नक्की येतील,’’

‘‘मी त्याला अशा सुरक्षित ठिकाणी नेणार आहे की जिथे जास्मीन, अंबर किंवा तुझा कुणाचाही संबंध येणार नाही.’’

‘‘पण मला त्याला बघायचंय.’’ ती खट्टू होऊन म्हणाली.

‘‘हो, तू त्याला सुरक्षित ठिकाणी भेटू शकशील. ज्यो पाईक तुला फोन करून कुठे यायचं ते सांगेल. बरं तुझ्या प्रिंट आऊटचं काम कुठपर्यंत आलंय?’’

‘‘हो, तुला पाहिजे तेही शोधलं, खूप मोठं आहे ते.’’

‘‘येताना ते सगळं घेऊन ये,’’ असं म्हणत मी तिला पत्ता सांगितला आणि मला काय पाहिजे ते सांगितलं.

‘‘ही एक ऑफिसची इमारत आहे. तुला विकासक आणि भाड्यावर जागा देणाऱ्या एजन्सीची माहिती काढ. जे मिळेल त्याची प्रत काढ.’’

‘‘ठीक आहे, मी करीन.’’ ती म्हणाली.

शिवाय ज्या ठिकाणी जायचंय ते ठिकाण वापरात नसल्यामुळे स्वच्छतेसाठी केरसुणी, बोळे, कचऱ्यासाठी पिशव्या सर्व सामान घेऊन ये. असंही सांगितलं.

‘‘लक्षात आलं, मी सगळं सामान व्यवस्थित आणते.’’ डेव्हॉन म्हणाली.

मी मुद्दाम गाडीचा वेग मंद केला. माझ्या नजरेतून काहीही सुटायला नको म्हणून.

‘‘आणखीन एक महत्त्वाचं म्हणजे तू त्याला अजिबात फोन करू नकोस, निरोप पाठवू नकोस. आपण त्याच्यापर्यंत पोहोचलोय, हे त्याला कळू देऊ नकोस.’’

दुसरा फोन मी ज्यो पाईकला केला. टायसन आणि अंबरबद्दल सांगितलं. तो डेव्हॉनच्या घरापर्यंत पोहोचला होता. तिचं घर बंद होतं. मी पाईकलाही माझ्या इथेच

बोलावले.

ज्योच्या एका घर खरेदी विक्री करणाऱ्या मैत्रिणीने या पूर्वी आम्हाला घरे पुरविली होती. तिला विचारून सुरक्षित घर शोधून ठेवायला सांगितलं. इतक्या ऐनवेळी घर मिळेल का असं विचारलं तर म्हणाला, 'सुरक्षित घर' ही ऐनवेळचीच गरज असते! तसेच तो पत्ता डेव्हॉनलाही कळव, तू येईपर्यंत मी इथेच थांबतो असं सांगितलं.

त्याला मी जास्मीनचा पत्ता दिला. पुन्हा मी रस्ता ओलांडला.

त्या इमारतीच्या फाटकामधून किंवा गाड्या ठेवण्याच्या जागेतून कोणीही प्रवेश करू शकत होतं. मागच्या बाजूने कोणी आलं तर दिसू शकलं नसतं. मी त्या गंजलेल्या फाटकाजवळ जाऊन डोकावलो, पण तिथूनही फार काही दिसत नव्हतं. इमारतीला लागून असलेल्या झाडांसाठी असलेल्या जागेत, उंच वाढलेली झाडे होती. त्यामुळे तळमजल्यावरील घरं आणि इमारतीच्या पाठचा भाग दिसत नव्हता. इमारतीभोवती चक्कर मारली तर बरेच काही दिसू शकेल, पण मी इथून हलणार नव्हतो. मी गाडीकडे जात असताना टायसनचा निरोप आला.

'माझ्याकडे तो लॅपटॉप असू शकेल.'

तो निरोप वाचून क्षणभर मला धक्काच बसला. मी रस्त्यातच थांबलो, कारण तो लॅपटॉप त्याच्याकडे असण्याची शक्यता मी गृहीतच धरली नव्हती.

'असू शकेल, म्हणजे?'

'मी काही लॅपटॉप ठेवले होते. त्यातला त्यांचा नेमका कोणता ते कसे कळणार?'

तो गोंधळला होता. तो लॅपटॉपच्या ढिगाऱ्यावर बसला आहे, अशी कल्पना करून डेव्हॉन वगैरेची वाट न बघता, सरळ त्यांच्या खोलीत जावं असं मला वाटत होतं.

'सर्व लॅपटॉप तुझ्याकडेच आहेत काय?' मी विचारले.

'नाही.'

तेवढ्यात एक गाडी बाजूने गेली, एक स्त्री गाडी चालवत होती, मला वाटलं काळी गाडी असेल, पण नव्हती.

'कुठे आहेत ते लॅपटॉप?' मी प्रश्न केला.

'हाहाहा मला आता जायला हवे.' त्याने लिहिलं.

'मला काय म्हणायचंय की तुला ते लॅपटॉप मिळतील का, नेमकं काय ते शोधण्यासाठी.'
टायसनने उत्तर दिले नाही.

मी पुन्हा लिहिलं. 'जितक्या लवकर या माणसांची ओळख पटेल तितक्या लवकर आपण त्यांना थांबवू शकू. आपण, मी नाही. माझ्याबरोबर काम कर, मुला.' काहीच प्रतिसाद नाही.

माझ्या गाडीकडे जाताना मी विचार करत होतो, टायसनदेखील विचार करतोय. म्हणजेच प्रगती आहे. यातून कसं सुटायचं याचा तो विचार करत असावा. आणि त्यासाठीच तो सहकार्य करण्यासाठी तयार झाला. त्याच्याकडे किती लॅपटॉप असावेत आणि त्यात नेमका हवा असलेला लॅपटॉप आहे की नाही? त्याने जसे पैसे आणि घड्याळ चोरले तसेच त्याने लॅपटॉप चोरले. पण घरात ठेवले नाहीत, ठेवले असते तर डेव्हॉनला मिळाले असते.

मी माझ्या गाडीजवळ येत असतानाच, जास्मीनच्या इमारतीचे दार उघडले आणि एक चकचकीत मिनी कुपर बाहेर पडली. उघडझाप करणारे छप्पर होते. त्यामुळे गाडी चालविणारी मुलगी दिसली आणि तिच्या बाजूला बसलेला मुलगा दिसला. मी टायसनला ओळखले, मीही गाडी सुरू केली. कदाचित ते लॅपटॉप आणायला बाहेर पडले असतील.

ती गाडी उजवीकडे वळली, त्यांचा पाठलाग होत नाही हे पाहून मी त्यांच्या पाठोपाठ निघालो. त्यांच्यामागे काळी सेडान नव्हती. मुक्त मार्गाच्या उजव्या बाजूस मिनी वळली आणि रस्त्याच्या टोकाला त्यांचा सिग्नल लुकलुकला तेव्हा मीही त्यांच्यामागे गेलो. व्हेंचुरा बुलेवार्डकडे गेली. त्यांच्या गाडीचे पाठचे दिवे लुकलुकले आणि गाडी स्टारबक्सपाशी थांबली. माझ्या लक्षात आले, हे म्हणजे काही लॅपटॉप शोधणे नव्हे.

मी लाल पट्ट्यात गाडी थांबवली. ज्यो पाईकला पटकन निरोप पाठवला,

पाठवला म्हणजे तो पण आमच्या बरोबर राहील. बाजूच्या फुटपाथवरून फिरत मी मिनीच्या परवानापट्टीचा फोटो काढला. स्टारबक्सच्या दुकानात डोकावलो.

बहुतेक जागा व्यापल्या होत्या. आणि काही ग्राहक पदार्थ बांधून नेण्यासाठी आले होते. त्यांची रांग पेस्ट्री ठेवलेल्या काचेच्या कपाटाच्या बाजूने जात होती. त्या कपाटात कॉफीचे हवाबंद कप, तसेच नक्षीकाम केलेले मग होते. कोपऱ्यातील एका जाड कोचासारख्या खुर्चीत बसलेल्या वृद्ध स्त्रीशी अंबर बोलत होती. त्या बाईच्या पुढ्यात पांढरा, केसाळ कुत्रा होता. टायसन रांगेत उभा होता आणि फोनवर बोलत होता. बोलणं संपवून हात खिशात घालून उभा होता. त्याने काही मूर्खासारखी कृती करू नये अशी माझी अपेक्षा होती.

माझा फोन चिरचिरला. लोकांनी पाहू नये म्हणून मी मागे वळलो. टायसनने लिहिलं होतं,

'मला लॅपटॉप मिळालेत पण त्यातला नेमका कोणता ते कसं ओळखायचं?'

'त्यांच्यावर काय आहे ते बघ, कुठच्या तरी लॅपटॉपवर त्यांची ओळख पटेल असे काहीतरी असेल, ते शोध.'

मी पुन्हा स्टारबक्समध्ये आलो. टायसन अजूनही तिथेच होता. त्याने अंबरकडे बघितलं, सहज असं दाखवत त्याने फोन बाहेर काढला. माझा निरोप वाचला, त्याने पटकन निरोप लिहिला. फोन हातातच ठेवला. त्याने लिहिलं होतं,

'तुम्हाला बोलणं सोपं आहे पण काय शोधायचं हेच मला माहीत नाही, मला सगळेच लॅपटॉप बघायला लागतील, आणि शोधू तरी काय?'

मी निरोप वाचेपर्यंत टायसनचा क्रमांक पुढे सरकला. त्याला ऑर्डर द्यायची होती.

मी पटकन उत्तर पाठवले. 'काहीतरी धोकादायक आहे.'

टायसनने अंबरकडे नजर टाकत अगदी सहज आपला फोन बघितला. अंबर त्या बाईशी बोलणं संपवून त्याच्याचकडे येत होती. तिला येताना पाहून घाईघाईने त्याने फोन खिशात ठेवला. तो काहीतरी लपवतोय हे मला लांबूनही कळले.

मी आत गेलो तेव्हा अंबर टायसनपर्यंत पोहोचली होती. त्याचा दंड पकडून ती म्हणाली, "तो कुत्रा किती छान आहे, मला सुद्धा तसा कुत्रा हवा आहे." अंबर खूप मोठ्याने बोलत होती. तिचे हातवारे विलक्षण होते. रंगमंचावरील एखाद्या नटीसारखे!

"तुझं म्हणणं खरं आहे, तो कुत्रा खरंच छान आहे." टायसन म्हणाला.

टायसनला मी एकदाच बघितले होते. तसा दिसायला तो चांगला होता. पण थोडासा स्वत:विषयी खात्री नसलेला, सावध किंवा भित्रा असावा असं वाटत होतं.

पण अंबर बिनधास्त होती. सडपातळ, सुंदर. तिची काया छान होती, तिचे लांबसडक पाय शॉर्ट्स मध्ये छान दिसत होते, वाईट दिसत नव्हते. गुसी गॉगलने तिचा चेहरा खुलला होता.

अंबरने मोठं कॅरेमलचा पातळ थर असलेलं मोठं माकीयाटो मागवलं. टायसनने व्हॅनिला आईस्क्रीम मागवले. अंबरने त्याच्या खांद्यावर हात टाकला होता आणि ती विक्रेत्याकडे हसून बघत होती. "ह्याला व्हॅनिला आइस्क्रीम जरा जास्तच गोड द्या, कारण तो किती गोड आहे." आजूबाजूचे लोक हसले, टायसनने पैसे दिले. त्यांचे पदार्थ येईपर्यंत अंबर पुन्हा त्या आजींकडे कुत्र्याशी खेळायला लागली.

पदार्थ बांधून येईपर्यंत टायसन जरा लांब गेला. इतर ग्राहकांच्या मागे जाऊन उभं राहत अंबर आपल्याकडे पाहत नाही ना याची त्याने खात्री केली, मग फोन बाहेर काढला.

मी त्याच्या मागे जाऊन उभा राहिलो. जवळून तो जास्तच सुंदर दिसत होता. सौम्य आणि बारा वर्षांच्या मुलासारखा, फोनकडे कुतूहलाने बघणारा. त्याची मैत्रीण कुत्र्याबरोबर खेळणारी, लहान मुलगी. आणि या दोघांनी एक नाही, दोन नाही, चांगल्या अठरा घरफोड्या केल्या होत्या!

"तुझ्या मैत्रिणीला कुत्र्याचे पिल्लू हवे आहे." मी म्हटलं.

तो चपापला, मागे सरकून त्याने फोन खिशात ठेवला.

मी सहज हसलो, अंबरकडे बघितलं. "तुझी मैत्रीण खूप सुंदर आहे." मी म्हटलं.

टायसनने मागे सरकून माझ्याकडे बघितलं. गोंधळला, घाबरलादेखील.

"धन्यवाद!" तो म्हणाला.

"तिच्याकरिता एक कुत्रा घेऊन दे." मी म्हटलं.

"ठीक आहे." तो म्हणाला.

"तिचा चेहरा ओळखीचा वाटतोय, नटीसारखा, ती दूरदर्शनवर होती का?"

विक्रेता पदार्थ तयार करत होता. टायसनला माझ्याकडे पाहण्याची इच्छा नसावी.

"हो."

अंबर झटकन उठून त्याच्याकडे आली. "अजून तयार झाले नाही? इतका वेळ काय करत होतास?"

ती घाईघाईने बोलल्यामुळे आणि पुढे वाकल्यामुळे मला तिचं पुटपुटणं ऐकायला आलं. "माझं ग्रॅड क्रिमी माकीयाटो जास्त फोम घातलेलं आणि जास्त व्हॅनिला घातलेलं पुसिनी व्हॅनिला. तू दुसरं कुणाला दिलेलं नाही ना? आम्हाला काही उत्तेजक हवं आहे."

टायसनवर अंबरचा खूप प्रभाव होता. तिच्यापेक्षा तो उंच होता, ती बरोबर असताना त्याच्या वागण्यात आत्मविश्वास वाटत होता. तिच्यामुळे त्याला ताकद मिळत असावी. त्याच्या कल्पनाशक्तीला तिच्यामुळे पंख फुटत असावेत. तिच्यामुळे त्याची कमकुवत बाजू बळकट होत असावी. तिच्या समाधानाकरीता तो काहीही करायला तयार असे.

"आपले पदार्थ अजून तयार होत आहेत, मी या कपाटातील कप पाहत होतो." तो म्हणाला.

"ओके," असं ती खूप मोठ्याने आणि नाटकी पद्धतीने म्हणाली. तिच्या हातावर मला व्रण दिसला. पिंगट खूण दिसत होती. तो व्रण आठवून गुरविक आणि रे बेकन यांनी सांगितलेल्या दुःखद घटना मला आठवल्या. मी माझ्या गाडीकडे गेलो.

टायसन आणि अंबर दोघेही आपापले पदार्थांनी भरलेले मोठे कप घेऊन बाहेर आले आणि काही मिनिटातच त्यांची गाडी सुरू झाली.

मला वाटलं, आता तरी ते लॅपटॉप आणायला जात असावेत; पण तसं झालं नाही. वाटेत त्यांनी इन-एन-आऊट बर्गर मधून बर्गर घेतला. टायसनला सतत खायला लागत असे. कदाचित लॅपटॉप मिळविण्यासाठी तो ताकद गोळा करत असावा.

काही वेळानंतर ते जास्मीनच्या घराकडे गेले, मीही त्यांच्या पाठोपाठ तेथे आलो.

पोलिसांपैकी किंवा त्या दोघांपैकी कोणीही तिथे नव्हते. मिनी कुपर गाडी इमारतीत गेली, मी पुन्हा माझी गाडी आग विझवणाऱ्या नळाजवळ थांबवली.

पाईक आधीच तिथे पोहोचला होता. मला पाहताच पाईक त्याच्या जीपमधून बाहेर पडला. आम्ही रस्त्यावर भेटलो.

"किती वेळ बाहेर होतास?" त्याने विचारले.

"पंचेचाळीस मिनिटे." मी म्हणालो.

"मला दहा मिनिटे झाली येऊन."

पस्तीस मिनिटे. आम्ही दोघांनी इमारत आणि रस्ता तपासला. ते कदाचित या पस्तीस मिनिटात येऊन गेले असण्याची शक्यता होती. एक दुसऱ्याला सोडून जाणेही सहज शक्य होते. तो आता घरामध्ये वाट पाहत असेल किंवा पुढच्या कोपऱ्यात त्याने गाडी लावली असेल.

"आपण दोघेही हे काम करून टाकू चल," मी पाईकला म्हटले.

३४

आम्ही दोघांनी आराखडा ठरवला.

''एकूण सहा घरे. तीन तळमजल्यावर, तीन पहिल्या मजल्यावर आणि जाझीचे वरचे मधले घर.'' मी म्हटलं.

''आणि फाटक?''

''ते आतून उघडतं, मी गॅरेजजवळ थांबतो.''

पाईक दुडक्या चालीने फाटकाजवळ गेला आणि मी गॅरेज तपासण्यासाठी उंचवटा होता त्याच्यामागे लपलो. अंबरची मिनी कुपर आणि एक चंदेरी बीएमडब्ल्यू अशा दोनच गाड्या होत्या. बाकीचे बहुधा कामावर गेले असावेत.

पाईक कुपणभिंतीवरून प्रवेशद्वार उघडण्यासाठी आत उतरला. मी पत्रपेट्या पुन्हा तपासल्या. जास्मीनच्या पाच क्रमांकाच्या घराखाली दोन क्रमांकाचे घर होते.

मी फाटकातून आत शिरलो आणि झाडांच्या बाजूने पुढे गेलो. सर्वत्र भयाण शांतता होती. पायवाट स्वच्छ आणि व्यवस्थित राखलेली होती. तळमजल्यावरच्या प्रत्येक घराला वेलींनी झाकलेले प्रवेशद्वार होते. खासगीपणा हा बहुधा विक्रीतला मुख्य मुद्दा असावा. वरच्या मजल्यावर प्रत्येक घराचा जिनाही वेगळा होता.

आम्ही जास्मीनच्या घराजवळ पोहोचलो. काहीही आवाज येत नव्हता. पाईकने पिस्तुल हातात काढून घेतले. मी दरवाजाच्या किल्लीच्या छिद्रातून आत पाहिलं आणि घंटीची कळ दाबली. उत्तर यायची अपेक्षा नव्हती, पण आतून अंबरने उत्तर

दिले.

"कोण आहे?"

"मी स्टेनर, तुमच्या घराखाली माझं घर आहे. माझ्या घरात पाणी गळतंय, तुमच्या घरातील मोरी तुंबली आहे का?"

आतून उत्तर नव्हते, पण कुजबुजण्याचा आवाज आला. कदाचित नेफ आणि हेन्समनने त्यांच्या डोक्यावर बंदूक रोखली असावी.

मी पुन्हा दरवाजा वाजवला.

"हॅलो, ऐकायला येतंय का? खाली पाणी गळतंय."

"ठीक आहे, थांबा जरा," आतून ती म्हणाली.

आतलं कुलूप काढलं गेलं, अंबरने दरवाजा उघडला. मी दार ढकलून आत गेलो. तिचे दंड पकडून माझ्याकडे खेचलं. पाईक माझ्यापाठोपाठ जोरात आत आला. डावीकडच्या दिवाणखान्यात गेला, हातात बंदूक, खोलीत कोणीही नव्हतं. मी दरवाजा बंद केला.

अंबरचा चेहरा पांढराफटक पडला.

"पुढे येऊ नकोस." ती ओरडली.

टायसन इन-एन-आऊटमध्ये घेतलेला बर्गर खात स्वयंपाकघराच्या तोंडाशीच उभा होता. पिस्तुल बघून तो घाबरला आणि मागे सरकला आणि ओरडला. "हेच ते दोघे! पळ."

तो वळला आणि नेमका पाईकच्या समोर आला. पाईकने त्याला माझ्याकडे ढकलले आणि स्वयंपाकघराच्या मागून दिसेनासा झाला.

अंबरला मी दरवाजापासून दूर केले आणि म्हणालो "दोन माणसे बरोबर, पण ती दुसरी!"

अंबर सुटायचा प्रयत्न करत होती, पण तिला ते शक्य झाले नाही. तिच्याकडे दुर्लक्ष केले आणि मी टायसनकडे वळलो.

"तुमच्याशिवाय घरात आणखीन कोणी आहे का?" मी विचारले.

टायसन गप्प होता. भीतीने त्याने डोळे विस्फारले होते.

अंबर संतापाने म्हणाली, "चालते व्हा, तुम्ही असे कोणाच्याही घरात घुसू शकत नाही, तसा तुम्हाला अधिकार नाही."

केवढा विरोधाभास!

(तुम्ही चोऱ्या करण्यासाठी असेच घुसलात ना..!)

"मी असाच आत आलो आणि आता मी इथे आहे!"

मी पुन्हा टायसनकडे वळलो.

"मी एल्विस कोल, तुझ्या आईने माझ्यावर हे प्रकरण सोपवले आहे." मी

टायसनला म्हणालो.

टायसन थरथरत होता, त्याचा चेहरा भीतीने काळवंडला होता आणि त्याला बहुधा उलटी होईल असे वाटत होते.

अंबरने माझा हात सोडवायचा प्रयत्न केला. "तुला कोणी नेमलंय त्याच्याशी आमचं काही देणंघेणं नाही, आधी चालता हो." ती ओरडली.

मी तिचा दंड घट्ट पकडून म्हटलं. "आता इथे मी जास्मीनच्या घरात तुझ्या आणि टायसनबरोबर आहे, हे स्वप्न नाही, हे लक्षात घे."

"मूर्खासारखं बोलू नकोस. तू कशाबद्दल बोलतोयस?" ती पुन्हा ओरडली.

"मी तुमच्यापर्यंत आलोय याचा अर्थ, ज्यांनी अलेकचा खून केला ते पण तुमच्यापर्यंत पोहोचतील आणि तुम्हाला ठार मारतील. त्यामुळे तुम्ही आता इथे राहायचं नाही, आपण ही जागा सोडतोय."

ती माझा हात सोडवायचा प्रयत्न करत होती. तिला दाराकडे जायचं होतं. मी पुन्हा एकदा झटका देऊन तिला थांबवलं.

"तू मला जखमी करतोयस." ती कुरकुरली.

टायसन जमिनीला खिळल्यागत उभा होता. त्याच्या मोठ्या डोळ्यांत भीती होती. "थांब. मूर्ख."

अंबरने ओरडायचा प्रयत्न केला, मी तिच्या तोंडावर हात ठेवला. ती आता लाथा झाडत होती. तिची सहनशक्ती संपत आली होती.

"अंबर शांत राहा, त्यांनी आपल्याला शोधलं आहे." टायसन म्हणाला.

अंबरला श्वास घ्यायला त्रास होत होता, पण मग ती शांत झाली, मी तिच्या तोंडावरचा हात काढला.

"अलेकचे काय झाले ते तिला माहीत आहे का?" मी टायसनला विचारले.

"तिचा त्यावर विश्वास नाही." टायसन म्हणाला.

"तुम्ही कशाबद्दल बोलताहात ते मला माहीत नाही. आम्ही काहीही केलेलं नाही."

ती पुन्हा ओरडली.

"कोर्टात जायची वेळ आली तर तुम्हाला शुभेच्छा, पण मधल्या काळात तुम्ही जिवंत राहायला हवं, हा प्रयत्न आपण करू या." मी म्हटलं.

पाईक पुन्हा आला आणि दरवाजाकडे गेला.

"आम्ही चांगली माणसे आहोत," असं म्हणत पाईकने दार उघडले. दरवाजावरचं छिद्र स्वच्छ केलं. आत येऊन दरवाजा पुन्हा बंद केला.

"लॅपटॉप इथेच आहेत का?" मी टायसनला विचारले.

"नाही सर!"

सर! टायसन खरंच खूप घाबरला होता.

“तुझं सामान बांध, काही दिवसांसाठी मी तुला सुरक्षित ठिकाणी घेऊन जात आहे.”

अंबर दुखावलेली वाटत होती.

“माझ्या मनाविरुद्ध तुम्ही मला घेऊन जाऊ शकत नाही, हे म्हणजे पळवून नेण्यासारखे आहे.” ती निषेध व्यक्त करत होती.

“हो, मी तसे करू शकतो पण करणार नाही, तू तुझ्या स्वत:च्या इच्छेने येशील. तुला यावेच लागेल, आम्ही तुला बरोबर घेऊन जाऊ.” मी सांगितलं. “तुला सहकार्य करावंच लागेल.”

“नाही, मी नाही येणार!” ती लहान मुलीसारखी म्हणाली.

“तू जर आली नाहीस तर, मी तुझं अपहरण करीन. मी तुला अशा पद्धतीने बांधीन की तुझी ‘ममी’ वाटेल आणि मी पोलिसांकडे जाईन, ते तुझ्या हाताचे ठसे घेतील आणि जिथे चोऱ्या झाल्या तिथले ठसे तपासतील आणि मग तू तुरुंगात आरामात झोप काढ.” मी तिला सत्यपरिस्थिती सांगितली.

अंबरने एकदा पाईककडे, एकदा टायसनकडे आणि माझ्याकडे बघितले आणि म्हणाली,

“असं केल्याने टायसनलाच त्रास होईल.”

“तुम्ही दोघेही अडकाल, पण टायसन सुरक्षित राहील. तू मात्र तुरुंगात राहशील. तू जर त्याला पोलिसांकडे ढकललंस तर त्याची जबाबदारी तुझी.”

तिने टायसनकडे असाहाय्यपणे बघितले.

“तुम्हाला अशा ठिकाणी सुरक्षित ठेवू, की ती माणसे तुम्हाला शोधू शकणार नाहीत. ते कोण आहेत ते आम्ही शोधून काढू आणि त्यांना थोपवू.” मी टायसनकडे बघत समजावून सांगितले. “तुमच्याबरोबर टायसनची आई असेल.”

मी अंबरला म्हटलं, “तुझी आई भटकतेय, मी तिला फोन केलाय, पण जेव्हा ती येईल तेव्हा तुम्ही दोघी काहीही गोंधळ घाला, राहा, भांडा, काहीही करा.”

तिने माझ्याकडे रागीट नजरेने बघितलं, अचानक तिचा चेहरा पालटला.

“आई येणार आहे?” तिने विचारलं.

“मी निरोप पाठवलाय, तिच्याशी माझं प्रत्यक्ष बोलणं झालेलं नाही.” मी उत्तर दिले.

ती अधिकच रूष्ट झाली. पण आता विचार करत्येय असं वाटायला लागलं.

“ते आपल्याला ठार मारतील अंबर.” टायसन प्रथमच बोलला.

अंबरने पाईककडे रोखून बघितले आणि मग माझ्याकडे वळून बघत म्हणाली,

“तुम्ही खरोखरच खासगी गुप्तहेर आहात का?”

''अर्थातच!'' मी म्हटलं.

''पण हा माणूस मला गुप्तहेर वाटत नाही.'' पाईककडे बोट दाखवत ती म्हणाली.

पाईकने फक्त मान हलवली, तो काहीच बोलला नाही. त्याच्या डोळ्यांचा रंग करडा होता, जणू काही अज्ञाताकडे नेणारे दरवाजेच. तो काही न बोलता पुन्हा त्या छिद्राकडे गेला.

'सिनेमातल्याप्रमाणे हा शांत आहे.' ती हसत म्हणाली.

एकदा निघायचे ठरल्यावर अंबरने सहकार्य केलं. त्यांनी त्याचे कपडे, इतर वस्तू आणि अंबरने जरुरीचे सर्व सामान भरलं. त्यांनी काय काय घेतलं हे मी तपासून बघितलं. अंबरने भराभर आवरले, कशाचीही कुरकुर न करता. टायसन काही बोलत नव्हता; पण नजर चुकवत होता. पाईकने त्याची बंदूक टॉवेलने झाकून घेतली. मी त्या दोघांच्या किल्ल्या आणि फोन्स ताब्यात घेतले.

प्रथमच अंबर नाखूश दिसली. ''तुम्हाला किल्ल्या कशाला हव्यात? मला त्या पाहिजेत.''

''आपण तुमच्या गाड्या इथेच सोडून जात आहोत. टायसन माझ्याबरोबर येईल आणि तू, ज्यो बरोबर जा.'' मी आराखडा सांगितला.

अंबरने पाईककडे बघितलं. त्याच्या हातावरचं गोंदण, दणकट स्नायू आणि निर्विकार डोळे. ती हसली. जणू प्रकाशाची तिरीप आली.

''बाप रे, हा किती थंड आहे, मी तुमच्याबरोबर येते.'' ती म्हणाली.

मी पाईककडे हसून बघितलं, पण तो हसला नाही.

आम्ही आता घराच्या बाहेर पडणार होतो. माझं पिस्तुल मी रुमालाखाली झाकून घेतलं.

''ज्योला पुढे होऊ दे, तुम्ही दोघे माझ्याबरोबर राहा!'' मी म्हटलं.

अंबर टायसनचा हात धरून त्याच्यामागे सरकली, तिचे डोळे चमकत होते. ''हे किती थरारक आहे नाही? ते कदाचित बाहेर असतील, ते आपल्यावर गोळ्या झाडतील.''

टायसनने काहीच प्रतिक्रिया दिली नाही.

मी त्याच्या खांद्याला स्पर्श करून म्हटलं, ''सर्व सुरळीत होईल.''

तो काहीच बोलला नाही. आम्ही निघालो.

पाईकने दरवाजा हळूच उघडून बाहेर बघितलं, जिन्यावर बघितलं, मग पाऊल बाहेर टाकलं. टायसन आणि अंबर दोघांना माझ्यामागे ठेवून मी ज्योच्या मागे होतो.

पाईकने कठड्यावरून वाकून बघितले. मग तो जिन्याकडे वळला. मागे वळून त्याने मला खूण केली आणि तो खाली गेला. मी टायसन आणि अंबरला बरोबर

घेऊन बाहेर पडलो. दाराला कुलूप लावले. पाईकने खाली जाऊन खुणावले, तेव्हा आम्ही त्वरेने खाली गेलो.

पाईक फाटकाच्या पुढे गेला. त्याने रस्ता तपासला, आम्हाला पुढे यायला खुणावले. आम्ही धावतच त्याला गाठलं. आणि लगेच वेगळे झालो. अंबरला मी त्याच्या जीपमध्ये ढकललं, आम्ही आता अगदी उघड्यावर होतो, मला माहीत होतं, काळी गाडी नक्की येणार, मी अपेक्षाच करत होतो. कदाचित त्यांची आमची स्पर्धा असेल.

"जा त्या पिवळ्या कार्वेटमध्ये जा." असं म्हणत मीही टायसनच्या बाजूने धावतच गाडीत बसलो. दोघेही बसल्यावर गाडी सुरू केली. पाईक आधीच पुढे गेला होता.

मी प्रत्येक क्षणी काळी गाडी आमच्या मागे येत आहे का ते आणि प्रत्येक कोपऱ्यावर कोणी दिसतंय का ते पाहत, मुक्त मार्गाकडे जात होतो. शेवटी आमची गाडी मुक्त मार्गाच्या वाहतुकीत सामील झाली. आणि आता आम्ही सुरक्षित होतो.

३५

आता मी थोडा निवांत झालो. दिवसातून पहिल्यांदाच मला मोकळे मोकळे वाटायला लागले. आता टायसन माझ्याबरोबर सुरक्षित होता, माझ्या गाडीतील आवाजही आता शांत झालेसे मला वाटले. मी त्याच्याशी बोलायचा प्रयत्न केला; पण तो गप्पच होता. त्याने आपली पिशवी छातीजवळ घट्ट धरून ठेवली. तो एकटक रस्त्याकडे पाहत होता, पण त्याची नजर शून्यात होती. जणू काही रस्ता त्याला दिसतच नव्हता! तो अधिकच आक्रसून गेला होता आणि घाबरलाही होता.

''आपण जातोय तिथेच तुझी आईदेखील आहे, लवकरच आपण तिथे पोहोचू.'' मी त्याला म्हटलं.

डोळ्यांच्या कोपऱ्यातून मी त्याचे निरीक्षण करत होतो, त्याच्याही ते लक्षात आले असावे पण त्याने तसे दाखवले नाही.

''ती खूप काळजीत आहे.'' मी पुन्हा म्हणालो.

काहीच प्रतिक्रिया न देता तो खिडकीतून बाहेर पाहायला लागला.

''तू ते लॅपटॉप कुठे ठेवले आहेस?'' मी विचारले.

त्याने उत्तर दिले नाही.

''मला तुझं उत्तर ऐकायला आलं नाही.'' मी म्हटलं.

''गॅरेजमध्ये आहेत.'' मला ऐकू येईल न येईल इतक्या हळू आवाजात माझ्याकडे न पाहता तो म्हणाला.

“किती आहेत एकूण?” मी विचारले. “बोल पटकन.”

“सहा.” माझ्याकडे न पाहता तो मोठ्यांदा म्हणाला.

“सगळे लॅपटॉप तिथेच आहेत का?”

“नाही. एक माझ्या खोलीत आणि बाकीचे पाच गॅरेजमध्ये.”

“लॅपटॉप गॅरेजमध्ये आहेत हे इतर कुणाला माहीत आहे का?”

“नाही.”

“अलेकला माहीत होतं?”

“नाही.”

हे ठीक होतं. अलेक त्यांना काहीच सांगू शकला नसता.

“पण लॅपटॉप तुझ्याकडे आहेत हे आणखीन कोणाला माहीत होतं?”

“अलेक आणि अंबर.”

“ठीक आहे, तुझ्या आईला तुला भेटायचं आहे, तिला भेटू आणि नंतर मग लॅपटॉप मिळवू.”

त्याने मान हलवली, पण काहीच बोलला नाही. फक्त पिशवी जवळ ओढली आणि खिडकीबाहेर पाहायला लागला.

तो काय विचार करत असेल, याचा मी अंदाज बांधत होतो. अनेक न बदलणाऱ्या गोष्टींचा तो विचार करत असावा.

त्यांनी जे केलं आणि मग ते जसे राहिले यातलं काहीच खरं नव्हतं. पण आता ते बदलत होतं. तो सापडला होता. आणि तो ज्याला घाबरत होता तोच माणूस त्याला त्याच्या आईकडे घेऊन चालला होता. त्याला आता आता समजायला लागलं या सगळ्याचेही परिणाम होणार होतेच.

मी पुन्हा टायसनकडे बघितलं. मला तो आणखीन आक्रसून गेला असं वाटलं. जसं विझार्ड ऑफ ओझ सिनेमामधील दुष्ट चेटकीण शेवटी बारीक बारीक होत नष्ट झाली, तसं वाटलं.

“तू खूपच गोंधळ करून ठेवला आहेस.” मी म्हटलं.

त्याने मान हलवली.

“तू जे जे केलेस त्या सर्वांची उत्तरे तुलाच द्यावी लागतील टायसन, समजलं?”

त्याने मान हलवली. माझ्या लक्षात आले नसावे, त्याचे खांदे हलत होते, तो रडत होता, मला कळलेही नाही.

“टायसन.” मी हाक मारली.

त्याने मान खाली घातली, आता तो गदगदायला लागला.

“तुला चांगलं वाटायच्या आधी खूप वाईट वाटेल, पण या सर्वांतून तू सुटशील.”

तो अधिकच रडायला लागला. मी त्याला थोपटले, पण त्याचे रुदन थांबत नव्हते, जणू त्याने हे अश्रू कमावले होते!

आम्ही शांततेत त्याच्या आईपर्यंत पोहोचलो..!

३६

आमच्या सुरक्षित ठिकाणी आम्ही पोहोचलो. डेव्हॉन आधीच आली होती. पाईक आणि अंबरही पोहोचले.

स्टुडिओ सिटीमधल्या नदीच्या उत्तरेला दोन शयनकक्ष असलेलं आमचं घर सुरक्षित होतं. मालक परदेशी राहत होता. आधीचा भाडेकरू नुकताच सोडून गेला होता. त्यामुळे काही दुरुस्ती आणि रंगरंगोटी केली तर भाडे जास्त मिळवता येईल असा घरमालकाचा विचार होता. टायसनला पाहताच डेव्हॉन धावतच आली, तिला येताना पाहून आपला चेहरा कुठेतरी लपवावा असं टायसनला वाटले.

"आपण अंबरला इथे सोडू आणि मग दुसऱ्या ठिकाणी जाऊ, फार वेळ आपल्याला इथे राहायचं नाही..!"

"पण माझी आई इथे आहे." टायसन पटकन म्हणाला.

"तुझ्या आईला वेड लागलंय आणि ते बरोबरही आहे. मित्रा. चल उठ."

डेव्हॉनने त्याच्या गळ्याभोवती असे हात टाकले, की एखाद्या खेळाडूने धावणाऱ्या खेळाडूला मागून घट्ट पकडावे, जसा काही तो मृत्यूशय्येवरून उठून आला आहे.

पाईकने घर उघडले. अंबर मागे रेंगाळली. डेव्हॉन टायसनला मिठीत घेऊन त्याच्या अंगावरून हात फिरवत होती, रडत होती आणि चिडतही होती.

अंबरने घराकडे एकदा बघितले, आणि मोठ्या आवाजात ती म्हणाली,

“बाप रे, हे घर! मला वाटलं की घराभोवती मोठी भिंत असेल, खिडक्यांना मोठे गज असतील; पण हे तर एकदम लहान घर आहे आणि सुरक्षितही वाटत नाही.”

टायसनने आईची मिठी सोडविण्याचा प्रयत्न केला. तो थोड्या नाखुशीनेच आईला म्हणाला, “आई पुरे ना आता!”

डेव्हॉन त्याचे खांदे धरत, हलवत उसळली, “मूर्खा! आता पुरे काय? तू हे सगळं कसं काय करू शकलास? काय विचार केला होतास?”

“मी मूर्ख आहे, आई.” तो म्हणाला.

“तू मूर्ख नाहीयेस. आणि तसं म्हणण्याचं धाडसंही करू नको.”

तिचा संताप अनावर झाला होता. तिला थांबवत मी म्हटलं, “डेव्हॉन तू आतली व्यवस्था बघ ना? मी आणि टायसन गाडीतलं सामान बाहेर काढतो.”

डेव्हॉन काही बोलणार होती पण पुन्हा तमाशाच झाला असता. तिने मला तिच्या चाव्या दिल्या आणि ती पायवाटेवरून चालू लागली. मी टायसनचे ऑडी गाडीकडे लक्ष वेधले.

“तुझ्यासाठी हा खूप महत्त्वाचा बदल आहे, तुझे मी स्वागतच करतो.” मी म्हणलो.

त्याने माझ्या नजरेत नजर मिसळली पण काही क्षणच! “मी आभारी आहे.” तो म्हणाला.

आईला घराकडे जाताना बघून तो म्हणाला,

“आईला अंबर आवडणार नाही!”

“नाही, तसं नाही, तू पैज लावू शकतोस.’ मी म्हटलं.

त्यानं त्याच्या आईचे सामान उतरवले, कपड्यांच्या पिशव्या, स्वच्छता कागद, किराणा सामान, साबण, प्लॅस्टिकची भांडी, माझ्या स्वयंपाकघरातून आणलेले पदार्थ. सर्व सामान आम्ही स्वयंपाकघरात ठेवले.

घर म्हणजे तशी छोटीशी बंगलीच होती. स्वयंपाकघराच्या बाजूला एक छोटीशी खोली होती. तीन खुर्च्या होत्या. झोपण्यासाठी दोन खोल्या, न्हाणीघर आणि दोऱ्या लोंबत असलेला सोफा. एक आठवड्यापूर्वीच घर रंगविलेले होते, त्याचा वास अजूनही येत होता.

डेव्हॉन अंबरपासून शक्य तितक्या लांबच होती. अंबरने त्याच्याकडे दुर्लक्ष करत दिवाणखान्यातून चक्कर मारली. ती त्या साध्या खोलीतही खूश होती. टायसन माझ्यामागे लपत होता.

अंबरने टायसनकडे बघितलं.

“हे सगळं किती साधं आहे नाही.” ती म्हणाली.

टायसनने आईची नजर चुकवत फक्त खांदे उडवले.

अशा भिंती कधीच पाहिल्या नसाव्यात, अशा आविर्भावात ती भिंतींवरून हात फिरवत म्हणाली,

"आपण अशा भीतिदायक घरात अडकलो आहोत, बहुधा अशा ठिकाणी माणसांची कत्तल होत असावी."

डेव्हॉनने माझा हात धरून मला आत ओढले.

"ही चेटकीण इथे राहणार आहे का?"

तिच्या बोलण्यात अविश्वास होता. टायसन भेदरलेल्या सश्यासारखा उभा होता. मी तिला आणखीन दूर नेत म्हटलं, "तिची आई प्रवासात आहे, मी तिला निरोप पाठवला आहे. ती आली की अंबर तिच्याकडे जाईल."

"पण कोणीतरी असेलच ना तिच्या घरी? तिच्या बहिणीचं काय?"

"तुला म्हटलं ना मी की ती बाहेरगावी आहे."

"त्यांच्याकरता बरं आहे. ते तिच्यापासून दूरच आहेत." डेव्हॉन म्हणाली.

पाईकने घरातून चक्कर मारली, दरवाजाजवळ गेला आणि म्हणाला,

"टॉयलेट, कुलपं सगळं व्यवस्थित आहे. खिडक्या सुरक्षित आहेत, आपलं घर छान आहे."

मी डेव्हॉनला आणखीन दूर नेत हळू आवाजात म्हटलं, "हे सगळं चमत्कारिक आहे; पण आपल्याला लॅपटॉप मिळवायलाच हवा आणि हे सगळं आता तू हाताळावंस."

"माझी आई फोन करणार नाही." अंबर एकदम मागून म्हणाली. हाताची घडी घालून ती भिंतीला टेकून उभी होती. चेहरा उतरलेला आणि थोडी थकलेली.

"माझी आई कधीच फोन करणार नाही, त्यामुळे अपेक्षा करू नका, तिला माझी काडीमात्र काळजी नाही."

"ती फोन करेल आणि तिने फोन नाही केला तर तिने फोन घेईपर्यंत मी तिला फोन करत राहीन."

पण माझ्या वेळेचा हा अपव्यय आहे, अशा अर्थाने तिने खांदे उडवले.

"तुला कळेलच."

डेव्हॉनने नाखुशीने ओठ मुडपले. मी तिच्याकडे डोळे बारीक करून बघितले खुणावले, काय?

तिने डोळे मिटले.

"तू किती वेळ असशील इथे?"

"अजून एखादा तास, पण मी संपर्कात राहीन."

मान हलवत डेव्हॉन अंबरकडे वळली, "मी टायसनची आई, डेव्हॉन."

“माहित्येय मला, मी अंबर.” तीही म्हणाली.

पाईक एक शब्दही न बोलता बाहेर पडला. टायसनला घेऊन मीही त्याच्या पाठोपाठ बाहेर पडलो. त्याच्या पाठीवर हात टाकत मी विचारले,

“सगळं ठीक आहे ना?”

“सगळं कसं चमत्कारिक झालंय!” तो अस्वस्थ होता.

मी पाईकला म्हटले, “मला वाटतं सगळं व्यवस्थित जुळून आलं आहे.”

“छे, छे, खरोखरीच वेगळं आहे!” पाईक म्हणाला.

आम्ही लॅपटॉप आणायला जीपमध्ये बसून निघालो..!

३७

आम्ही टायसनच्या घरावरून गेलो. काळी गाडी कुठे दिसत्येय का ते पाहून घेतलं. त्यांनी जर सावधगिरीची किंवा काही टेहेळणी यंत्रणा बसविली असेल, तर त्यांना तिथे थांबून राहण्याची आवश्यकता नव्हती. त्यामुळे आम्हाला काळजी घेणं आवश्यक होतं. आम्ही शेजारच्या घरासमोर गाडी थांबवली.

तिथे गाडी थांबवली याचे टायसनला आश्चर्य वाटले, ''माझं घर तर पुढे आहे,'' तो म्हणाला.

''त्यांनी सूचना देणारी, टेहेळणी यंत्रणा बसविली आहे. पाईक जाऊन खात्री करून घेतोय.''

''ती तुझ्या पायाजवळ काळी पिशवी आहे ना, ती दे.'' पाईकने टायसनला सांगितले.

ती पिशवी खूप जड होती. त्याने ती उचलून पाईककडे दिली. पाईक पिशवीत काहीतरी शोधत होता.

''कसली यंत्रणा? काही बॉम्ब वगैरे आहे का?'' टायसनने विचारले.

''नाही, अशी यंत्रणा की कोणी जर आत आलं तर कळावं म्हणून बसवतात.'' मी सांगितलं.

पाईकने पिशवीतून हातात धरता येईल अशी वस्तू काढली, वॉकीटॉकीसारखी, मोठा भोंगा असलेले ते उपकरण होतं.

ते पाहून टायसन म्हणाला, ''हे रेडिओ लहरी शोधणारं उपकरण आहे का?''

टेहेळणी यंत्रणेत नेहमी रेडिओ लहरींचा वापर केला जातो. भ्रमणध्वनीतून प्रक्षेपणासाठी ब्लू टूथ किंवा इंटरनेटसाठी वायफाय यंत्रणा वापरली जाते.

पाईकने चमकून टायसनकडे बघितलं.

''तुला यातलं कळतं? रस आहे यात?'' पाईकने विचारले.

''हो सर!'' टायसन म्हणाला.

पाईकने ते उपकरण त्यालाच हाताळायला सांगितलं. दोघांचे चांगलेच जुळले!

''या यंत्रातून रेडिओ लहरीं आणि त्यांचा उगम समजतो. आणि ते कुठेय ते कळतं आणि जर लहरी, कंपनं जुळली तर आपण त्याचं प्रक्षेपण थांबवू शकतो.'' पाईकने त्याला समजावून सांगितलं. आपलं उपकरण सुरू करण्यासाठी त्यानं बटण दाबलं.

''आपण जेव्हा घरात जाऊ तेव्हा ते कसं काम करतं ते मी दाखवतो.''

पण टायसन एक पाऊल पुढे होता.

''जेव्हा लहरी, कंपनं कमकुवत होतात तेव्हा ब्लू टूथची कंपनसंख्या बदलते. जर आपण हे यंत्र अन्य कंपनसंख्येवर थांबवले तर?'' टायसनने विचारले.

त्या दोघांना त्यांच्या आवडीचा विषय सापडला होता आणि मला मात्र लॅपटॉप हवे होते.

''ठीक आहे यंत्रमानवा, आपण आधी लॅपटॉप शोधू. पुढच्या काळासाठी ही चर्चा राखून ठेवू.'' मी त्यांना सुचवले.

कदाचित हे वाक्य मी मनात बोललो असेन. कारण दोन माणसे या मुलाला मारायला टपलेली आहेत हे माझ्या मनात असेल, पण पाईकने प्रतिक्रिया दिली.

''आपण सगळ्या तरंगलहरी थांबवू, आसपासच्या वीस मीटर परीघातील सर्व वायफाय यंत्रणा, टीव्ही नियंत्रक, भ्रमणध्वनी सर्व बंद होतील.''

नोरा गुरविकच्या घरातील सुरक्षा यंत्रणा अशाच रीतीने भेदण्यात आली होती..!

''अशी यंत्रणा कोणाला विकत घेता येईल असं मला वाटत नव्हतं.'' टायसन म्हणाला.

''नक्कीच नाही'' असं म्हणत पाईक जीपच्या बाहेर पडला. समोरच्या घरांमध्ये अदृश्य झाला. कुत्रा एकदाच भुंकला.

''मला वाटतं अशा प्रकारची तरंग प्रतिबंधक यंत्रणा वापरणं हे बेकायदेशीर आहे.'' टायसन म्हणाला.

मी फक्त हुंकार दिला.

''कुठे मिळाले हे त्यांना?'' त्याला खूप कुतूहल होतं.

''मी सांगितले असते तुला, पण त्यासाठी मला तुला मारावे लागेल.'' मी

म्हणालो.

त्याने माझ्याकडे रोखून बघितले, मग घराकडे बघितलं.

''आणि ती माणसे जर घरी असतील तर?'' टायसनने विचारले.

मी सावरून बसलो.

''तर त्यांना पश्चात्ताप होईल!''

त्याला दिसावं म्हणून मी गाडीच्या आरशाचा कोन बदलला. माझ्या फोनमधील फोटो त्याला दाखवले.

''हीच ती दोन माणसे!''

ते फोटो पाहत असताना त्याच्या भुवया आकुंचित झाल्या.

''आमच्या घराबाहेर हे फोटो घेतलेत का?'' त्याने विचारले.

''मी नाही, ज्यो ने हे फोटो घेतले. मी जेव्हा तुला शोधत होतो तेव्हा ज्यो इथे होता. यातल्या कोणाला तू ओळखतोस?''

''नाही सर.'' तो म्हणाला.

''मग या माणसाबद्दल काय?''

मग मी त्या व्यावसायिक माणसाचा फोटो दाखवला, टायसनने नकारार्थी मान हलवली.

''हा लॅपटॉप त्यांचा आहे का?''

''आम्हाला ही माणसे कोण आहेत ते माहीत नाही. जर तुझ्याकडे त्यांचा लॅपटॉप असेल, तर त्याच्यावरूनच काहीतरी आपल्याला कळेल.''

''काहीतरी धोकादायक ना?''

मी फोन ठेवून त्याच्याकडे बघितलं. डेव्हॉन त्याचा उल्लेख घरगुती संगणक तज्ज्ञ असं करत असे, पण त्याला तर खूपच माहिती होती.

''जर त्या लॅपटॉपला पासवर्ड असेल तर तुला तो शोधता येईल का?''

''जेव्हा लॅपटॉप आणले तेव्हाच मी ते पासवर्ड बदलले आहेत.'' टायसनने सांगितले.

''तू पासवर्ड बदललेस?'' मी आश्चर्याने विचारले.

''नाही, मित्राकडून मिळालेली संगणकाची आज्ञावली मी त्यात टाकली, ते सोप्पं होतं.'' टायसन मला धक्केच देत होता.

मला त्याचा मित्र कार्लची आठवण झाली.

''तू त्यातलं काही नष्ट केलेलं नाहीस ना?'' मी विचारले.

''नाही सर, मला फक्त त्यातली रॅम आणि ग्राफिक कार्डस् तपासायची होती.''

आता लॅपटॉप मिळाले की आधी त्यातले रॅम आणि ग्राफिक कार्डस् तपासणे ही माझीसुद्धा पहिली पायरी असेल. मी घराकडे पाहिलं, पाईक बराच वेळ आत

होता.

"ते पाच लॅपटॉप गॅरेजमध्ये कुठे ठेवले आहेस?" मी प्रश्न केला.

"आईच्या लक्षात येऊ नये म्हणून आणि हात पोहोचू नये म्हणून मांडणीच्या सर्वांत वरच्या खणात ठेवले आहेत. मला माझ्या खोलीतून काही केबल्स आणि ड्राईव्ह घ्यावे लागतील, त्याची आवश्यकता भासेल." टायसनने खुलासा केला.

टायसन सर्वांत वाईट विद्यार्थी असू शकेल; पण संगणकातील त्याचे ज्ञान बरेच होते.

"तुला कॉम्प्युटरवर खेळ खेळायला खूप आवडायचं, असं आई म्हणाली."

तो अस्वस्थ झाला आणि ओशाळला. त्याच्या आईच्या उल्लेखावरून त्याची आई किती नाराज आहे हे त्याला कळले.

"खेळ खेळण्यासाठी म्हणून तू लॅपटॉप ठेवलेस?"

"काय आहे की मॅकचे कॉम्प्युटर माझ्यापेक्षाही जुने आहेत." "म्हणजे प्राचीन." "या कॉम्प्युटरमधील ग्राफिक्स, ड्राईव्हज अधिक वेगवान आहेत. तुम्ही रॅम वाढवू शकता पण ग्राफिक कार्डस्पाशी गाडी अडते. म्हणून मग रॅम वेगवान जीपीयुशी जोडावे लागतात."

"याचा अर्थ तू एका कॉम्प्युटरमधील पार्टस दुसऱ्या ठिकाणी बसवणार."

"हो, कारण डेस्कटॉप एकाच ठिकाणी असतो, पण लॅपटॉपवर कुठेही खेळता येते."

"म्हणजे तू आणि कार्लस खेळता तसे?"

"तुम्हाला कार्लबद्दल आईने सांगितलेले दिसते." त्याने विचारले.

"हो. मी त्याच्याकडे जाऊन आलो." मी सांगितलं.

तो पुन्हा गप्प बसला. विचारात गढला. जणू काही दूर गेला आणि अधिकच लहान वाटायला लागला.

"माझ्या निरोपांना तू उत्तर दिलेस, त्यालाही धैर्य लागते." मी म्हटलं.

माझ्याकडे बघून त्याने मान हलवली. मला त्याच्यात आशेचा किरण दिसला.

तेवीस मिनिटांनंतर पाईक शेजारच्या अंगणातून आला. जीपमध्ये बसला.

"दोन संच होते, एक गॅरेजच्या बाजूच्या दिव्याजवळ आणि दुसरा दिवाणखान्यात. या यंत्रातून गॅरेजमधल्या प्रक्षेपकाकडे संदेश जात असणार," पाईक म्हणाला.

"आपण गॅरेजमध्ये जाऊ शकू का?"

"हो, स्वयंपाकघरातून जाऊ शकू. आपण जर का हालचाली टिपणाऱ्या यंत्रणेच्या मागे गेलो, की मी ती यंत्रणा निष्प्रभ करू शकतो. आपल्याला हवा तितका वेळ." पाईकने सांगितले.

टायसनकडे पाहत मी म्हटलं, "चल, आता आपण काही वाईट माणसांची

वाट लावू.''

आम्ही शेजाऱ्यांच्या अंगणातून, कुंपणावरून उडी मारून, जेवणाच्या खोलीतून टायसनच्या घरात गेलो. तरंग प्रतिबंधक व्यवस्थेचा वापर करत पाईक आधी आत गेला, त्याच्या पाठोपाठ आम्ही टायसनच्या झोपण्याच्या खोलीत गेलो.

आपलं सगळं सामान, वायर्स, केबल्स जमिनीवर पडलेल्या आणि अस्ताव्यस्त झालेल्या पाहून टायसन चिडला.

''त्यांनी माझ्या सामानाची वाट लावली.''

तो भडकला होता. त्या पडलेल्या पसाऱ्यातून तो टेबलाखाली बघायला लागला.

''गेला. तो डेस्कवरच होता. आता नाही म्हणजे त्यांनी नेला.'' टायसन निराश झाला.

''पण त्यांना तोच हवा असेल, असं काही नाही. तू तुझे गिअर घे.''

टायसनने त्या ढिगाऱ्यातून मेमरी स्टिक्स, ड्राईव्हज आणि केबल्स घेतल्या. पाईकने ते गिअर पाठीवरच्या पिशवीत टाकले आणि आम्ही गॅरेजमध्ये जायला निघालो. दिवाणखान्यात पोहोचलो तेव्हा पाईक माशांजवळ थांबला.

''मासे.''

मत्सालयातून अजूनही बुडबुडे येत होते.

''यांचं काय करायचं?'' मी विचारलं.

''माशांना काहीतरी खायला घालावं लागेल.'' टायसन म्हणाला.

पाईकने माशांसाठी आणलेलं खाद्य त्या टाकीत टाकले. मग त्याच्या पाठोपाठ आम्ही गॅरेजमध्ये आलो. गॅरेजमधल्या मांडणीमध्ये वेगवेगळ्या आकाराचे खोके भरून ठेवले होते. त्या खोक्यांवर हस्ताक्षरात 'ख्रिसमस लाईट्स, ख्रिसमस दागिने, टायसन-लहान कपडे.' अशी नावे लिहिली होती.

पाईकने गॅरेजच्या दरवाजाच्यावर लावलेली काळी पट्टी दाखवली, ती पटकन नजरेत येणं कठीण होतं. तो प्रक्षेपक होता.

टायसनने जमिनीवरचे खोके बाजूला करून एक शिडी मांडणीला टेकून उभी केली. सर्वांत वरच्या खणात एक खोका होता. धुळीने भरलेला आणि पट्ट्या लावून बंद केलेला, त्यावर खेळ असं लिहिलेला 'ए- लॉट' अशी अक्षरे होती. तो खोका त्याने खाली ठेवला. त्या खोक्यात खेळ नियंत्रक, जुने खेळ, कळफलक, वायर्स, केबल्स आणि पाच लॅपटॉप्स होते. ते पाचही लॅपटॉप्स त्याने पाईककडे दिले. चार अगदी बारीक चपट होते. खूप मौल्यवान आणि एक मॅकीनटॉश पॉवरबुक कॉम्प्युटर होता.

''सगळे मिळाले?'' मी विचारले.

"हो सर, पाचही लॅपटॉप!" टायसन म्हणाला.

पाईकने ते सर्व लॅपटॉप बांधून घेतले. शिडी ठेवून दिली आणि गॅरेजच्या दरवाजावरच्या उपकरणावरचे झाकण काढले.

"काय करताय?" टायसनने विचारले.

"त्यांनी त्यांचा नियंत्रक या उपकरणाशी जोडला आहे. त्यामुळे ते गॅरेज उघडू शकतात. आता त्यांना नियंत्रक वापरता येणार नाही,"

त्याने झाकण परत जागेवर ठेवले आणि तो म्हणाला,

"आपण हा प्रक्षेपक काढू शकतो, तोडू शकतो, फोडू शकतो. तू सांगशील ते करू शकतो."

मी क्षणभर विचार केला आणि मला एक कल्पना सुचली.

"आपण सिग्नल बंद करण्याचे थांबवले तर हा प्रक्षेपक पुन्हा काम करेल?"

"हो."

माझ्या फोनमधील त्या दोघांचे फोटो होते ते घेऊन, मी दरवाजाजवळ गेलो.

टायसनने विचारले, "तू काय करतोयस?"

मी हसलो अणि दाराकडे चालत गेलो.

"मी निरोप पाठवतो."

पाईकच्या डोक्यात प्रकाश पडला. तो खदखदा हसायला लागला.

दोन माणसे - खूप कौशल्य असलेली!

३८

हार्वी आणि स्टेम्स

जास्मीनच्या स्वयंपाकघरात ओट्यावर इन-एन-आऊटचा अर्धवट खालेल्ला बर्गर पडला होता. हार्वीने कप हलवला. आतला बर्फ हिंदकळला. हार्वी आणि स्टेम्स जास्मीनच्या घरात पोहोचले होते, पण त्यांच्या हाती काहीच पडले नाही.

"बहुधा एक तासापूर्वी गेले असावेत आणि परत येणार नाहीत."

"गाडीशिवाय?"

डेव्हॉन कॉनरच्या मुलाची गाडी रस्त्यावर लावलेली दिसली. आणि त्या मुलीची मिनी कुपर गॅरेजमध्ये होती.

हार्वी हात हलवत म्हणाला, "त्यांनी इतके पैसे चोरले आहेत ना की त्यांना पोर्शे परवडेल, पण ते इतक्या लवकर कसे काय गेले?"

हार्वी आणि स्टेम्स जास्मीन रीडच्या घरात पोहोचले, तेव्हा ओट्यावर इन-एन-आऊटमधील अर्धवट खालेल्ला बर्गर पडला होता. शिवाय आणखीन एक छोटा आणि मोठा बर्गर वेष्टणासहित पडला होता. स्टेम्स बर्गरकडे पाहत खाली बसला आणि त्यावरचा सॉस लेट्यूस काळजीपूर्वक बघत म्हणाला,

"हार्वी, असं बर्गर सोडून जाणे बरोबर दिसणार नाही, तू कितीही उद्धट असलास, गुन्हेगार असलास तरी हा बर्गर घे."

"मी म्हटलं तसंच झालं, ते निघून गेले आहेत." हार्वी म्हणाला.

"जर तुमचा पाठलाग होत असेल तर असंच बर्गर सोडून जावं लागणार."

काही क्षण त्यांनी एकमेकांकडे पाहिलं आणि मग ते लॅपटॉप शोधायला लागले. शेवटी कंटाळून निघाले.

जाता जाता हार्वीने दरवाजावर हालचाली टिपण्याचे मशीन लावून ठेवले. त्याचा काही उपयोग होईल असे स्टेम्सला वाटत नव्हते. जास्मीनच्या घरात लॅपटॉप असेल तर तो गेला होता आणि जर जास्मीन या प्रकरणात असेल तर तपासाला वेगळी दिशा द्यावी लागेल. स्टेम्स निराश झाला होता आणि डेव्हॉन कॉनरच्या घरून हार्वीच्या फोनवर सिग्नल यायला लागला तेव्हा तो चिडला.

हार्वीचा फोन इतरांच्या फोनसारखा नव्हता. तो वाजायचा तेव्हा घाबरायला व्हायचं. स्टेम्सला त्या आवाजाचा तिरस्कार वाटायचा. हार्वीच्या फोनची रिंगटोन म्हणजे हिचकॉकच्या सायको चित्रपटातील गाण्याची ओळ होती. जॅनेट लेह अंघोळ करत असताना अचानक एक सुरा कुठून तरी येतो आणि तिच्या अंगावर सपासप वार होतात. आणि इकडे संगीत वाजत असते. एका व्हायोलिनला अनेक व्हायोलिनची साथ मिळते, कर्कश संगीत असे काही अंगावर येते की जणू काही शार्कला रक्ताची मेजवानीच.

''हार्वी, आधी तो फोन बंद कर, तुझा तो शॉवरचा आवाज ऐकायचा नाही मला.'' स्टेम्स ओरडला.

स्टेम्सने सांगितलं नसतं तर हार्वीने फोन वाजू दिला असता.

हार्वी म्हणाला, ''काय म्हणालास तू, तुला तर हे संगीत आवडते...!''

''आवडते? छे, मला या रिंगटोनबरोबर तिच्या अंघोळीचे दृश्य डोळ्यांसमोर येते, त्या दृश्याचा मला तिरस्कार वाटतो. या दृश्याचा, प्रत्येक गोष्टीचा तिरस्कार करतो मी. मला तुझी ती रिंगटोन पुन्हा ऐकायची नाही.'' स्टेम्स म्हणाला.

हार्वीचा फोन आत्तापर्यंत चार वेळा वाजला, डेव्हॉन कॉनरच्या इथल्या यंत्रणेतून फोन आले होते. प्रत्येक वेळी हार्वीने उत्सुकतेने बघितलं. आत्तापर्यंत व्यवस्थित कपडे घातलेल्या दोन जेहोव्हा पंथाच्या अनुयायी असलेल्या स्त्रिया, गॅस मीटरची नोंद करणारा एक माणूस, माळी आणि एक कुत्रा अशा चार सूचना आल्या होत्या. त्या काही कामाच्या नव्हत्या.

स्टेम्सचं रिंगटोनबद्दलचं बोलणं ऐकून हार्वीला आश्चर्य वाटलं.

तो म्हणाला, ''अरे, तुला तर हा संगीताचा तुकडा पाठ होता. तू एखाद्या उस्तादासारखा हे संगीत वाजवलं आहेस आणि आता आवडत नाही म्हणतोयस, याचा अर्थ?''

''वाजवणं याचा अर्थ आवडणं असा नाही. केवळ मी ते त्या मुलासाठी वाजवलं होतं.'' स्टेम्स म्हणाला.

''तुझं बोलणं ऐकून मला त्रास होतोय, स्टेम्स. तू किती बुद्धिमान होतास!''

हार्वी म्हणाला.

स्टेम्सला हार्वीचे शब्द ऐकून वाईट वाटले. त्याने खरं तर कानात बोळे घालायला हवे होते.

सहा वर्षांपूर्वी हार्वी आणि स्टेम्स यांची अल्बुकर्कमधील नोकरी गेल्यामुळे ते एल पासोपासून दूर असलेल्या सिऊदाद जार्वेझ शहराकडे गेले. दुसऱ्या दिवशी रात्री भूक लागल्यामुळे हायवे दोन वरील हॉटेलमध्ये गेले. स्थानिक कामगारांसाठी असलेल्या या हॉटेलमध्ये पदार्थ फारसे चांगले नव्हते. तिथे एक अठरा, एकोणीस वर्षांचा मुलगा पैसे मिळविण्यासाठी गाणी वाजवत होता. त्याच्याकडे दैवी कला आहे हे स्टेम्सला बिअर प्यायच्या आधीच लक्षात आलं होतं. तो मेक्सिकन मुलगा कोपऱ्यातील स्टुलाच्या कडेवर बसला होता. त्याच्याकडे एक साधं मेंडोलीन आणि डाग पडलेलं बारा तारांचं व्हायोलिन होतं, जे बहुधा तो उंदीर मारण्याकरीता वापरत असावा, असं त्या व्हायोलिनवर पडलेल्या डागांवरून वाटत होतं.

स्टेम्सला तो मुलगा आवडला. तो सहजपणे तार छेडत होता, गात होता, स्टेम्सला त्याचे स्पॅनिश उच्चार कळत नव्हते, पण हार्वीला समजत होते. तो त्याला भाषांतर करून सांगायचा. दोन तासांनंतर आणि पाच-सहा बिअर हार्वी आणि स्टेम्सने रिचवेपर्यंत तो मुलगा खूपच रंगात आला होता. हॉटेलमधील गर्दी कमी झाली होती. त्या मुलाने एक साधी रचना सादर करून मेंडोलीन ठेवून व्हायोलिन घेतले आणि मॅन्युअल पोन्सची अतिशय कठीण रचना त्याने सादर केली.

ती रचना ऐकून स्टेम्स खूपच प्रभावित झाला.

तो हार्वीला म्हणाला, ''हा मुलगा मॅन्युअल पोन्सची रचना सादर करतोय! ऐक!!''

ती रचना संपल्यावर स्टेम्सने त्याला 'सोनाटा ट्रेस' सादर करायला सांगितलं. तीही रचना त्याने इतक्या सहजतेने सादर केली की यापूर्वी त्याने ती हजार वेळा सादर केली असावी! आतापर्यंत हॉटेलमधील काही माणसे निघून गेली होती.

सोनाटानंतर त्याने मॅन्युअल पोन्सची आणखीन एक रचना सादर केली, त्यानंतर त्याने 'सेगोव्हिया' सादर केले. ते सुरू असतानाच स्टेम्स उठला, त्याने बक्षीसपात्रात एक नोट टाकली आणि त्या मुलाकडून फिडल मागितलं, त्यानेही ते आनंदाने दिलं,

''स्टेम्स मधे तडमडू नकोस, परत ये'', असं हार्वी ओरडलादेखील.

'सेगोव्हिया' झाल्यानंतर स्टेम्सने तारा जुळविल्या, स्वर लावला आणि बारावचे 'व्हायोलिन कॉन्सर्शे' सादर केले. त्या मुलाचा चेहरा उजळला. त्याने आनंदाने वाद्ये हवेत फिरवली.

हार्वीला आश्चर्य आणि कौतुक वाटले.

“अरे! स्टेम्स तू खरंच गाणं सादर केलस रे!”

स्टेम्सने नंतर दोन कडवी सादर केली, पण तिसऱ्या कडव्याला स्टेम्स थांबला. त्या मुलाला आश्चर्य वाटले.

स्टेम्सने बो त्या मुलाकडे रोखला.

“आता तुझी पाळी.”

काही क्षण विचार करून त्या मुलाने सरफारीसचे ‘वाईप आऊट’ सादर केले.

ते ऐकून स्टेम्सने हार्वीला आनंदाने ढोसले, ते गाणं संपल्यावर त्या मुलाने हार्वीला स्पॅनिशमध्ये विचारले,

“तुझा मित्र गाईल का?”

“कोणते गाणे गाऊ?” स्टेम्सने विचारले.

तो मुलगा म्हणाला, “इन-अ-गुड्डा-द-विडा.”

स्टेम्सने ते गाणे सादर केले. त्यानंतर त्या मुलाने माईक पोस्टचे ‘रॉकफोर्ड फाईल्स’ हे गाणं म्हटलं. एका पाठोपाठ एक अशी गाणी झाली.

हार्वीने आणखीन दोन बिअर पोटात ढकलल्या आणि खच्चून ओरडला,

“टॉकींग हेड्स! सायको किलरमधलं!”

त्या मुलाने तेही म्हटलं.

रात्रभर त्या दोघांची जुगलबंदीच सुरू होती. स्टेम्सने ‘मशीनगन’ म्हटले तर त्या मुलाने ‘फॉर हुम द बेल्स टोल्स’. स्टेम्सने हळू आवाजात ‘हर्ट’ सादर केले, जॉनी कॅशचे हळुवार गाणे, जे गाणे ऐकून, त्यातली वेदना जाणून तो प्रत्येक वेळेला रडला होता! त्या मुलाबरोबर स्टेम्सही गात होता. “माझं काय झालंय मित्रा, अखेर सगळे सोडून जातात.” हे शब्द ऐकून हार्वीदेखील रडला!

हार्वी म्हणाला, ‘स्टेम्स मित्रा, तू हे कुठे शिकलास? माझं हृदय आज तू तोडलंस!”

“मी कुठेच शिकलो नाही.” स्टेम्स म्हणाला.

पुन्हा स्टेम्सची पाळी आली. ‘मर्डर’ सिनेमातील ‘हरमन’ हा तुकडा वाजवण्यास सांगितला. आता स्टेम्स काय करणार? पण त्याने फिडलच्या तारा जुळवायला, छेडायला सुरुवात केली.

पहाटेचे तीन किंवा चार वाजले असतील, एकदम पाच गुंड, जाडजूड असे हॉटेलमध्ये घुसले, हातात टोकदार शस्त्रे होती. त्यांना टकीला हवी होती. हार्वीने त्यांच्या हातात बंदूक बघितली होती, त्याने स्टेम्सला सावधगिरीची सूचना दिली.

“ते गुंड आहेत.”

त्या मुलाने आपली वाद्ये गोळा केली, बारवरच्या मुलाने वेश्यांना उठवले, एका गुंडाने त्या मुलाचे बारा तारांचे व्हायोलिन तोडून टाकले.

हार्वी ताडकन उठला, उठताना त्याची खुर्ची जमिनीवर घासली गेली. तो ओरडला.

''ए! इकडे बघ.''

हार्वीला राग आला होता.

स्टेम्सने त्याला थांबवले. ''तो काय म्हणतोय?''

''काहीतरी गाण्यासंबंधी बोलतोय, तो काहीतरी गाणं म्हणणार आहे.''

तो माणूस वाद्यांच्या तारांवरून बोटे फिरवत आपल्या मित्रांकडे गेला, त्या मेक्सिकन मुलाला काय करावे ते कळेना, तो घाबरून उभा राहिला.

स्टेम्स हार्वीला म्हणाला, ''चल, तू बाजूला हो.''

''हॅट रे! मी नाही होणार!'' हार्वी चिडला होता. त्याचा चेहरा रागाने काळानिळा झाला होता. त्याचा हात त्याच्या जॅकेटखाली होता.

स्टेम्सने बिअरची एक रिकामी बाटली एका गुंडाच्या डोक्यावर फेकून मारली. त्याच्या डोक्याला लागून बाटली कानाच्या बाजूने खाली पडली. त्या गुंडाला काय झाले ते कळले नाही. डोक्यात मुंग्या आल्या होत्या.

स्टेम्स हार्वीला म्हणाला, ''त्यांना सांग, ज्याने गिटार घेतली त्याने ती मला परत करायला हवी.''

हार्वीने सापासारखे फुत्कारत तो निरोप त्यांना सांगितला.

त्या गुंडाने ती गिटार हवेत फिरवली. स्टेम्सने सरळ दोन गोळ्या त्याच्या छातीत घातल्या, तो क्षणात कोसळला. गोळ्यांच्या आवाजाने हॉटेलमध्ये जणू वीज चमकली आणि भिंती हादरल्या.

फ्रिटो नावाचा गुंड जागीच खिळला होता.

''हार्वी, त्याला जरा फटकाव,'' स्टेम्सने सांगितले.

हार्वीने त्यांचे सुरे, बंदुका सर्व बारच्या आत ढकलले आणि त्याच्या किल्ल्या काढून घेतल्या. आता काय होणार हे स्टेम्सला माहीत होते, त्याला त्याही परिस्थितीत हसायला आले.

स्टेम्सने पिस्तूल दरवाजाकडे रोखलं होतं.

''गिटारचोराला घेऊन जा म्हणावं'' स्टेम्स हार्वीला म्हणाला. तो त्या मेक्सिकन मुलाशी किंवा दारू देणाऱ्या माणसाशी चकार शब्द बोलला नाही.

हॉटेलबाहेर गुंडांनी, प्रेते उचलावीत तसे एकेका गुंडाला उचलून, बाहेर उभ्या असलेल्या टोयोटा लँड क्रूझरच्या मागच्या भागात टाकले. गुंडांना वाटले आपण आता सुटलो. त्यांनी गाडी सुरू केली. तेवढ्यात स्टेम्सने आणि हार्वीने त्यांच्या डोक्यात गोळ्या झाडून त्यांनाही ठार मारले. हार्वीने ड्रायव्हरला बाहेर खेचून मागच्या जागेत फेकले, स्वत: गाडी चालवायला बसला. स्टेम्सने त्याची बाईक सुरू केली.

स्टेम्सच्या पाठोपाठ हार्वी हायवे दोन वर आला. एवढ्या सगळ्या मारामारीत हार्वी रक्ताने न्हाऊन निघाला होता. सर्व प्रकरण संपल्यावर हार्वीने सगळे कपडे काढले आणि तो तसाच नग्न अवस्थेत त्याच्या हॉटेलवर परतला.

पुढील आठ दिवस स्टेम्स आणि हार्वी या हॉटेलमध्ये गेलेसुद्धा नाहीत. स्टेम्सच्या मनात अजूनही त्या संगीत वाजवणाऱ्या मुलाचा विचार येत असे. तो आता काय करत असेल, अजूनही त्याच्याकडे बारा तारांची गिटार असेल का?

स्टेम्सने त्या रात्री त्या मुलासमोर हरमनची धून वाजवली खरी, पण त्या संगीताच्या वेळच्या दृश्याची जेव्हाजेव्हा आठवण होत असे, तेव्हा त्याला तिटकाराच वाटत असे आणि आता हार्वीच्या फोनची धून तीच होती.

"ती धून अजूनही माझं डोकं फिरवते, हार्वी. मी कधीच हुशार नव्हतो. कृपा करून तुझी ती रिंगटोन बदल. हार्वी, मी तुझ्याकडे भीक मागतोय, असं हवं तर समज. पण मला ते दृश्य आवडत नाही!"

हार्वीने स्टेम्सकडे 'आ' करून बघितले. त्याला खूप आश्चर्य वाटले. त्याने एरवी स्टेम्सचे ऐकले असते, पण यावेळेस नाही ऐकलं.

"स्टेम्स मला एक समजत नाही, तुला जे दृश्य आवडत नाही. ते दृश्य जगातील प्रत्येक सिनेमा शाळेत, अभिनय वर्गात शिकवतात. हे दृश्य जगातले सर्वोत्तम दृश्य समजले जाते."

"त्याच्यामुळेच तर हे सगळं बिघडलंय!"

"कशामुळे काय बिघडलंय?" हार्वीने विचारले.

"ती तिथे तशीच उभी राहते, हल्ला होत असताना, याला काही अर्थ आहे का? मग माझं डोकं चालत नाही?"

हार्वीला काहीही समजलं नाही.

"तू कशाबद्दल बोलतोयस?" त्याने विचारले.

"तू आंघोळ करतोयस, कुठूनतरी चाकूचे तुझ्यावर वार होताहेत एकदा नाही, पुन्हा पुन्हा. तू तसाच उभा राहशील?"

हार्वी अधिकच गोंधळला.

"तिचं लक्ष नसताना तिच्यावर हल्ला झाला." स्टेम्स म्हणाला.

"तू पळायचा प्रयत्न करणार नाहीस किंवा त्या मारणाऱ्याला अटकाव करणार नाहीस?" स्टेम्सने पुन्हा विचारले.

"अरे! मी तर तो सुराच काढून घेईन आणि त्याच्याच पोटात खुपसीन, पण ती म्हणजे आपण नव्हे. तिला धक्का बसला असणार!"

"पण मला त्या दृश्याचा तिटकारा वाटतो, हे घाणेरडं आहे."

"अरे, पण तो सिनेमा आहे. "तुला त्याची कल्पना नाही." स्टेम्स म्हणाला.

हार्वीने डोळे गरागरा फिरवले.

"ठीक आहे, मग मला समजावून सांग."

"चार वेळा ऑस्कर नामांकने, गोल्डन ग्लोब पुरस्कार, एडवर्ड पुरस्कार तसेच हा सिनेमा सर्वत्र हिट झाला. आणि हे सर्व १९६० मध्ये. जग पुढारण्याच्या आधीचा हा काळ! बरं पुढे या दृश्याने तरुण स्त्रियांच्या एका पिढीला चुकीचा संदेश दिला गेला..."

हार्वीने त्यांच्याकडे गरीब नजरेने बघितलं. स्टेम्सने निश्वास सोडला आणि गाडी चालवित राहिला.

"हा संदेश असा होता स्त्रिया असाहाय्य आहेत, त्या प्रतिकार करू शकत नाहीत, कोणीही यावं आणि त्यांच्याशी काहीही करावं! लढू नका, प्रतिकार करू नका, शरण जा, असा मूर्खासारखा संदेश तरुण मुलींना दिला."

हार्वीने घसा साफ केला आणि फोन बघायला लागला.

हार्वी म्हणाला, "ठीक आहे, आता आपण आपला फोन बघू, काही कळतंय का टायसनच्या घराकडून काही संदेश आलाय का ते पाहू?"

"मुद्दा काय तर सायको सिनेमातील दृश्य! कृपा कर पण ती रिंगटोन बदल."

हार्वीने फोनवर टकटक करत स्टेम्सकडे दुर्लक्ष केलं.

"हवं तर तू जंगलबुगी मधील 'गेट डाऊन गेट डाऊन' किंवा 'मॅजिक कार्पेट राईड' या स्टेपनवुल्फच्या सिनेमातील 'आय लाईक टू ड्रीम' ही रिंगटोन ठेव."

शेवटी फोनमध्ये काहीतरी दिसलं, हार्वी बघायला लागला.

हार्वीने नि:श्वास सोडला.

"स्टेपनवुल्फची रिंगटोन ठेव, बरं वाटेल."

"हे बघ स्टेम्स, या फोनमध्ये काहीतरी दिसतंय."

काय?

हार्वीने फोन असा धरला की त्या दोघांनाही दिसेल.

फोनमधील प्रतिमा अगदी स्वच्छ आणि स्पष्ट होती. एक माणूस पायवाटेवरून चालत गेला, पण तो दरवाजापर्यंत गेलाच नाही, तो सरळ कॅमेऱ्यापर्यंत आला, त्याचा फोन त्याने कॅमेराच्या भिंगासमोर एक फोटोग्राफ दाखविण्यासाठी धरला.

हार्वीने पुढे झुकून नीट बघितले, "अरे, हा तर माझा फोटो!" तो म्हणाला.

स्टेम्स जागेवरच खिळला. त्याच्या छातीत कळ आली तर पोटात गोळा आला.

तो फोटो पाहून हार्वीला धाप लागली, जणू प्रचंड उन्हाने कुत्र्याने ल्हा ल्हा करावे तसे!

फोटोतल्या माणसाने फोन ठेवला आणि तो कॅमेऱ्याच्या भिंगाजवळ गेला.

हळूहळू त्याचा हात मोठा मोठा होत गेला आणि मग काहीच दिसले नाही! हार्वीचा फोन वाजला, दुसरा निरोप आला होता.

हार्वीने तो कर्कश आवाज बंद केला.

"त्याने आपली यंत्रणाच बंद पाडली. त्याने कॅमेराच तोडला..!"

सायकोची रिंगटोन पुन्हा वाजली.

स्टेम्स डोळे मिटून शांत बसला होता, त्याला शांतता अनुभवायची होती.

"तो बर्गर..." स्टेम्स म्हणाला.

"काय?"

तिसऱ्यांदा हार्वीची कर्कश रिंगटोन वाजली. हार्वीने फोनचा आवाज बंद करून फोन बघितला.

"यंत्रणा बंद, प्रक्षेपक काम करत नाही..!"

"म्हणून तर त्यांनी खाणं अर्धवट सोडलं, हार्वी त्यांनी आपल्याला हरवलं, आपल्या आधी ते त्यांना सापडले." स्टेम्स निराश होऊन म्हणाला.

हार्वीचा चेहरा बदलला, संताप त्याच्या डोक्यात गेला.

"स्टेम्स त्यांच्याकडे माझा फोटो आहे." तो ओरडला.

स्टेम्सने गाडी सुरू केली, रस्त्यावर वर्दळीत आणली.

"हार्वी शांत राहा."

हार्वीने श्वास घेतला आणि सावरून सरळ बसला.

"आपण आता ज्यांनी आपल्यावर हे काम सोपवलं त्यांना सांगायला हवं, की हे काम आता इतरांवर सोपवा." हार्वी म्हणाला.

"त्या पूर्वी आपण सारासार विचार करायला हवा." स्टेम्स म्हणाला.

"कसला विचार? ज्यांनी काम दिलं ते धोक्यात आहेत, आपल्याबद्दल नाही रे, पण त्यांना आपण सेवा द्यायला हवी." हार्वी म्हणाला.

"विचार कर, तो माणूस सहज म्हणून तिथे गेला नव्हता. त्याला तिथे अशी यंत्रणा आहे हे माहीत होतं म्हणून ते यंत्रणा निकामी करू शकले. त्यांनी आत जाताना आपल्याला पाहिलं आहे."

"आपल्याला नाही, मला!" हार्वी वैतागला होता.

"मग आता लक्षात घे, कॉनरच्या घरी आपण गेलो, तसेच आपण जास्मीनकडे जाणार याचा त्यांना अंदाज होता आणि म्हणून आपण तिथे पोहोचण्यापूर्वीच त्यांनी त्या दोघांना पळवले आणि आता आपल्याला वरचढपणा दाखवताहेत." स्टेम्स म्हणाला.

"स्टेम्स तू हे व्यक्तिगत घेऊ नकोस. पण यात आत्मप्रौढी वाटते." हार्वी म्हणाला.

“आणि जर तो मूर्ख मुलगा त्यांच्या बरोबर असेल, तर तो लॅपटॉपसुद्धा त्याच्याकडेच असेल. आणि मित्रा हार्वी, तो आपल्या माणसाला, अशिलाला परत हवा आहे. तो मिळेपर्यंत आपण काहीच बोलायचं नाही.”

हार्वी चेहरा पाडून बसला होता.

“काय रे हरवलास का?” हार्वीने स्टेम्सला विचारलं.

“अजून नाही पण तुझी ती सायको ट्यून ऐकली तर मात्र मी हरवेन, ती बदल. आणि स्टेपनवुल्फ ठेव. हार्वीने खिडकीबाहेर बघितलं आणि मान हलवली.

“अरे, त्यांच्याकडे माझा फोटो आहे आणि तू मला ट्यून बदल, स्टेपनवुल्फ ठेव असं म्हणतोयस!”

तो नाराज होऊन बाहेर बघायला लागला, मग आत वळून म्हणाला, “खरंच जुर्वेझमधील त्या मुलाचे काय झाले असेल? तुझ्या मनात त्याचा कधी विचार आला का?”

“पण आता त्याचा विचार करून काय उपयोग?” स्टेम्सला आश्चर्य वाटले.

“नाही रे, अशी खरी माणसे येतात कुठून?” हार्वीला प्रश्न पडला.

आणि हा मुलगा खरोखर आश्चर्य वाटेल असा खरोखर खास माणूस.

“तू आणि मी येतो तिथूनच.” स्टेम्सने उत्तर दिले.

हार्वी काही क्षण गप्प बसला नंतर म्हणाला, “तू आला असशील, पण मी काही खास नाही.”

त्याच्या मनात काय विचार असतील, असं स्टेम्सच्या मनात आलं.

“हार्वी, तू एकदम खास व्यक्ती आहेस.” स्टेम्स मनापासून म्हणाला.

हार्वीने तीक्ष्ण नजरेने स्टेम्सकडे बघितलं, हसला आणि म्हणाला,

“मी तुझ्या डोक्याचा भुगा करत होतो ना?”

स्टेम्सला एकदम हसू फुटले. हार्वीच्या बोलण्याने त्याला नेहमीच हसू येत असे..!

◆

भाग ४

हवं ते मिळालेली मुलगी!

३९

एल्विस कोल

पाचही लॅपटॉप घेऊन आम्ही पुन्हा सुरक्षित घरी आलो. पाईकने आम्हाला सोडलं आणि तो पुन्हा डेव्हॉनच्या घरी गेला. डेव्हॉन आणि अंबर बाहेर गेल्या होत्या. कॅसेटने दोनदा फोन केला, पण मी तो ध्वनिमुद्रित उत्तरावर ठेवला. आणि आम्ही आता जमिनीवर पॉवर कार्डस, पिझ्झा, कागदी ताटल्या, वायर्स सर्व पसारा मांडून बसलो होतो.

टायसनने सर्व लॅपटॉप भिंतीजवळ लावून ठेवले होते. वायर्स जोडून त्याने ते सुरू केले. जुना पॉवरबुक कॉम्प्युटर चार्ज व्हायला वेळ लागायचा आणि त्याचा कुरकुर असा आवाज यायचा.

डेव्हॉन त्या लॅपटॉपकडे कुतूहलाने पाहत होती. लॅपटॉपच्या पडद्यावर विविध फोल्डर्स, फोटो माहिती दिसत होती. न समजणारे आयकॉन्स होते. आईचे मृत्यूपत्र, करारपत्र, स्पर्धानिकाल, केनी, लेक ॲरोहेड, इ. इ.

"या वस्तू कोणाच्या आहेत हे आपल्याला कसं कळणार?" डेव्हॉनने विचारले.

"लॅपटॉपच्या पडद्यावर जे जे दिसत आहेत, ते सर्व उघडून बघायचं. त्यातून काही माणसांची नावे कळतील. जर एखादं नाव वारंवार आलं तर आपल्याकडील माहितीवरून तपासायचं.

डेव्हॉन अस्वस्थ वाटली.

"हे म्हणजे दुसऱ्याची पत्रे चोरून वाचण्यासारखे आहे."

माऊस बघून अंबर चेकाळली.

"किती छान आहे हे, हा छोटा गोल काय आहे?"

टायसनने तो गोल कसा फिरवतो हे दाखवलं. हा ट्रॅक बॉल आहे. तुझ्या बोटाने फिरव आणि कर्सर गोलाप्रमाणे तसा फिरतो. तिने माऊसचे बटण मागेपुढे फिरवून बघितलं, तिला मजा वाटली.

"टायसन, काय आहे इथे? फाइल्स नाहीत!"

टायसन कॉम्प्युटरचा पडदा बघण्यासाठी माझ्या बाजूला सरकला.

"काहीतरी असणार त्यात. पण समजत नाही हा जुना कॉम्प्युटर आहे ना, कदाचित त्यांनाच विकून टाकायचा असेल म्हणून फाइल्स खोडून टाकल्या असाव्यात.

लॅपटॉप कोणाचा आहे कळणं फारच सोपं गेलं. लॅपटॉपमधून मिळालेली नावे डेव्हॉन पोलिसांकडून मिळालेल्या माहितीशी ताडून बघे. पहिला लॅपटॉप क्लारा पर्ल शित्झेनचा होता. टायसनचा कॉम्प्युटर हॅरीसन हार्डी फ्रँक नावाच्या आठवीतल्या मुलाचा होता, त्याच्या वडिलांची पादत्राणांची दुकाने होती. डेव्हॉन तपासत असलेला कॉम्प्युटर अंतर्गत सजावट करणाऱ्या स्टीव्हन जॉयसचा होता. जॉयस हा इतरांसारखा संशयित नव्हता. अशा प्रकारचा दिव्यांचा व्यवसाय करणारा केजीबीचा गुप्तहेर ला ब्रिया रस्त्यावर होता.

अंबरला तर अजून एकही नाव सापडले नव्हते.

"यावर एकच फोल्डर आहे, त्यात एका मूर्ख मुलाचे फोटो आहेत." वैतागून ती म्हणाली.

बघू असे म्हणत मी तिच्याजवळ बसलो.

डेरेक नावाच्या फोल्डरमध्ये एकच आयकॉन होता. बाकी सर्व डेस्कटॉप रिकामा होता. डेरेक मी तो आयकॉन उघडला, त्यात एका माणसाचे लहानपणापासूनचे ते मोठ्या वयापर्यंतचे वेगवेगळ्या ठिकाणाचे फोटो होते, मित्राबरोबरचे, शाळेतले किंवा बागेतले कोणत्याही क्रमाने ते फोटो लावले नव्हते, आणि अर्थशून्य क्रमांक दिले होते.

"त्यात एवढं विशेष काय?" टायसनने विचारले.

"स्वत:च्याच प्रेमात खूप आहे हा!" अंबर म्हणाली.

"अगं हा अल्बम आहे एका मुलाचा." डेव्हॉन जवळ सरकत म्हणाली.

एक लहान बाळ, मोठा मुलगा, मग तारुण्यात प्रवेश केलेला, विस्कटलेले केस, झगमगीत कपडे घातलेला, क्वचित वेड्यासारखं वागणाऱ्या मुलाच्या फोटोंचा संग्रह होता. पुन्हा कॅसेटचा फोन आला, तोही ध्वनिमुद्रित आवाजावर ठेवला.

"थांब, काहीतरी दिसतंय!" टायसन म्हणाला.

प्रत्येक फोटोची तारीखवार यादी होती तिथे.

''ही माहिती इकडेच अनेक वर्षे होती.'' टायसन म्हणाला.

''जवळ जवळ तुझ्या वयाइतकी.'' डेव्हॉन म्हणाली.

पुढे सरकतांना दुसरा फोल्डर मिळाला. 'ट्रायल' असे दुसऱ्या फोल्डरचे नाव होते. त्या फोल्डरमध्ये लॉस एंजलीस टाइममधील, लॉस एंजलीस डेली न्यूज आणि लॉस एंजलीस विकली यामधील नऊ लेख होते. 'हूप फ्रीड' असं पहिल्या लेखाचं शीर्षक होते. ते नाव वाचून डेव्हॉन उत्तेजित झाली.

''हे तर आमच्यापैकी एकाचे नाव आहे.'' ती म्हणाली.

मी आणि टायसनने तो लेख वाचायला सुरुवात केली. डेव्हॉन पोलीस नोंदी तपासत होती. लेख असा होता.

> डेरेक हूप, २३, ज्याला मागच्या वर्षी अॅडेले सिलवानी, २५ हिचा खून केल्याबद्दल शिक्षा झाली होती. जिल्हा वकिलाने, न्यायाधीश इलोईस वॅलेस यांना डेरेक हूपवरील शिक्षा रद्द करण्याविषयी कळविल्यामुळे त्यांची काल सुटका झाली.
>
> या संदर्भात जिल्हा वकिलांनी सांगितले की, मिळालेल्या नवीन पुराव्यानुसार आणि हूप यांनी दिलेले स्पष्टीकरण यावरून त्यांचे निर्दोषत्व शाबित होते, म्हणून आम्ही न्यायाधीश वॅलेस यांना त्यांना सोडण्याची विनंती केली.
>
> मार्क्विस नेल्सन, २५, याच्यावर सिलवानीच्या खुनाचा आरोप सिद्ध झाला असून तो सध्या कैदेत आहे.
>
> सुप्रसिद्ध उद्योगपती श्री. आयव्हर हूप यांचा डेरेक हूप हा मुलगा असून, त्याला दिलेल्या पंधरा वर्षांच्या जन्मठेपेपैकी त्याने आठ महिने तुरुंगात काढले आहेत. त्याच्या प्रेयसीचा खून झाल्याच्या रात्रीपासून आपण निर्दोष असल्याचा दावा डेरेक हूप करत होता.
>
> हूपचे वकील कार्लोस फिलीप यांनी हूपला मुक्त केल्यावर त्याच्यावरील सर्व नोंदी काढून टाकण्याविषयी कोर्टाला विनंती केली.
>
> आपल्या कुटुंबाच्या प्रतिनिधीमार्फत हूपने असे सांगितले की, त्याच्यावर कोणीतरी सूड उगविला आहे आणि पोलीस किंवा न्यायालयावर त्याचा राग नाही. ज्यांनी मला आरोपी केले त्यांनीच मला सोडले. आता हे दुःस्वप्न संपले असून मी समाधानी आहे.

आमचं वाचून होईपर्यंत डेव्हॉनला पोलीस नोंदी सापडल्या. ती त्या वाचायला लागली.

होलंबी हिल्सवर राहणाऱ्या लिलियान हूपने पोलीस अधिकाऱ्यांना आपल्या निवासस्थानी बोलावून घेतले.

लिलियनचे लग्न आयव्हर हूपशी झाले होते, जो 'हूप टेक्नोलॉजी'चा अध्यक्ष होता. त्याच्या मालकीच्या २२.५ दशलक्ष डॉलर्सच्या नऊ कंपन्या होत्या.

दुसरी नोंद डेली न्यूजची होती -डेरेक हूपच्या अटकेसंदर्भात, मी ती वाचायला सुरुवात करणार एवढ्यात माझा फोन वाजला. मला वाटले कॅसेटचा फोन असेल पण या वेळेस तो नोरा गुरविकचा होता.

''तुझ्या आईचा फोन आहे, अंबर.'' मी सांगितले.

तिने मान खाली घातली. फोनवर बोलण्यासाठी मी खोलीच्या दुसऱ्या टोकाशी गेलो, ''तू तिचा नवा मित्र आहेस की काय?'' तिने विचारले.

''मी खासगी गुप्तहेर आहे. फोन केल्याबद्दल धन्यवाद!''

''रीक कधीही मला फोन करत नाही, पण या वेळेस केला. आता तिने काय गोंधळ घातला आहे?''

मी नोरा गुरविकला सगळे प्रकरण सांगितले, ती कशी या चोरीच्या प्रकरणात आहे आणि जर शरणागती पत्करली नाही, तर पोलीस पकडतील वगैरे.

मला मधेच थांबवत ती म्हणाली, ''याचा अर्थ तुमच्याकडून सोडवणूक करण्यासाठी कोणीतरी हवं आहे.''

''हो, आणि वकीलसुद्धा!'' मी म्हटलं.

''नेहमी तिच्यासाठी काहीतरी करत राहायचं, मला पाच मिनिटे सुद्धा सुखाने जगू देत नाही ही!'' नोरा तक्रार करत होती.

''तिचे वडील काही मदत करतील का?'' मी विचारले.

''ते काही उपयोगाचे नाही. जाझी कुठेय?''

''जाझी प्रवासात आहे, आणि नोरा तुम्ही लक्षात घ्या की तिला वकिलाची आणि मदतीची गरज आहे.'' मी अधिक स्पष्ट बोललो.

माझ्या ओठांच्या हालचालीवरून मी काय बोलत असेन, याचा विचार अंबर पायावर पाय टाकून बसत करत होती.

मोठ्या नाटकी ढंगाने नोरा म्हणाली, ''ठीक आहे, मी घरी येते. रीक कदाचित मदत करेल, कदाचित ती त्याच्याबरोबर राहील.''

''पण शक्य तितक्या लवकर.'' मी म्हणालो. 'हवं तर माझा फोन क्रमांक त्याला दे. त्याला मला फोन करायला सांग.'' मी म्हणालो.

''अंबर आहे का तिथे?'' नोराने विचारले.

मी अंबरला फोन दिला. आता तिचा आवाज सहा वर्षांच्या मुलीचा यावा तसा येत होता. अंबरचे डोळे निस्तेज होते आणि चेहरा निर्विकार होता, पडला होता.

''मी संकटात आहे.'' ती पडेल आवाजात म्हणाली. ''सॉरी ममा, मी मूर्खपणा केलाय.''

मला शंका होती की नोरा तिचं ऐकत्येय की नाही. अंबर पुढे जोरात बोलायला लागली,

''रीक ठीक आहे आणि तू माझी काळजी करू नकोस, तू तुझी सहल अर्धवट सोडून येऊ नकोस.''

डेव्हॉनने माझ्याकडे पाहिलं आणि ती अंबरजवळ सरकली.

अंबर अजूनच जोरात बोलायला लागली.

''ठीक आहे, नेहमी मीच गोंधळ करते, तू माझा विचार करू नकोस, तुझ्या घाणेरड्या आयुष्याचा विचार कर.''

आता तिचं मोठ्याने बोलणं थांबलं आणि ती ओरडली, ''तू म्हणजे स्वत:च एक संकट आहेस आणि तू मला बोलतेस? मी आणि जाझी तुझा तिरस्कार करतो. तू म्हणजे आम्हाला फसवणारी आहेस, प्रत्येकजण तुझा तिरस्कार करतो.''

डेव्हॉनने तिच्या खांद्याला स्पर्श केला आणि तिच्या हातातून फोन घेतला.

''मी डेव्हॉन कॉनर. माझा मुलगा सुद्धा यात अडकलाय,'' शांत आवाजात डेव्हॉन बोलत होती. काही मिनिटांनंतर तिने फोन ठेवला आणि माझ्याकडे दिला.

''बहुतेक पहिल्या विमानाने येईल, फक्त केव्हा येतेय ते कळायला हवे.''

''तू ठीक आहेस ना अंबर?'' डेव्हॉनने विचारले.

''आमचं बोलणं काही बरोबर झाले नाही ना?'' अंबरने विचारले.

टायसनच्या डोळ्यांत तिच्याबद्दल सहानुभूती होती. त्याने तिचा हात हातात घेऊन मायेने दाबला.

कॅसेटने आत्तापर्यंत मला पाच वेळा फोन केला होता. नंतर तिने तिच्या आवाजात निरोप पाठवले होते.

''शक्य तितक्या लवकर फोन कर, मी सार्जंट कॅसेट.''

''कोल, मी क्रेन्झासशी बोलले. त्यांच्या वर्णनावरून चित्रकार रेखाचित्र तयार करीत आहे. मला तुझ्याशी महत्त्वाचे बोलायचे आहे.''

''कोल कधीतरी फोन करशील का? ही माणसे पोलीस असल्याची बतावणी करत आहेत, आपल्याला हे सगळं थांबवायला हवं!''

''अच्छा कोल, तुला माझ्याशी खेळायचंय ना? या लोकांनी जर ऑगस्ट लुईसला मारले असेल, तर तू सत्य लपवून त्यांना मदतच करतोयस, मी तुला लटकावीन.''

तिचा शेवटचा निरोप जरा कातर आवाजातला होता, कदाचित तिची सहनशक्ती संपली असेल.

“कोल मला वाटतं तुला नेफ आणि हेन्समनने ठार मारले असेल, म्हणूनच तू मला फोन करत नसावास, तुला ही मुलं कुठे आहेत ते माहीत आहे. तू मरण्यापूर्वी मला सर्व सांग, मला सांगणं ही तुझी शेवटची संधी असेल.”

मी कॅसेटचे सर्व निरोप काढून टाकले आणि ज्योला फोन केला. आम्ही टेहेळणी यंत्रणा नष्ट केल्यापासून यंत्रणा बसवणारी माणसे आली नव्हती.

रात्र अंधारी होती आणि हवा छान होती. जवळच्या रस्त्यावरून जाणाऱ्या वाहतुकीचा आवाज येत होता, मी गारठ्याचा आनंद घेत होतो. ताऱ्यांशिवायचं आकाश छान दिसत होतं, घराबाहेर प्रसन्न वाटत होतं. जमेल तेवढा वेळ मी बाहेर राहून थंड हवेचा आनंद घेतला. माझ्या अंतर्मनात खळबळ माजली होती.

“काम करायला जा, कुणीतरी तुला ठार मारायला टपले आहे..!”

४०

सुरक्षित घर शांत होते. टायसन आणि अंबर लॅपटॉपशी झटापट करत होते. ज्या कारणांमुळे त्यांच्यावर मरण येणार होते, ती कारणे ते शोधत होते. डेव्हॉन गुन्हेगारांच्या फाइल्समध्ये माहिती शोधत होती, तर मी पीडीएफ तपासत होतो. लॉस एंजलीस विकलीने हूपच्या प्रकरणाविषयी खूपच माहिती पुरवली होती. तसेच तीन भागात एक लेखही छापला होता. लेस दॅन हिरो : संपत्ती, व्यसने खुनापर्यंत कसे नेतात?

हे सगळं भयानक होतं.

डेरेक हूप हा वाईट चालीचा मुलगा होता. पैशामुळे वाया गेलेला होता, शाळेतून हकालपट्टी, नशेच्या अमलाखाली गाडी चालविल्यामुळे अटक, ॲडेल सिलवानी ही अमली पदार्थांची तस्करी करणारी मुलगी म्हणून पाठविण्यात आली, जिच्याजवळ डेरेकने श्रीमंतीचा टेंभा मिरवला, फारच तोरा मिरवणारा होता. ज्या रात्री सिलवानीचा खून झाला, त्या रात्री रक्ताने माखलेला डेरेक हूप रात्रभर चालणाऱ्या एका दुकानात ओरडत गेला आणि आपल्यावर, आपल्या मैत्रिणीवर हल्ला झाल्याचं त्यानं सांगितलं.

"इथे टेलिव्हिजन नाही." अंबरने तक्रार केली. मी तिला शोध चालू ठेव असं बजावलं.

हूपने तपास करणाऱ्या पोलीस अधिकाऱ्यांना एलिसन पार्कमधील सिलवानीच्या

प्रेतापर्यंत नेलं. पोलिसांना असं सांगितलं, की एका अनोळखी काळ्या माणसाने सुरा दाखवून आम्हाला लुटलं. हूपचं घड्याळ, पाकीट, सेलफोन आणि सिलवानीची पर्स ज्यात हेरॉईनची अनेक पाकिटे होती ते तो घेऊन गेला. जेव्हा तिने विरोध केला तेव्हा हल्लेखोराने भोसकले आणि तो पळून गेला.

"आपण गाणी लावायची का?" अंबर मधेच म्हणाली.

"ना....ही...!"

जेव्हा अधिकाऱ्यांनी चौकशी केली तेव्हा कळलं, की सिलवानी, डेरेक हूपला अमली पदार्थ पुरवित होती, ज्याचे पैसे त्याने कधीच दिले नाहीत. ज्या रात्री तिचा खून झाला त्या रात्री तिचे आणि डेरेकचे एका बारमध्ये, पैशावरून भांडण झाले होते. त्याने पैसे दिले नाहीत, तर ती त्याच रात्री त्याच्या आईवडिलांना जाऊन सांगणार होती. तिच्याबरोबर तो बाहेर पडला. हूपच्या काळ्या पोर्शेपाशी दोघे वेगळे झाले, ज्या सुऱ्याने तिचा खून करण्यात आला तो सुरा मिळाला नाही. तिसरा माणूस तेथे नव्हता आणि फक्त डेरेकच्या डीएनएचे कण तिच्या अंगावर सापडले. शेवट विचित्र होता. एवढेच कळले, की त्याच्यावर दोष सिद्ध झाले, पण आठ महिन्यांच्या तुरुंगवासानंतर त्याची सुटका झाली होती, ज्यांनी लुटलं त्यांनी सगळे नष्ट केले होते.

अंबरने मोठा उसासा सोडला आणि ती म्हणाली, "मला कंटाळा आलाय."

पाणी पिण्यासाठी स्वयंपाकघरात जाताना दिवाणखान्यात डोकावलो, टायसनने त्याचा लॅपटॉप बंद केला होता.

"मला खूप भूक लागली आहे, आपण सुशी खायचं का?' तो म्हणाला.

पाण्याची बाटली त्याच्याकडे फेकत मी म्हटलं," "घे, पाणी खा!"

डेव्हॉन आणि अंबर हसल्या.

पुढच्या लेखाने मी चकितच झालो. डेरेकच्या सुटकेनंतर तीन वर्षांनी डेरेकला व्यसनमुक्ती केंद्रात ठेवलं गेलं, दहा आठवड्यांनंतर मुलहॉलंड रस्त्यावर, हॉलीवूड बाऊल येथे हेरॉईनच्या अति सेवनामुळे गाडीत डेरेक मृतावस्थेत मिळाला.

टायसनला सुशी हवी होती, मला बिअर हवी होती किंवा कपडे बदलायचे होते, भरपूर काम करायचे होते किंवा अनेक मैल धावायचे होते..!

डेव्हॉन तिचं काम करत होती, बाजूच्याच खोलीत तिचा मुलगा आणि ती मुलगी होती. ते तिघे नेहमीसारखे दिसत होते, पण ते तसे नव्हते. कारण आता हे शुक्लकाष्ठ त्यांच्यामागे होते आणि मला त्यांच्यापैकी कोणालाच हॉलीवूड बाऊलवर मृत्यू यावा असं वाटत नव्हतं!

"तो मेलेला आहे." माझ्या तोंडून शब्द निघून केले.

"कोण?" डेव्हॉन काम करता करता एकदम म्हणाली.

"डेरेक हूप. हेरॉईनच्या अतिसेवनाने तो मेला."

"खूपच वाईट" डेव्हॉनची स्वाभाविक प्रतिक्रिया होती.

ती पुन्हा कामाला सुरुवात करणार एवढ्यात तिचं फोनकडे लक्ष गेलं. तिने फोनमधील फोटो पुन्हा बघितले.

"अरे! हा तर आयव्हर हूप! तोच आहे!!"

तिने फोन पुढे केला.

"बघ तो पाचवा फोटो, हा तर शहराच्या खालच्या भागातला पत्ता आहे. ही माणसे त्या पत्त्यावर गेली होती."

टायसनला तिच्या आवाजातली उत्सुकता जाणवली.

"तुला काय मिळाले आई?" त्याने विचारले.

टायसन आणि अंबर दोघेही धावत तिथे आले.

डेव्हॉनला आयव्हर हूपच्या नऊ कंपन्या कळल्या होत्या, त्यातील पाचवी कंपनी 'हूप सिक्युरिटी ग्रुप' ही होती. त्याचं कार्यालय लॉस एंजलीसच्या खालच्या भागात होतं.

टायसनने विचारलं, "काय चाललंय."

आणखीन पाने फडफडवीत डेव्हॉन म्हणाली, "माझ्याकडे त्या इमारतीतील कार्यालयांची यादी आहे. हूप सिक्युरिटी ग्रुपचे कार्यालय छत्तीस आणि सदोतिसाव्या मजल्यावर आहे. ही ती इमारत आणि हा आयव्हर हूप..!"

टायसन माझ्या बाजूला फरशीवर बसला, पॉवरबुकमध्ये आता काहीतरी नाट्यमय सापडणार अशी त्याला अपेक्षा होती.

"तुम्हाला काही मिळालं का?"

"काही नाही, इथे फक्त डेरेक आणि त्याच्या कथा आहेत. बाकी काही नाही."

"नाही, काहीतरी असण्याची शक्यता आहे." डेव्हॉन म्हणाली.

अंबर पायावर पाय टाकून टायसनच्या मागे बसली होती. ती त्याच्या खांद्यावरून पाहत होती.

"कदाचित त्याने आपल्या मुलासाठी फोटो ठेवले असावेत."

टायसनने माऊस फिरवला आणि काही फोटो दिसले.

"चाळणी करून उरलेले फोटो इथे टाकलेत, हे काही अखेरचे फोटो नाहीत, अजूनही असू शकतील."

अंबरने खांदे उडवले.

डेव्हॉनने ती सूची बाजूला टाकली आणि ती उठून उभी राहिली.

"मला काय वाटतं," डेव्हॉन म्हणाली, "गूढ तर अगदी आपल्या नाकासमोर आहे, कोणीही केवळ लॅपटॉपमधील फोटोंसाठी कोणाचे खून करणार नाही;

नक्कीच त्या लॅपटॉपमध्ये फोटोंशिवाय आणखीन काहीतरी असेल, की जे आपल्याला मिळालेले नाही!'' जुन्या पॉवरबुककडे पाहत तिने मला सुचवले, ''त्यांना फोटो नको असतील, फोटोतील काहीतरी हवे असेल!''

''म्हणजे सांकेतिक भाषेत?'' टायसन चकित होऊन म्हणाला.

''होय, सांकेतिक भाषेत, पण तू काहीतरी लपवतोयस आमच्यापासून, सांगू शकतोस?''

टायसन मागे सरकून बसला.

''ही सांकेतिक भाषा उलगडण्यासाठी खास संगणक आज्ञावलीची गरज आहे, कुठून सुरुवात करावी ते कळत नाही. माझ्याकडे ते कौशल्य नाही.'' टायसन म्हणाला.

''कार्लकडे ते कौशल्य आहे का?'' मी विचारले.

कार्लला आपण पैसे आणि उत्तान, कामुक मुलींसंबंधात काय काय थापा मारल्या ते टायसनला आठवलं असावं.

''कार्ल खरंच हुशार आहे!'' तो म्हणाला.

''तू पण हुशार आहेस टायसन!'' डेव्हॉन म्हणाली.

टायसन लाजला, अंबर त्याच्या पाठीवर थोपटत म्हणाली,

''टायसन किती गोड! असा लाजू नकोस!''

तिचं बोलणं ऐकून डेव्हॉनने माझ्याकडे नाराजीने पाहिलं.

''कार्लकडे वेड्यासारखं कौशल्य आहे'' टायसनने सांगितले.

''आपल्याला अजून इतर लॅपटॉप बघायचे आहेत का?'' अंबरने विचारले.

''एवढ्यात नाही.'' असं म्हणत टायसन स्वयंपाक घराकडे वळला. त्याच्या पाठोपाठ अंबरही गेली. माझं त्यांच्या बोलण्याकडे लक्ष होतं. मी अंबरचा विचार करत होतो.

''आपल्याला असं नुसतं बसून चालणार नाही, एल्विस.'' डेव्हॉन म्हणाली.

''आपण नुसते बसलेलो नाही डेव्हॉन, मी विचार करतोय.''

''कसला विचार?''

''विचारांचा.''

''मजेशीर नाही का?''

''डेव्हॉन, एक काम करशील? कार्लच्या आईला फोन करशील? बघ तो बोलतोय का?''

''आत्ताच करते.''

''उद्या सकाळी प्रथम हूपला काही माहिती आहे का ते बघते. आणि त्याच्या कंपनीतील कोणाला कॉम्प्युटर हवा आहे का त्याची माहिती काढते.''

“चालेल.”

“पण कसं करणार हा प्रश्न आहेच.”

“अर्थातच. आपण जाऊन काही त्यांना सरळ विचारू शकत नाही.”

काही वेळ मी अंबर आणि टायसनकडे बघत होतो.

“हं! एक आहे, हूपने विम्याचा दावा दाखल केलाय का ते बघ.”

“अर्थातच केलाय!”

डेव्हॉनने हूपची फाइल काढली. त्यात हूपने चोरीला गेलेल्या एकूण अठरा वस्तूंचा उल्लेख केला होता, पॉवरबुक कॉम्प्युटरचा मात्र अजिबात उल्लेख नव्हता! पाच अंगठ्या, दोन मनगट्या, एक जुना कंठहार या सर्वांचे वर्णन आणि त्याचे फोटो होते.

मी अंबरकडे पाहिले.

“आता कसला विचार करतेस?” मी विचारले.

“तेच सरळ जाऊन त्यांना विचारू का?” ती म्हणाली.

मी उठलो आणि अंबरला दागिन्यांचे फोटो दाखवले.

४१

टायसन कॉनर

टायसनने किराणा सामानाची पिशवी बघितली आणि आईला हाक मारली. "मला वाटलं तू काही खायला आणलं आहे पण यात फक्त डाळी वगैरेच दिसताहेत. आपल्याकडे दूध नाही का?" टायसन आईला म्हणाला.

आईनं दुसऱ्या खोलीतून त्याला आवाज दिला.

"दुसऱ्या पिशवीत आहे ती बघ."

"बघितलं. पण दुसरी पिशवी आहे कुठे?" त्याने विचारले.

अंबरने दात काढले आणि आईला ऐकू जाऊ नये म्हणून कुजबुजली.

"पिझ्झा खा ना, आवडेल तुला."

तेवढ्यात आई तिथे आली आहे, असा चेहरा टायसनने केला. तिने ओट्यावरच्या गॅसच्या बाजूला ठेवलेल्या पिशव्या काढल्या, एकेक पुडा काढून तिने खाली ठेवला.

"हे बघ, चिप्स, फीग बार्स, सुकी सफरचंदे, नटेला, सालसा खा. आता बोटे खाऊ नकोस," ती म्हणाली.

टायसनला ते सर्व पाहून बरे वाटले, त्याने एका फीग बारचे वेष्टण फाडले.

टायसनच्या आईने अंबरकडे नजर टाकली आता तिची नजर थोडीशी निवळली होती.

"तुला कसं वाटतंय?" डेव्हॉनने आईच्या ममतेने विचारले.

अंबरने फक्त खांदे उडवले.

"माझी आई म्हणजे फक्त डोक्याला ताप आहे." ती म्हणाली.

तिला स्पर्श करत डेव्हॉन म्हणाली, "शक्य आहे, आपण यावर नंतर बोलू, तुला वाटलं तर."

"पोलिसांबद्दल?" अंबरने विचारले.

"इतरही अनेक विषय आहेत." असं म्हणत डेव्हॉन एल्विस जवळ जाऊन बसली.

"तुझी आई चांगली आहे रे!" अंबर टायसनला म्हणाली.

टायसनने आता टर्टीला चिप्स खायला सुरुवात केली.

"आपण किती अडकलोय याचा जर विचार केला तर आपण तुरुंगात जाणार नाही."

"हो रे, आपण किती छान आहोत. फक्त वाईट माणसेच तुरुंगात जातात." अंबर म्हणाली.

ती मुद्दाम हसली, म्हणजे तिला वाटले की ती विनोद करतेय पण टायसनला ती काही मजा वाटली नाही.

"अलेकचे मारेकरी जर आपल्यापर्यंत आले तर?"

अंबरचे डोळे विस्फारले.

"तू ज्योला बघितलेस ना? कसला दणकट आहे तो, एकदम कडक!" ती म्हणाली.

ज्यो आणि एल्विस दोघेही मजबूत होते, पण टायसनच्या मनातून अलेकचा विचार जात नव्हता. आपण पकडले जाऊ असेही त्याला वाटे. आणि मुलांसाठीचा तुरुंग वाईटच असतो. तिथे टोळीवाल्यांच्या आणि बलात्कार करणाऱ्यांच्या आणि खुनी माणसांच्या तावडीत मी सापडेन असेही त्याला वाटत असे.

"आपल्याला महागडे वकील परवडणार नाहीत, तुझ्या आईकडे तरी पैसे आहेत, माझी आई तर पैसे भरणार नाही." अंबर म्हणाली.

टायसन म्हणाला, "तू खूप विचार करतेस अंबर! अंबर, आपलादेखील अलेकसारखा खून झाला असता किंवा आपण नक्की पकडले गेलो असतो, आपण नशीबवान म्हणून एल्विसने आपल्याला शोधलं."

"हे सगळं आपण आता बदलू शकू, आपण खूप प्रसिद्ध होऊ, आपल्यावर सिनेमादेखील निघू शकेल." अंबर कुजबुजली.

तिचं बोलणं ऐकून टायसनला ठसका लागला. त्याच्या तोंडातील चिप्स उडाले.

कोपराने ढोसत तिने एल्विस आणि डेव्हॉनकडे पाहिलं.

डेव्हॉन आणि एल्विस यांची अजूनही लॅपटॉपवर शोधाशोध चालूच होती.

“हाच तो लॅपटॉप असेल का त्यांना हवा असलेला?” अंबरने विचारले.

“मला माहीत नाही.”

तिने पुन्हा एकदा त्याला ढोसलं.

“अरे हा लॅपटॉप एका अब्जाधीशाचा आहे. आणि याच लॅपटॉपकरता जर तो माणसांना मारत असेल तर हाच लॅपटॉप आपण त्यांना विकू, आपल्याला लाखो डॉलर्स मिळतील.” अंबर बडबडत होती.

टायसनला वाटले की ती गंमत करतेय पण यावेळेस ती गंभीर होती, हसली नाही.

“मूर्ख आहेस तू अंबर!” टायसन म्हणाला.

“आपण अलेकच्या खुनाबद्दल त्यांना अटक करण्यासाठी पोलिसांना मदत करू, मग आपण नायक बनू, एखाद्या मध्यस्थामार्फत आपल्यावर सिनेमा करायला सांगू.”

टायसन तिच्या चमकत्या चेहऱ्याकडे आणि डोळ्यांकडे पाहत होता.

“तू हे ओळखतेस का?” एल्विसने तिथे येऊन तिला दागिन्यांचे फोटो दाखवले. अंबरची त्रेधातिरपीट उडाली. ती चाचरायला लागली.

“तुझ्याकडे आहेत का हे दागिने?” एल्विसने विचारले.

चोरी पकडल्यामुळे ती ओशाळली. “फक्त कंठहार आणि मनगटी, बाकी नाही.”

“कुठायत ते दागिने?” त्याने विचारले.

“बहिणीच्या घरी माझ्या कपाटात.” ती म्हणाली.

“लपवले आहेत का? तुझ्या बहिणीला मिळणार नाहीत?”

एल्विस हे का विचारतो आहे याचं टायसनला आश्चर्य वाटलं.

ती परत गोंधळली.

“ठीक आहे,” एल्विस म्हणाला.

कोल काही विचार करीत होता, तो कशाबद्दल विचार करतोय याचं टायसनला कुतूहल होतं. शेवटी कोलने मान हलवली.

तो गेल्यावर अंबर पुन्हा कुजबुजली, “महत्त्वाच्या तसेच प्रसिद्ध व्यक्तींना त्रास होत नसतो. ते नेहमीच लोकप्रिय असतात. आपल्यासारखे चोर, हिरो होणार. प्रत्येकाला आपण आवडू.”

टायसनने चिप्सच्या पिशवीत पाहिलं. त्याला मळमळल्या सारखं झालं.

“असं काहीही होणार नाही.” टायसन म्हणाला.

अंबर चिडली. तिचे डोळे आता सावध वाटत होते.

टायसनने तिच्या सुंदर डोळ्यात पाहिलं.

“हे बघ, आपण घरफोड्या केल्या, वस्तू चोरल्या, अलेक मेलाय, आपण वाईट मुले आहोत आणि वाईट माणसे हिरो होत नाही, कळलं का तुला?”

टायसनकडे खूप वेळ रोखून पाहिल्यावर अंबर बाहेर गेली.

भिंतीला टेकून बसली. टायसनला उत्कंठा आणि भीती वाटायला लागली. त्याला माहीत होतं की ती बरोबर बोलत्येय. आत्तापर्यंत कळत नव्हतं पण आता त्याला ते कळायला लागलंय, की अंबर मूर्ख आहे!

४२

एल्विस कोल

रात्री काही फारशी चांगली झोप लागली नाही. मुक्त मार्गावरचे धडधड आवाज करत जाणारे ट्रक्स, कवायत करणारी हेलिकॉप्टर्स, त्यांचा गडगडाट. पहाटे सव्वाचारला उठलो आणि स्वयंपाकघरात गेलो. स्वयंपाकघरातील लादी एकदम खराब होती. आधी माझ्या लक्षात आलं नव्हतं.

मी हूप सिक्युरिटी ग्रुपची माहिती गुगलवर बघितली. हूप सिक्युरिटी ग्रुप त्यांच्या आठ सहयोगी कंपन्यांना सुरक्षा पुरविण्याबरोबर इतरांनादेखील, त्यांची महत्त्वाची माहिती सुरक्षित ठेवणे, तसेच सायबर हल्ले आणि धमक्या वगैरेपासून संरक्षण देत असे. कायद्याची माहिती असलेले, लष्करातील निवृत्त अशांना नोकरीत प्राधान्य दिले जात असे.

त्यांचं स्वत:चं पोलीस दल देखील होतं.

मी पाईकला फोन केला. तो साठ तासांहून अधिक काळ पहाऱ्यावर असूनही पहिल्याच रिंगला त्याने फोन उचलला. ''तू हे काम एकट्याने करू नकोस.''

पाईक म्हणाला,''तुला असं वाटतंय का मी तेवढा सक्षम नाही.'' पाईकने त्याच्या नेहमीच्या सवयीप्रमाणे न बोलता फोन ठेवला, पण या कौटुंबिक प्रकरणातील काही बाबींमुळे मला हसायला आले. मी त्याला माझा आराखडा सांगितला.

मोठा फीग बार खात मी पॉवरबुक पुन्हा उघडले. डेरेकच्या आईवडिलांनी हा पॉवरबुक लॅपटॉप जणू काही त्यांच्या मुलाचे स्मृतीस्थळ बनवून टाकले होते. तरी

त्यात डेरेकच्या खऱ्या स्वभावाचं, त्याच्या आवडीनिवडीचं खरं प्रतिबिंब दिसत नव्हतं. डेरेकचं आयुष्य म्हणजे त्याच्या प्रेमाचं प्रतीक नव्हतं, तर त्यातले प्रसंग त्याचा शेवट दाखवत होते. त्याच्या मृत्यूच्या वर्णनाचे वाक्य म्हणजे परिच्छेद संपल्यासारखे होते!

मी बेडरूममध्ये डोकावलो तर डेव्हॉन, टायसन, अंबर झोपले होते. मी डेव्हॉनला हळूच हात लावला तर ती जागीच होती. आवाज न करता ती उठली आणि माझ्या पाठोपाठ स्वयंपाकघरात आली.

''मी जाऊन कॅसेटशी बोलतो. टायसन आणि अंबर सुरक्षित आहेत का ते बघतो. आणि जर का मी नाही आलो तर तू त्यांना घेऊन ये.'' मी डेव्हॉनला सूचना केली.

''आपण कबुलीजबाब देणार आहोत का?''

''कॅसेटशी बोलतो आणि पण बहुतेक ती तसंच सुचवेल.''

''आणि ती तयार झाली नाही तर?'' डेव्हॉनला शंका होती.

''तसं नाही होणार, ती तयार होईल, तू तुझ्या वकिलांशी बोलून तयार राहा. आपण लवकरच मुलांना त्यांच्या स्वाधीन करायला हवं. म्हणजे त्या गुंडांना काही करता येणार नाही, ते गुंड मग माझ्याबाबतीतच विचार करतील.'' मी खुलासा केला.

''तुझा विचार का करतील?'' डेव्हॉनने विचारले.

''मी सगळी व्यूहरचना त्याप्रमाणे करीन, तेव्हा तयार राहा.'' मी सांगितले.

स्वयंपाकघराच्या मंद प्रकाशात ती माझ्याकडे पाहत राहिली आणि अचानक तिने मला किस केले. क्षणभरासाठी माझ्या ओठांवर ओठ टेकवले. बस इतकंच.

'मला सोडून जाणारी स्त्री मूर्ख असणार.' असं कदाचित तिला वाटलं असावं.

मी उठवेपर्यंत टायसन आणि अंबर झोपून होते. त्यांच्या वागण्यावरून विशेष काही घडलं आहे असं वाटत नव्हतं.

डेव्हॉनने आठनंतर कार्लच्या आईला फोन केला. मी कार्लशी बोललो. पॉवरबुकची समस्या सांगितली. यात तो काही मदत करेल का असं विचारलं.

कार्लच्या आवाजात नाराजी होती.

'करीन किंवा नाही करणार, प्रयत्न करण्याचा प्रश्नच नाही' असं म्हणत तो ख्यक ख्यक करत हसला.

लॅपटॉप घेऊन मला त्याच्याकडे जावे लागणार आणि त्याला त्याचे सहाशे डॉलर्स द्यावे लागणार असे त्याने सांगितले. मी कबूल झालो. केव्हा येऊ ते विचारले.

''वा, वा डिकलँडचा राजा टायसन माझ्याकडे येणार?'' तो हसत म्हणाला.

“हो, काही अडचण आहे का?” मी विचारले.

तो पुन्हा ख्यक ख्यक करत हसला!

“मलाही जावे लागेल का?” टायसनने पडलेल्या आवाजात विचारले.

“हो जावेच लागेल.”

अंबरने चोरलेले दागिने एका लाल रंगाच्या पेटीत कपाटात मागच्या बाजूस, जाझीच्या खोलीत ठेवल्याचे सांगितले. तिलाही माझ्याबरोबर यायचं होतं, पण मी नाही म्हटल्यामुळे ‘मी मुलगी म्हणून नाही म्हणतात’, असा त्रागा तिने केला.

“तिची आई येणार आहे म्हणून ती उदास झाली आहे का?” मी डेव्हॉनला विचारले.

“काल रात्री मी तिच्याशी बोलले, पण त्यांच्या कुटुंबात खूपच कटकटी आहेत.”

नोराने यायचं नक्की झाल्यावर कळवीन असं म्हटलं होतं; पण तिचा किंवा डिकचा फोन नव्हता.

मी घड्याळात बघितलं आणि आता अधिक काही बोलण्यासारखं नव्हतं. फक्त कार्लकडे लॅपटॉप द्यायचा होता. हूपचे दागिने आणायचे होते. आणि येतायेता हूप सिक्युरिटी ग्रुपमध्ये चौकशी करायची होती. बोलून काही कळतंय का ते बघायचं होतं.

टायसनला घेऊन मी कार्लकडे निघालो होतो. तो मनातून धास्तावला असावा असे वाटले. आम्हा दोघांपैकी कोणीच काही बोलत नव्हतं. आमची कारणे वेगवेगळी होती.

“तुला धाकधूक वाटत्येय का?” त्याने विचारले.

कदाचित आमची कारणे फारशी वेगळी नसावीत.

“हो,” मी म्हटले.

“काळजीपूर्वक राहा.” तो म्हणाला. मला त्याच्या डोक्यावर हात ठेवावासा वाटला, पण नाही ठेवला. आम्ही दोघेही कार्लच्या घरी दरवाजातून आत गेलो. कार्ल आमची वाट पाहत होता. तो कडक सुटाबुटात होता, टायसनकडे पाहात नव्हता. अस्वस्थ वाटला. नजरेला नजर देऊन तो बोलत नव्हता. टायसनची अवस्थाही तशीच होती.

“हाय कार्ल!” टायसनने अभिवादन केले.

“हाय!” कार्लने प्रतिसाद दिला.

मी त्याच्याकडे पॉवरबुक दिले.

“आम्ही काय शोधत होतो ते टायसनला माहीत आहे. करीन किंवा करणार नाही, प्रयत्नाचा प्रश्नच नाही.”

कार्ल यावेळी हसला नाही. टायसनही नाही.

टायसनला कार्लच्या इथे सोडून मी लिलियन हूपचे दागिने आणण्यासाठी जाझीच्या घरी गेलो, जाझीच्या घराची किल्ली माझ्याकडे होती. अंबरने सांगितल्याप्रमाणे

दागिन्यांची लाल पेटी त्याच जागी होती. पण त्या पेटीत एवढे दागिने होते, की जणू काही खजिनाच! मला हवे असलेले दागिने शोधण्यात वेळ गेला, बऱ्याच वेळाने ते मिळाले, ते घेऊन मी बाहेर पडलो..!

४३

हार्वी आणि स्टेम्स

हार्वी आणि स्टेम्स दोघेही जाझीच्या घराकडे निघाले होते, पण त्या आधी एक वेगळंच काम त्यांना करायचं होतं.

हार्वी जास्मीनचा फोटो पाहत होता. त्याने डोळे विस्फारले होते आणि चेहऱ्यावर नाराजी होती, त्याला ते आवडले नव्हते.

''स्टेम्स, काय झालंय तुला? तुझा तिरस्कार वाटतो मला.'' हार्वी म्हणाला.

स्टेम्स चकित झाला होता.

''अरे, तिच्या शरीराची वळणं तरी बघ. किती टंच वाटतेय!'' स्टेम्स म्हणाला.

''ती लहान मुलगी आहे, शाळेत फुटबॉल खेळणारी. तू काय विकृत आहेस काय?''

स्टेम्सने नोरा गुरविकच्या घरी मिळालेल्या फोटोची छायाप्रत काढली होती. फुटबॉलच्या सामन्यात फुटबॉलला लाथ मारतानाचा तो फोटो होता. छोटे कपडे, शरीराची वळणं आणि लहान वासरासारखं कोवळं शरीर. स्टेम्सने तो फोटो दूर ठेवला, तो फोटो शेअर केल्याबद्दल त्याला आता वाईट वाटत असावं.

''तू खूप नाटकं करतोयस, अरे ती फार तर पंधरा सोळाची असेल.''

''तुझी मला किळस वाटते.'' हार्वी म्हणाला.

''अरे! तो जुना फोटो असेल, आता ती मोठी झाली असणार, कायदेशीरदृष्ट्या ती आता पूर्ण 'स्त्री' आहे.'' स्टेम्स म्हणाला.

“तू तिच्या चड्डीची पण छायाप्रत काढली आहेस का?” हार्वीने रागाने विचारले आणि नाकातून जोरात आवाज काढला.

स्टेम्स थोडासा ओशाळत हसला.

“तिच्या घरातल्या चड्ड्या नवीन वाटत होत्या.”

हार्वीने रागवायचा प्रयत्न केला, पण शेवटी त्याला हसू फुटलं.

“ती आता एवढ्यात घरी येईल, मग तू तिची खरी वळणं बघ.”

आपल्या ओठावरून जीभ फिरवत स्टेम्स म्हणाला, “त्याहीपेक्षा जास्त मित्रा.”

अचानक हार्वी ताठ झाला, पुढे बघत म्हणाला,

“गाडी इकडे वळव.”

स्टेम्सने गाडी सेपुलवडावरून मुलहॉलंड रस्त्यावर टाकली.

“मला ही गाडी आवडते. मला हिची नेहमी आठवण येईल.” स्टेम्स म्हणाला.

पुढचा रस्ता पाहत हार्वी म्हणाला, “डावीकडे वळव. गोल फिरून आपण परत येऊ.”

एक छोटं मैदान होतं. गाड्या ठेवण्यासाठीची जागा रस्त्यापलीकडे होती. स्टेम्स मुलहॉलंडच्या दिशेने गेला, वळला आणि जिथे पहिली जागा मिळाली तिथे त्याने गाडी लावली, पण इंजिन सुरूच ठेवले. त्यांनी आजूबाजूच्या इतर गाड्यांचं निरीक्षण केलं.

मुक्त मार्गावरून जाणाऱ्या प्रवाशांना थांबायचं असेल, तर गाड्या उभ्या करण्यासाठी ही राखीव जागा होती. पण तशी सुरक्षारक्षक नसलेली ही जागा असुरक्षित होती. ही जागा मुक्तमार्गावरच्या उंचवट्याच्या बाजूला लागून होती. व्यसनी माणसे, वेळ घालविण्यासाठी येणारे आणि माळी लोक ज्यांना तेल बदलण्याची गरज असते असेच इथं जास्त करून येतात.

“तुझ्या बाजूला बघ.” हार्वी म्हणाला.

“बाजूच्या प्रीअसमध्ये एक जोडपं आहे, त्यांचा काहीच प्रश्न नाही.”

हार्वी गाडीच्या बाहेर पडला, चौफेर नजर फिरवली. मग गाडीच्या टपावर आवाज करत इथे काही संशयास्पद नाही असं त्यानं सुचवलं.

स्टेम्सने इंजिन बंद केलं. आपल्या बसण्याच्या जागेकडे शेवटचं बघितलं आणि तो बाहेर पडला.

“क्रिस्टलर तुझी खूप आठवण होईल.” गाडीकडे पाहत त्याने किल्ल्या आत फेकल्या आणि दरवाजा बंद केला.

या ठिकाणी येण्यासाठी लोकांना ठराविक वेळ दिलेली असते. म्हणजे लोकांना माहीत असतं आपण कोणत्या वेळेला कुठे असू ते. यामुळे ते सहज सावज होऊ शकतात. कोणालाच ते आवडत नाही.

अनेक गाड्या रांगेत लावलेल्या होत्या, त्यातून फिरत फिरत स्टेम्स एका एस वर्गातल्या पांढऱ्या मर्सिडिज गाडीकडे गेला. हार्वी त्याच्यामागे दहा फुटांवर होता. बंदुकीवर हात ठेवून आणि सर्वत्र पाहत उभा होता. मर्सिडिजला कुलूप नव्हतं.

स्टेम्स गाडीत चाकामागे बसला. आत किल्ल्याही होत्या, त्याने गाडी मागे घेतली. गाडी मागे आली तसा हार्वी पटकन आत बसला. स्टेम्सने गाडी वेगात बाहेर काढली. मुलहॉलंडवर येईपर्यंत त्यांना धाकधूक होती आणि कोणीही पाठलागावर नाही ना याची भीती वाटत होती.

काही क्षण त्याला या नवीन गाडीची चाल जाणवण्यासाठी लागले.

"काही वाईट नाही, ही गाडी पण चांगली आहे." स्टेम्स म्हणाला.

"हो, पण मला तर क्रिस्टलरच आवडायची." हार्वी म्हणाला. गाड्या बदलल्या की हार्वी नेहमीच असं म्हणायचा.

एका ठिकाणी गाडी थांबवून स्टेम्स गाडीचे आरसे, नियंत्रक वगैरे सर्व तपासत असताना हार्वीचा फोन वाजला.

"जिन्याखालून कोण येतंय? हवेपेक्षा हलकं असलेलं नाव?"

"अरे! हा तर जास्मीनच्या घराकडून आलेला संदेश आहे! सावधगिरीचा!"

हार्वीने स्टेम्सकडे रोषाने बघितलं.

"बहुधा तुझी मैत्रीण आली असावी, बघू, ती नग्न आहे का?"

हार्वी फोनमधील व्हिडिओ उघडणार तेवढ्यात स्टेम्सने त्याला थांबवले आणि विचारले, "तुझ्या त्या फोनची रिंगटोन बदललीस? एकमेकांशी संबंध आहे ना?"

"हो."

"मला वाटलं तुझी अजूनही 'सायको'शी बांधिलकी आहे."

"गाढवपणा करू नकोस. आपण मित्र आहोत."

मला हे गाणे आवडते.

मित्राने आपल्यासाठी रिंगटोन बदलली हे पाहून स्टेम्सला भरून आले.

त्याच्या डोळ्यांतून अश्रू बाहेर पडले. "हार्वी, देव आहे रे!" तो म्हणाला.

हार्वीने फोन सुरू केला, आनंददायी अशा धुनीने गाडी भरून गेली.

सात वर्षांचा असल्यापासून स्टेम्सने संगीताची मूळ स्वरलिपी शिकून घेतली होती. त्याचवेळेस त्याने पहिल्यांदा हातात तंतूवाद्य घेतले होते. त्याच्या शेजारची बाई रेडिओ लावायची, त्या गाण्याची मूळ स्वरलिपी असलेली ओळ स्टेम्स गुणगुणायचा. जेव्हा गाणं थांबायचं तेव्हाही तो सतत ते म्हणत असायचा, त्याच्या डोक्यात गाणं वाजायचं. तो ते गाणं परत परत म्हणायचा जणू काही कोणीतरी रिप्लेचं बटण दाबलं असायचं. दिवसरात्र तो ते गाणं म्हणायचा, एखाद्या जादूसारखा त्याच्या मनात आनंद भरला जात असे. त्याच्या जन्मापूर्वी रुथन फ्रीडमनने लिहिलेलं,

बोनस होवेची निमिर्ती असलेलं आणि ‘द असोसिएशन’ने मुद्रित केलेलं हे गाणं १९६७चं होतं, पहिल्यांदाच त्याला गाण्याची मजा आली.

हार्वी त्याच्याकडे मृदू नजरेने बघत होता, स्टेम्सने प्रेमाने हार्वीच्या गालाला हात लावला.

‘‘चल, आपण जास्मीनच्या घरी कोण आलंय ते पाहू या.’’ असं म्हणून त्याने फोनमधील व्हिडिओ सुरू केला. ‘‘बघू तरी जिन्याखाली कोण आलंय ते?’’

दोघांना दिसेल अशा तऱ्हेने हार्वीने फोन धरला.

‘‘कोण माणूस आहे हा?’’ त्यांना प्रश्न पडला.

हाच माणूस ज्याने आपली संदेश यंत्रणा मोडली, तो माणूस शयनगृहाच्या बाहेर आला. दिवाणखान्यात आला आणि मग बाहेर पडला.

‘‘हार्वी हे चित्रण पुन्हा दाखव,’’ स्टेम्स म्हणाला.

हार्वीने पुन्हा ते चित्रण सुरू केलं. आधी जास्मीनच्या घरी कोणी नव्हतं. नंतर दरवाजा उघडला गेला, याच वेळेस सूचना देणारा आवाज झाला. तो माणूस आत गेला आणि दरवाजा बंद झाला.

‘‘थांब’’ स्टेम्स म्हणाला.

‘‘त्याच्याकडे किल्ल्या आहेत! मित्रा लक्षात आलं?’’

‘‘आणि ज्या अर्थी किल्ल्या त्याच्याकडे आहेत त्या अर्थी ती मुलगी आणि टायसन त्याच्याकडेच असणार.’’ स्टेम्सने तर्क लढवला.

व्हिडिओ पुन्हा सुरू झाला. पुढचा दरवाजा बंद झाल्यावर तो माणूस दिवाणखान्यातून शयनगृहात गेला. अंबरची खोली, तीन मिनिटे आणि पंचावन्न सेकंदांनी तो माणूस शयनगृहातून दिवाणखान्यात आला.

‘‘त्याच्या हातात काहीच नव्हतं आणि समजा काही घेतलंच असेल तर अगदी लहान वस्तू असू शकेल.’’

‘‘तू चालूच ठेव.’’ स्टेम्स म्हणाला.

तो माणूस नंतर बाहेर पडला आणि चित्रण थांबलं!

हार्वी म्हणाला, ‘‘तो माणूस विशिष्ट उद्देशाने तिथे आला असेल, सरळ शयनगृहात गेला, जे काही करायचं ते केलं, बाहेर आला. विशिष्ट उद्देशाने आलेला हा माणूस कोण असावा?’’

‘‘त्याच्या हातात मोजेही नव्हते. बघ ना दरवाजा बंद करताना आणि उघडताना हातात अजिबात मोजे नव्हते. आम्ही मात्र प्रत्येक ठिकाणी हातमोजे वापरतो.’’ हार्वीला आश्चर्य वाटले. तो म्हणाला, ‘‘ओह, मित्रा हाताचे ठसे मिळतील.’’

स्टेम्सने गाडी मुक्त मार्गाकडे वळवली, ते दोघेही हसायला लागले.

४४

एल्विस कोल

हूप सिक्युरिटी ग्रुपचे कार्यालय त्या इमारतीतील दोनशे ऐंशी कार्यालयांपैकी एक होते आणि त्याचा विस्तार दोन मजल्यांवर होता. त्या इमारतीत एकूण तेहतीस लिफ्ट होत्या. आणि अंदाजे तीन हजार कर्मचारी, येणारे जाणारे एक हजार अशी प्रचंड वर्दळ होती. जितकी माणसे जास्त तितकी सुरक्षा जास्त. मी माझी गाडी तीन इमारतींपुढे लावली आणि कॅसेटला फोन केला.

''सुप्रभात, माझ्या फोनवर सर्व निरोप तुम्हीच पाठवले होते का?''

माझा फोन बघून कॅसेट भडकली. ''मूर्ख माणसा, कुठे होतास इतके दिवस?''

''तुमचंच प्रकरण सोडवत होतो. एका तासानंतर भेटू, सर्व सविस्तर सांगतो.'' मी म्हणालो.

''त्याहीपेक्षा तूच माझ्या ऑफिसमध्ये ये आणि येताना वकील घेऊन ये.'' ती म्हणाली.

''आपण ग्रँड सेंट्रल हॉटेलमध्ये तासाभरानंतर भेटू, एकटीच ये.'' मी सांगितलं. ''तुला तुझ्या सगळ्या प्रश्नांची उत्तरे मिळतील.''

मी फोन ठेवला आणि दीर्घ श्वास घेतला, सोडला, परत घेतला, सोडला. पूर्वी जेव्हा आर्मीत होतो तेव्हा आम्हाला शत्रूला शोधण्यासाठी दाट जंगलात सोडायचे, आमचं हेलिकॉप्टर दूर कुठेतरी हवेत तरंगत असायचं. जंगलात जाण्यासाठी आम्हाला लांब फळ्यांवर घसरत जावं लागे, पुढचं काही दिसत नसे. समोर

कदाचित शत्रू हातात बंदूक घेऊन असेल, असे वाटे. प्रत्येक वेळी वाटे आता आपण संपलो, पण नाही! तीच भावना घेऊन मी हूपच्या इमारतीकडे निघालो होतो.

त्या इमारतीचा तळमजल्याचा भाग एखाद्या विमानतळासारखा होता आणि व्यस्तदेखील. अनेक लिफ्ट होत्या. सुरक्षा तपासणी कडक होती. आणि सुरक्षा रक्षक खूप होते. मी मुद्दाम त्यांच्यासमोर फलकावरील नाव, पत्ते बघत होतो. हेतू हा की सुरक्षारक्षकांनी मला पाहावे. छत्तीसाव्या मजल्यावर जाण्यासाठी एक सुरक्षा कार्ड हवे होते. आपण येणार असे आधी कळवले तर पास मिळे, अन्यथा नाही.

मला त्यांनी पाहिलंय, याची खात्री पटल्यावर मी त्यांच्या टेबलाजवळ गेलो.

''मला छत्तीसाव्या मजल्यावर हूप सिक्युरिटी ग्रुपला फोन करायचा आहे, मला फोन मिळेल का?''

''तिथे तुम्ही येणार अशी कल्पना त्यांना दिली आहे का?'' त्याने विचारले.

''नाही, मला त्यांना काहीतरी द्यायचे आहे, पण कोणाजवळ द्यायचे ते माहीत नाही.'' मी साळसूदपणाचा आव आणत म्हणालो.

''माझ्याकडे द्या ती वस्तू, मी पोहोचविन त्यांच्याकडे.'' तो म्हणाला.

''नको, नेमकं कोणाकडे द्यायचं ते माहीत नाही ना, यापेक्षा मी चिठ्ठी लिहून देतो ती तुम्ही त्यांना पोहोचवाल का?''

त्याने मला बाजूला थांबायला सांगितले आणि हूपच्या ऑफिसमध्ये फोन केला. फोन वाजला तसा माझ्याजवळ दिला. स्वागतिकेने फोन घेतला.

''मी एल्विस कोल बोलतोय. हूप यांच्या घरी झालेल्या चोरीचा तपास मी करतोय.''

''श्रीमती हूप यांच्या काही वस्तू मला मिळाल्या आहेत, त्या त्यांना द्यायच्या आहेत.''

''हूप यांचं ऑफिस लाँगबीचला आहे. ते इथे नाहीत.'' तिने सांगितले.

''मी आता तुमच्या इथे आलो आहे. मी जर त्या वस्तू तुमच्याकडे दिल्या तर तुम्ही त्यांना द्याल का?'' मी विचारले.

ती सुरक्षारक्षकाशी बोलली, त्याने माझ्याकडे फोटो, ओळखपत्र मागितले आणि वाहन परवाना मागितला. मग मला पास दिला आणि लिफ्ट दाखवली. वर जाताना माझ्या छातीत धडधड होत होते. माझी नाडी वेगाने धावत होती. मी पुन्हापुन्हा दीर्घ श्वास घेत होतो, माझीच धडधड मला ऐकायला येत होती. लिफ्ट थांबली, मी पाऊल बाहेर टाकले.

त्या स्वागतिकेला हूपच्या घरी झालेल्या चोरीची माहिती नव्हती, पण श्रीमती हूपचे नाव घेतल्यामुळे तिने त्यात लक्ष घातले. तिने आत कोणाला तरी विचारले असेल, कोणीतरी श्रीमती हूपच्या वस्तू घेऊन येत आहे, मी काय करावे? असं.

तिने कदाचित चोरीचा उल्लेख केला असेल.

नेफ आणि हेन्समन तिथे नसावेत अशी मी अपेक्षा करत होतो. हूप सिक्युरिटी ग्रुप खूप मोठी कंपनी होती. अनेक लोक तिकडे काम करत असणार, कदाचित नेफ आणि हेन्समन हे खोट्या नावाखाली काम करत असतील. एखाददुसरा त्यांना ओळखत असावा किंवा ते काय करतात त्याची माहिती असावी, ज्याने त्यांना कामावर ठेवले असेल त्यांनी त्यांना फारच कमी वाव दिला असेल, मला वाटत होतं मी लिफ्टच्या बाहेर पडतानाच माझ्यावर गोळ्यांचा वर्षाव होईल! माझ्या हातापायांना कंप सुटला. पण तसे काही झाले नाही! हूपचे ऑफिस छान होते, कॉर्पोरेट ऑफिस जसे असायला हवे तसेच ते होते.

स्वागतिकेने माझे स्वागत केले. तिच्या बाजूस असलेला माणूस स्टीव्ह क्लेनर, त्याने माझी ओळख करून घेतली.

"कोणत्या एजन्सीकडून तू आलास?" त्याने विचारले.

"नाही, मी स्वतंत्र काम करतो. मी त्याला माझे कार्ड दिले."

क्लेनरने नाव मोठ्याने वाचताच कोपऱ्यात उभा असलेला माणूस भडकला.

"म्हणजे तू कायदा राबविणारा अधिकारी नाही?" त्याने खेकसून विचारले.

"मी स्वतंत्ररित्या काम करतो. इन्शुरन्स दावे वगैरे," मी सांगितलं. मी माझी बॅग उघडली. कंठहार आणि मनगटी दाखवली आणि आणखीन एक कार्ड दिले.

"मला वाटतं हे दागिने श्रीमती हूपचे असावेत, त्यांना तुम्ही द्याल का?" असं म्हणत मी पिशवी त्याच्या हातात दिली. दागिने पाहून त्याला खूप आश्चर्य वाटले.

"हे दागिने त्यांना अपेक्षित आहेत काय?"

"नाही, पण मला वाटलं त्यांना हे आवडेल."

त्याने पिशवीतले दागिने चाचपडले आणि मला त्याच्या मागोमाग यायला सांगितले. क्लेनरने मला दुसऱ्या एका अतिशय सुंदर अशा दालनात नेले. मध्यमवयीन व्यवस्थापक तिथे बसला होता.

"तुला असं का वाटतं की हे दागिने श्रीमती हूपचेच आहेत असं?" त्याने विचारले.

"मी पोलिसांच्या नोंदी आणि इन्शुरन्सचा दावा बघितला आहे, त्यातील फोटोबरोबर हे दागिने जुळतात." मी खुलासा केला.

"पण तुम्ही तर पोलीस अधिकारी नाहीत?" त्याने पुन्हा प्रश्न केला.

"माझ्या कार्डावर लिहिल्याप्रमाणे मी स्वतंत्र गुप्तहेर आहे. शहरात अठरा चोऱ्या झाल्या आहेत आणि मी त्या चौकशीत नाक खुपसतो आहे." मी सांगितलं.

"आणि या वस्तू तुला कुठून मिळाल्या?" त्याचा पुढचा प्रश्न.

"माझे काही संपर्क आहेत, स्त्रोत आहेत, मी स्वतंत्र काम करतो. मला अंग

मोडून काम करावे लागते, मला झोपून चालत नाही.'' मी म्हटलं.

क्लेनर हसला. अमेरिकेतल्या पिंकरटनसारख्या गुप्तहेराचा उल्लेख क्लेनरने ऐकलं न ऐकल्यासारखा केला. त्याने दागिन्यांची पिशवी माझ्याकडे ढकलली.

''मी तुझं ऐकलं, हे दागिने श्रीमती हूपचे आहेत की नाही, हे मी सांगू शकत नाही आणि जरी त्यांचे असले, तरी आम्ही ते स्वीकारू शकत नाही. पोलिसांना नेऊन द्या.'' क्लेनर म्हणाला.

''मी पोलिसांसाठी काम करत नाही. स्वतंत्र काम करतो हे लक्षात आहे ना?''

यात मी काहीच करू शकत नाही, अशा अर्थाने हात हलवत तो म्हणाला, ''जरी हे दागिने श्रीमती हूपचे असले, तरी हे दागिने म्हणजे पुरावा आहे.''

''हो, पण पोलीस मला काही पैसे देत नाहीत, तेव्हा मी काय म्हणतो ते ऐकून तर घ्या.''

तो पुन्हा हसला, त्याला काहीतरी सुचलं असावं. तो म्हणाला,

''ठीक आहे, मी काय करावं असं तुला वाटतं?''

''मी माझा मोबदला सहसा सोडत नाही, पण त्यासाठी मी इथे आलेलो नाही.'' मी उत्तर दिले.

दागिन्यांची पिशवी मी पुन्हा त्याच्याकडे दिली. ''हे दागिने त्यांच्या आईचे आहेत, त्यांना ते सुरक्षित परत मिळताहेत, हे ऐकून त्यांना आनंदच होईल.'' मी म्हटलं.

क्लेनरने ती बॅग घेतली, हलवली आणि एकदम उभा राहिला. ''ठीक आहे, मी हे घेतो हं, पण थांब एक मिनिट...आपण हे दागिने श्रीमती हूपचेच आहेत की नाही ते पाहू.''

''हरकत नाही, पण जर का त्या म्हणाल्या, हे दागिने त्यांचे नाहीत तर मला ते परत द्या.'' मी माझं म्हणणं मांडलं.

''अर्थातच. तुम्ही काही कॉफी वगैरे घेणार?''

''नको.'' मी नकार दिला.

तो पिशवी घेऊन गेला, मी पायावर पाय टाकून खिडकीतून दिसणारे दृश्य पाहत होतो, माझा फोन वाजला, पण मी तो घेतला नाही. इथली प्रत्येक जागा टेहेळणी यंत्रणेने सज्ज असावी.

क्लेनर परत आला तेव्हा एकटा नव्हता, त्याच्याबरोबर पाईकने बघितलेला व्यापारी होता, तो इथे दिसेल असं मला वाटलं नव्हतं. मी उठून उभा राहिलो. माझं कार्ड त्याला दिलं. ''मी एल्विस कोल.''

''मी केनेथ लोन, सुरक्षा व्यवस्थेचा उपप्रमुख.'' तो म्हणाला.

मी कोण आहे, हे लोनला माहिती जरी असलं, तरी त्याने तसं दाखवलं नाही.

तो टेबलाच्या कोपऱ्यावर बसला आणि दागिन्यांची पिशवी त्याने सहजपणे पायाशी ठेवली. नेफ आणि हेन्समन जितक्या सहजपणे खून करत, तितक्याच सहजपणे, जणू काही आपण शांतपणे जेवतोय इतक्या सहजपणे!

''हे दागिने पाहून लिलियन हूपला खूप आनंद होईल.'' लोन म्हणाला.

''दागिने त्यांनाच मिळतील असे पाहा.'' मी म्हणालो.

''अर्थातच. इथलं काम संपलं की मी ते पोहोचवतो.'' लोन म्हणाला.

''मला पावती मिळेल ना? माझ्याकडे नोंद असावी म्हणून.''

मला वाटलं तो नाही म्हणेल, पण तसं झालं नाही.

''नक्कीच मिळेल. थांब.'' तो म्हणाला. त्याने क्लेनरच्या फोनवरून एल्विस कोलच्या नावाने, आपण दावा केलेल्या तेरा आणि चौदा क्रमांकाचे दागिने मिळाले, अशी पावती बनवण्यास सांगितले.

''आता हूप हे दागिने मिळाल्याचे पोलिसांना आणि इन्शुरन्स कंपनीला कळवतील.'' लोन म्हणाला. ''पण पोलीस प्रश्न विचारतील.''

''चालेल, मी मदत करीन.'' मी सहज म्हणालो.

''अनेक जण शोधत असलेले हे दागिने तुम्ही कसे शोधलेत हे पोलिसांना कळायला हवं.'' लोनने शंका व्यक्त केली.

''मला त्याची कल्पना आहे. पण मी पोलिसांना माझा स्रोत सांगणार नाही, ते व्यावसायिक नीतिला धरून होणार नाही.'' मी स्पष्ट केले.

''ते तुम्हाला कुठेही अडकवतील.''

''पण हूप सिक्युरिटीकरता ही कमीपणाची बाब आहे, त्यांच्या इतर चोरी झालेल्या वस्तूदेखील मला माहीत आहेत.''

त्याच्या चेहऱ्यावर छद्मी हास्य पसरले. तो माझ्या बोलण्याचा विचार करतोय की माझ्या खुनाचा, मला समजू शकले नाही.

लोन टेबलाच्यामागून पुढे आला, ''आपलं काम संपलंय, पण हा सगळा मूर्खपणा वाटतोय.''

मी दागिन्यांकडे पाहत तसाच बसून राहिलो.

''पण हे दागिने म्हणजे मूर्खपणा नाही ना!'' मी पिशवीकडे बोट दाखवत म्हणालो. ''तुम्ही श्रीमती हूपना विचारा.''

त्याने काहीच प्रतिक्रिया दिली नाही, म्हणून मी माझं म्हणणं पुढे रेटलं.

''हूप आणि इतर श्रीमंतांकडे ज्यांनी चोऱ्या केल्या ती मुले आहेत. ते चोरलेल्या वस्तू आठवडी बाजारात विकत असत, पण काहीतरी झालं, काय ते मला कळलं नाही पण एका व्यावसायिकाच्या इथे ते अडकले. एक माणूस ज्याला मी खूप मदत केली होती, त्याने कळवले, की तो इन्शुरन्स कंपनीच्या दाव्याची

माहिती देईल, पण हे दागिने तर वस्तुस्थिती आहे ना! आणि आणखीनही वस्तू आहेत.''

''हूप यांच्या इतर वस्तू?'' त्याने आश्चर्य व्यक्त केले, एवढ्यात एक सडपातळ माणूस आत आला, त्याने क्लेनरकडे एक कागद दिला.

''ही घे तुझी पावती.'' क्लेनरने मला पावती दिली.

मी पावतीची घडी घालून खिशात ठेवली.

''त्या इतर वस्तूही हूप यांच्याच घरून चोरल्या आहेत का?'' लोनने विचारले.

''तसं नक्की सांगता येणार नाही, पण शोधता येईल. काही विशेष वस्तू आहे का?''

क्लेनर दूरवर बघत होता, विचार करीत असावा, सांगू की नको, मी एका धोकादायक काठावरून चालण्याचा प्रयत्न करत होतो, कदाचित पडण्याची शक्यता होती.

मी क्लेनरकडे बघितलं.

''अर्थातच, शोधण्याचा मोबदला द्यावा लागणार.''

क्लेनर हसला. जणू काही मी असं बोलण्याची तो वाटच पाहत असावा.

''तुझं कोणाबरोबर संगनमत आहे का?'' त्याने विचारले.

''नाही, मी लोकांशी बोलतो, त्यातून संधी मिळते.'' मी पिशवीकडे बोट दाखवलं.

''हूपना माझी ही भेट समजा आणि पुढे कधीतरी मी फोन वगैरे केला तर फोन घ्या इतकीच अपेक्षा.''

''माझ्या लक्षात आलं.'' क्लोनर म्हणाला.

लोनने ती पिशवी खिश्यात ठेवली. आणि ओठावरून जीभ फिरवत म्हणाला,

''ही जी माहिती तुला जो कोणी देतो तो त्या मुलांपैकी...''

''नाही, मी वचनही देणार नाही आणि कबूलही करणार नाही..''

''तुला त्या इतर वस्तू शोधण्याचा मोबदला हवा आहे ना, तर जो तुला माहिती देतो त्याचा संपर्क दे, आपण काहीतरी ठरवू.'' लोन म्हणाला.

मी निघण्याच्या तयारीने उभा राहिलो.

''तुम्हाला कळलं ना! मी बघतो मला काय शोधता येईल.''

माझ्याशी हस्तांदोलन न करता, निरोप न घेता तो निघून गेला. त्याच्या पाठमोऱ्या आकृतीकडे पाहत मी अलेकचा विचार करत होतो, लुईस ऑगस्टचा विचार करत होतो. माझ्या चेहऱ्यावरचं हसू क्लेनरने बघितलं. तो अस्वस्थ झाला, हे खरं तर खोटं हसू होतं. मी का हसलो, त्याचा अर्थ काय हे त्याच्या लक्षात आले नाही.

४५

पोलीस मुख्यालयापासून दोन चौक दूर असलेल्या ग्रँड सेंट्रल बाजारातील एका हॉटेलात कॅसेट रिव्हिएरासह भेटली. त्यांच्या चेहऱ्यावर आश्चर्य आणि उत्सुकता होती.

"मी तुला एकटीलाच भेटायला बोलावलं होतं. तुला भीती वाटली का मी येणार नाही म्हणून." मी सुरुवात केली.

"नेफ आणि हेन्समनबद्दल एका मिनिटात," ती प्रस्तावना न करता म्हणाली. "तीन दिवसांपूर्वी पॅकोइमा येथे अलेक रिकी नावाच्या मुलाचा खून झाला. मुक्त मार्गावर त्याचा पाठलाग होऊन त्याच्यावर गोळ्या झाडण्यात आल्या. नेफ आणि हेन्समनने त्यांचा खून केला."

रिव्हिएराने आपली डायरी काढून लिहायला सुरुवात केली.

"तुला कसं कळलं?"

"त्याचा खून झाल्याच्या दुसऱ्या दिवशी नेफ आणि हेन्समन अलेकच्या घरी गेले होते, त्यांनी आपण पोलीस अधिकारी असल्याचे भासवले. आणि अलेकच्या खोलीतील मैत्रिणीकडे चौकशी केली होती." सांगता सांगता मी क्लाडियाचा नाव आणि पत्ता रिव्हिएराकडे दिला. त्याने त्याची छायाप्रत काढली.

"त्यांनी तेथे लॅपटॉपचा शोध घेतला. अलेक रिकी हा अठरा घरफोड्या करणाऱ्यांपैकी एक होता."

रिव्हिएरा लिहीत असताना त्याच्या लिहिण्याचा आवाज येत होता.

मी त्यांना हेन्समनचा फोटो दाखवला.

"याला ओळखता?"

दोघांनीही बघितलं.

"नाही." कॅसेट म्हणाली.

"तुझ्या बोलण्यात हे नाव नाही आलं कधी?" मी विचारलं.

कॅसेट वैतागली. "ना...ही..!"

"रिकिच्या खोलीतील मुलीने हा फोटो हेन्समन म्हणून ओळखला. ते त्याचं खरं नाव नसावं. पण हे नाव तो वापरतो. क्रेन्झासलाही हा दाखवला तर तीही हेच नाव सांगेल."

कॅसेटने माझा फोन घेऊन फोटो पुन्हा बघितला आणि ती म्हणाली,

"माझ्या ई मेलवर पाठव."

तिने मला तिचं लॉस एंजलीस पोलीस खात्याचं कार्ड आणि ई मेल दिला. मी लगेच फोटो पाठवला. ती माझ्याकडे पाहत होती.

"तुला कसं कळलं अलेक यांच्यात होता ते?"

"आठवडे बाजारात वस्तू विकायला येणाऱ्या दोघांपैकी तो एक होता."

"ती मुले म्हणजे ज्यांनी कॅमेरा विकला ती?" कॅसेटने विचारले.

"बरोबर. नेफ आणि हेन्समनने क्रेन्झासला विचारले की ते लॅपटॉप विकत होते का? त्यांनी कॅमेरा आणि इतर वस्तूंबद्दल विचारले नाही. त्यांनी फक्त लॅपटॉपबद्दलच विचारलं." मी सांगत होतो.

रिव्हिएराने लिहिलेल्या टिपणाकडे नजर टाकत विचारले, "तुला त्या मुलीचे नाव माहीत आहे का?"

"हो." मी म्हटलं.

"एल्विस, मी वाट बघतोय." तो म्हणाला.

"आधी माझं सगळं ऐकून तर घे." मी विनंती केली.

रिव्हिएरा त्याचं पेन सरसावून बसला.

"तुझ्यावर किती आरोप ठेवू? गुन्ह्याला मदत करणे, सरकारी कामात अडथळा आणणे, कट कारस्थान रचणे?" तो रागावला होता.

कॅसेटने त्याच्या खांद्यावर थोपटून त्याला शांत केले आणि ती खुर्चीत मागे टेकून बसली आणि म्हणाली, "अरे? मागील एक आठवड्यापासून आम्ही याच्यावर काम करतोय, आणि तू खूपच माहिती गोळा केलीस! कशी काय?"

"सांगतो, त्या घरफोड्या करणाऱ्या मुलांपैकी दोन क्रमांकाच्या मुलाच्या आईला घरात एक महागडे घड्याळ सापडले. त्याच्याकडे ते कसे आले हे

शोधण्याची कामगिरी तिने माझ्यावर सोपवली, पुढे मला ते सगळं कळत गेलं, हा नशिबाचा भाग!'' मी म्हणालो.

रिव्हिएराने पेनाने टकटक केले पण यावेळेस तो हसला.

''ते घड्याळ स्लॉसनचं होतं.''

मी मान हलवली.

''तुझ्याकडे काय काय आहे?'' तिने विचारले.

मी त्यांना केनेथ लोनचा फोटो दाखवला.

''या माणसाचं काय? तू त्याला ओळखतोस का?''

त्या दोघांनी केनेथ लोनला ओळखलं होतं. एकमेकांकडे पाहत त्यांनी थोडा वेळ विचार केला. रिव्हिएरा आधी बोलला.

''हा केनेथ लोन, मी याला अनेक वर्षे ओळखतोय.'' आता काहीतरी विचित्र ऐकायला मिळणार हे नक्की होतं.

''तो आमच्या बैठकीला येतो, याचा काही संबंध आहे का?'' त्याने विचारले.

मी फोटो त्याला नीट दिसेल असा वळवला.

''त्याने त्याच्या हाताखाली काय धरलंय ते बघ.'' मी सांगितलं.

बघते ना मी.

मी पुन्हा फोन नीट धरला.

''आपल्याकडे त्याची पाठ आहे ना, पण खांदा दिसतोय. तो हेन्समन वाटतो ना? आम्ही नेफ आणि हेन्समनचा खोऱ्यापासून ते हूपच्या ऑफिसपर्यंत पाठलाग केला, जिथे मिस्टर लीन काम करतो. हेन्समनने हा विशिष्ट लॅपटॉप केनेथ लोनला आम्ही हा फोटो घेण्यापूर्वी एखादे मिनिट आधी दिला.''

मी पुन्हा पुढचा फोटो दाखवला.

''यात हेन्समन थोडा अधिक व्यवस्थित दिसतोय. काळी क्रिस्टलर गाडी त्यांचीच आहे. तुम्हाला नेफ दिसणार नाही कारण तो गाडी चालवतो आहे.''

कॅसेटने आपल्या ओठाला मुरड घातली. डोळे बारीक केले.

''तुला असं म्हणायचं आहे का नेफ आणि हेन्समन, केनेथ लोन करता काम करताहेत?'' कॅसेटने विचारले.

''मला एवढंच म्हणायचं आहे की ते विशिष्ट असा लॅपटॉप शोधत आहेत, त्यासाठी त्यांनी अलेक आणि लुईस ऑगस्टचा खून केला. आणि आता या फोटोत ते केनेथ लोनला एक लॅपटॉप देताहेत, कोणताही हुशार गुप्तहेर याचा संबंध लावेलच,'' मी स्पष्टीकरण दिलं.

रिव्हिएरा मागे झाला.

''त्यांना हवा असलेला हाच तो लॅपटॉप का?'' तिने विचारलं.

"नाही! त्यांना हवा असलेला लॅपटॉप माझ्याकडे आहे!"

दोघेही उडालेच! त्या दोघांनी एकदम चमकून माझ्याकडे पाहिलं!!!

"आणि केनेथ लोनला तो लॅपटॉप का हवा आहे?"

"माहीत नाही. पण मी शोधलं तेव्हा त्यात आयव्हर हूपचा मुलगा डेरेक हूप जो केनिथ लोनचा बॉस, त्याचे फोटो आहेत." मी खुलासा केला.

कॅसेटचा चेहरा उतरला.

"तो कोण आहे हे आम्हाला चांगलेच माहीत आहे. तुला कल्पना आहे का?"

"तो खूप श्रीमंत आहे."

"हूपची आमच्या कायदा खात्याला खूप मदत होते. तो त्याच्या इमारती आमच्या प्रशिक्षणासाठी देतो, मोजता येणार नाहीत एवढे पैसे देतो," ती सांगत होती.

पॉवरबुकचा विषय काढून मी तिला थांबवलं.

"माझा तज्ज्ञ माणूस त्या लॅपटॉपमध्ये फोटोशिवाय आणखीन काय आहे का हे शोधतोय. नेफ आणि हेन्समनसारखी जनावरं कुणी नुसता लॅपटॉप शोधायला पाठवत नाहीत. ते एवढ्याच करता पाठवले जातात की तुम्ही जे लपवलंय ते कुणाला कळू नये."

व्हिडिओ तज्ज्ञ हा लहान वयाचा, टाय लावणारा आणि व्हिडिओ गेम चोरणारा आहे हे मी त्यांना सांगितलं नाही.

आम्ही तिघेही एकमेकांकडे पाहत होतो. रिव्हिएराने शांतताभंग केला.

"केनेथ लोन आधी शेरीफकडे होता. तो हूपकडे कसा आला माहित्येय?"

"काही कल्पना नाही!"

"मार्क्विस नेल्सन नावाचा मुलगा पकडला गेला. लोनला नेल्सनच्या घरात खुनी हत्यार सापडले होते. म्हणून हूपचा मुलगा सुटला, पण लोनला त्याच्या घरात 'काहीतरी' सापडले!"

त्याने कॅसेटकडे बघितले आणि खांदे उडवले.

बराच वेळ टेबलाकडे पाहत बसलेली कॅसेट घसा खाकरून म्हणाली,

"ह्या व्यतिरिक्त तुझ्याकडे आणखीन काय आहे?"

"माझ्याकडे भरपूर काही आहे, दोन खुनांचे धागेदोरे, तसेच या अठरा चोऱ्यांची माहिती, ती मुले, त्यांचा कबुलीजबाब, त्या चोरीतील वस्तू. शिवाय ती मुले सहकार्य करतील." मी सविस्तर सांगितले.

"त्या मुलांच्या बदल्यात तुला काही सौदा करायचा आहे का?"

"आता दोन्ही संशयित, मुलाच्या आईबरोबर सुरक्षित ठिकाणी आहेत. तिचा वकील त्यांच्या शरणागतीचे बघेल, पण या मुलांना उघड्यावर आणायचे नाही

आणि हे प्रकरण संपेपर्यंत त्यांना संरक्षण हवे.''

''प्रकरण कसे संपणार?'' तिला शंका होती.

मी त्यांना लोनबरोबरच्या भेटीचा तपशील सांगितला आणि माझ्या मनात काय आहे ते सांगितले.

''माझ्याकडे लॅपटॉप आहे असे त्यांना वाटू दे. त्यांना लॅपटॉप हवा आहे, केनेथ लोन किंवा हूप कोणीतरी मारेकऱ्यांना पाठवून माझ्याकडे लॅपटॉप नाही ना, याची खात्री करायला येतील.''

''खात्री करण्यासाठी त्यांच्याकडे .४५ चे पिस्तुल असेल कोल!'' कॅसेटने मला सावध केले.

''कल्पना आहे. पण मला ही मुले सुखरूप हवी आहेत. ते तुझ्याकडे कबुली देतील, आणि पोलीस खात्यात तू कुठेही बोलणार नाहीस. कुठेही वाच्यता नको.''

तिने मान हलवली. तिच्या डोळ्यांत गहिरेपण आले.

''आपल्या तिघांशिवाय ही गोष्ट कुणालाही माहीत नाही.''

''बरोबर, त्या मुलांना सुरक्षित ठेव आणि मी तुला हवं ते देतो.''

कॅसेटने मान हलवली आणि मला तिचं कार्ड देऊन त्यावर तिचा व्यक्तिगत फोन क्रमांक लिहिला.

''हे कार्ड त्याच्या वकिलाला दे आणि ते जर जिल्हा वकिलाला भेटणार असतील तर तसं त्यांनी मला सांगावं.''

मी ते कार्ड खिशात ठेवून जाण्यास निघालो.

रिव्हिएरा प्रभावित झाला होता. जाताना त्याने मनापासून माझ्याशी हस्तांदोलन केले.

मी खूप थकलो होतो. गाडीत बसण्यापूर्वी मी डेव्हॉनला फोन केला.

''कॅसेटने सर्व मान्य केलेय,'' असं सांगून मी तिला कॅसेटचा फोन क्रमांक दिला.

''जिल्हा वकिलाला कॅसेटचा क्रमांक देऊन बोलायला सांग, तोपर्यंत मी टायसनला घेऊन घरी येतो.''

''देवाचे आभार रे बाबा, एकदाचे हे प्रकरण मिटतंय!'' ती म्हणाली.

मी फोन ठेवला आणि गाडी सुरू केली.

४६

डेव्हॉन कॉनर

टायसन आणि एल्विस गेल्यानंतर वीस मिनिटांनी नोरा गुरविकने कॅलगरी विमानतळावरून फोन केला. डेव्हॉनचा फोन वाजला तेव्हा अंबरने एकदम उडी मारली. जणू काही फोनच्या आवाजावरून तिला कळले, की तिच्या आईचा फोन आहे. तिला कसला धक्का वगैरे बसला नाही, असं डेव्हॉनला वाटलं.

"अगदी शेवटची, संडासाजवळची जागा मिळाली आहे." नोराने सांगितलं.

अंबर आपलं ऐकत्येय म्हणून चेहऱ्यावर हसू आणत ती म्हणाली, 'नोरा तू कधी पोहोचशील इथे?'

"मी येईन तेव्हा तिथे गर्दी असेल, अंबर कुठे आहे?"

"ती अंघोळ करते आहे."

अंबरने तिथूनच हात जोडले आणि आभार असे पुटपुटली.

"तिच्यासाठी मी काय करते आहे याची जाणीव तिला असू दे." नोरा म्हणाली.

"हो, असेल, तिला जाणीव असेल."

डेव्हॉनने फोन ठेवला.

"तुझी आई संध्याकाळपर्यंत येतेय.' डेव्हॉन अंबरला म्हणाली.

जमिनीवर आडवं पडत आढ्याकडे बघत अंबर म्हणाली, "तिने यायला नकोच होते."

अंबरची पूर्ण माहिती नसल्यामुळे डेव्हॉन काहीच बोलली नाही.

''ठीक आहे, मी दिलगीर आहे.''

''मी तिच्या पोटात असताना बहुधा तिने अमली पदार्थ सेवन केले असतील, म्हणून मी अशी झाले.'' तिने खंत व्यक्त केली.

डेव्हॉनला तिची दया आली.

''मला तुझ्याबद्दल काहीच माहिती नाही, पण मी तुझ्यासाठी कॉफी करू शकते.''

अंबर उठून बसली, उत्साहाने ''कॉफी!''

डेव्हॉनने आणि अंबरने चीरीओस आणि दूध आणि केळी खाल्ली. तीन चौकापलीकडून आणलेली कॉफी घेतली. कॉफी कडवट होती. कॉफी घेत असतानाच एल्विसचा फोन आला. कॅसेटने सर्व मान्य केलेय हे त्याने सांगितले. तिने अंबरला अंगठा वर करून सगळं ठीक झाल्याचं खुणावलं. डेव्हॉनने कॅसेटचा फोन क्रमांक लिहून घेतला.

''ठीक आहे, मी आत्ताच वकिलाला फोन करते. नशीब अखेर हे सर्व संपले!'' तिने दीर्घ नि:श्वास सोडला. ती अंबरला म्हणाली,

''त्यांनी सगळं मान्य केलंय, आता आपल्या वकिलाने बाकीचं सर्व ठरवायचं आहे. सार्जंट कॅसेटला सगळ्या गोष्टींची कल्पना आहे. फार तर एक दोन दिवसात सर्व ठीक होऊन जाईल.'' डेव्हॉन मनातून आनंदी झाली.

''मला घरी जायला मिळेल?'' अंबरने विचारले.

अंबरला घरी जायला मिळेल की नाही याची डेव्हॉनला कल्पना नव्हती, त्यामुळे ती म्हणाली, ''मी वकिलाशी बोलेन.''

डेव्हॉनच्या मनातही तीच भीती होती. टायसनने बालगुन्हेगारांच्या संगतीत एकही रात्र घालवावी असे तिला वाटत नव्हते. त्याला तिला घरी न्यायचे होते.

ती अंबरला म्हणाली, ''त्यांनी परवानगी दिली तर तू आमच्याबरोबर घरी ये.'' अंबरला आश्चर्य वाटले.

''किती छान!'' अंबर आनंदाने म्हणाली; पण लगेच तिने गोंधळून विचारले, ''तुम्ही माझा तिरस्कार करता का?''

काय उत्तर द्यावे हे डेव्हॉनला कळेना. आणि आपल्या भावना व्यक्त करता येतील की नाही याची तिला शंका होती. टायसनबद्दल अधिक बोलायचे नव्हते किंवा मागील तीन-चार दिवसात जे काही घडलंय त्याबद्दल तिला बोलायची इच्छा नव्हती. पण अंबरशी खरं वागायचं होतं.

''मला खरोखर आतून असं वाटतं, की टायसन एक चांगला माणूस आहे, त्याला मी चांगल्या प्रकारे वाढवले पण त्याने जे केले, जसा वागला यात मी माझा पराभव मानते. खरं तर असं काही घडायलाच नको होतं. मी मलाच विचारते, 'मी

काय करू? मी कुठे चुकले? मी तुझा तिरस्कार करत नाही आणि तुला दोषही देत नाही. पण मी माझाच तिरस्कार करू नये असा प्रयत्न करते.''

अंबर डेव्हॉनकडे बघत होती; पण तिची दृष्टी दूरवर कुठेतरी लागली होती. डेव्हॉनचं बोलणं ऐकून तिच्या मनात विचारतरंग उमटले. डेव्हॉनने बघितले, तर तिचे ओठ थरथरत होते. ती काही बोलण्याचा प्रयत्न करत होती.

''अंबर, तुझं बोलणं मला ऐकू येत नाहीये.'' डेव्हॉन म्हणाली.

''तुमच्या जागी मी असायला हवं होतं.'' ती म्हणाली.

डेव्हॉनने प्रेमाने तिचा हात हातात घेतला.

''तू माझ्यापाशी मोकळी होऊ शकतेस.''

''खरंच? मला तुमच्याशी बोलायला आवडेल.'' ती मनापासून म्हणाली.

तेवढ्यात घड्याळाकडे पाहत डेव्हॉन म्हणाली,

''मी वकिलाला फोन करते, ते लगेच इकडे येतील.''

''तोपर्यंत मी अंघोळ करून घेऊ का?'' अंबरने विचारले.

''हो नक्कीच. तेवढ्या वेळात ते काही येत नाहीत!''

अंबरने स्वयंपाकघरातून पाण्याची बादली घेतली आणि ती न्हाणीघरात गेली. डेव्हॉन भिंतीला टेकून बसली, वकिलाशी काय बोलायचे ते एल्विसने तिला सांगितले होते. तिने मनातल्या मनात त्याची उजळणी केली आणि वकिलाला फोन केला. जवळजवळ वीस मिनिटे ती बोलत होती. कुठच्या मुद्द्यावर जिल्हा वकिलाशी बोलायचं याच्यावर चर्चा झाली. फोन ठेवल्यावर डेव्हॉनने पाण्याचा आवाज ऐकला, एवढा वेळ पाणी वाहत होते.

''अंबर?'' तिने हाक मारली.

न्हाणीघराचा दरवाजा बंद होता. दिवाणखान्यासमोरच तो दरवाजा होता.

पुन्हा डेव्हॉनने हाक मारली. उत्तर नाही, म्हणून तिने दरवाजावर तीन चार वेळा आवाज केला. तरीदेखील दरवाजा उघडला नाही.

शेवटी डेव्हॉनने दरवाजाची मूठ फिरवून दरवाजा उघडला. पाणी न्हाणीघरातील पडद्यावर पडत होते. आणि न्हाणीघराची खिडकी उघडी होती! अंबर पळाली होती!

डेव्हॉन फोन करण्यासाठी धावली!

४७

एल्विस कोल

टायसन आणि कार्ल यांच्याबरोबर मी होतो आणि कार्लला अपयश आलेले दिसत होते. पॉवरबुकच्या काचेवर डेरेक हूपचे चित्र मला वाकुल्या दाखवत होते.

"तू काहीच शोधू शकला नाहीस का?" मी विचारले.

'शोध' या शब्दावर कार्ल चिडला.

"तिथे शोधण्यासारखं काहीच नाही, हे मी शोधलं!" तो म्हणाला. "खरं तर त्यात कोणतीही सांकेतिक भाषा किंवा छुपी माहिती नाही."

पॉवरबुक कार्लच्या कॉम्प्युटरला जोडला होता, वायर्सचा खूपच गोंधळ आणि गुंतागुंत तिथे झाली होती. मोठ्या पडद्यावरील व्हिडिओ खेळातील सैनिक जाऊन तिथे अनेक खिडक्या दिसत होत्या. प्रत्येक खिडकीत डिजिटल प्रतिमा आणि अक्षरे शोधणाऱ्या आज्ञावलीचा परिणाम दिसायला हवा होता. त्याचाच अर्थ छुपी माहिती उघड व्हायला हवी होती.

"तू सगळे फोटो बघितलेस?"

"ते फोटो म्हणजे फक्त एक डाटा असतो. त्याच्या आतील सांकेतिक माहितीही तपासली."

डेरेक हूपचे फोटो एकामागोमाग एक होते आणि त्यात काही असेल यावर माझा विश्वास नव्हता.

"तुला खात्री आहे?" मी पुन्हा विचारले.

“मी कार्ल आहे!” तो अभिमानाने म्हणाला.

“कार्लला सगळ्या सांकेतिक भाषा उघड करता येतात.” टायसन म्हणाला.

“लेगसी कंपनीलाच माझ्या कल्पना चोरता येणे शक्य आहे,” कार्लने फुशारकी मारली.

लेगसी ही व्हिडिओ खेळ बनवणारी मोठी कंपनी होती.

हताशपणे कॉम्प्युटरकडे पाहत तो म्हणाला, “माझ्यावर विश्वास ठेवा, हे काही रॉकेटशास्त्र नाही. विकृत आणि दहशतवादी असली तंत्रं वापरत असतात.”

“कदाचित एफबीआय शोधून काढू शकेल!”

मी पॉवरबुककडे पाहत असतानाच डेव्हॉनचा फोन आला.

“अंबर घरात नाही.” तिचा आवाज जड झाला होता.

“किती वेळ झाला असेल?” मी विचारले.

“दहा किंवा पंधरा मिनिटे झाली असतील मला वाटलं ती आंघोळ करत्येय.”

माझ्या आवाजातील बदल ऐकून टायसनने विचारलं.

“काय झालं? अंबरबद्दल काही?”

“हो.” अशी खूण करून मी त्याला गप्प राहण्यास सांगितले.

“मी आणि टायसन कार्लकडे आहोत. निघतोच आता, आपण शोधू तिला, ती काही फार लांब गेली नसेल.”

“तिने माझी गाडी नेली. अंघोळीस जाण्यापूर्वी तिने किल्ल्या पळविल्या असणार आणि आता माझी गाडी गेलीय.” डेव्हॉन म्हणाली.

गाडीमुळे सगळा घोळ झाला. फोन ठेवायला सांगून मी टायसनला विचारलं,

“अंबर तुझ्या आईची गाडी घेऊन गेलीये, कुठे बरं जाऊ शकेल? कुणी तिला मित्र वगैरे आहे का?”

टायसनने ताबडतोब उत्तर दिलं.

“ती नक्की जाझीच्या घरी गेली असणार, तिला तिची गाडी किंवा पैसे हवे असणार!” टायसन म्हणाला.

टायसनला कार्लच्या इथे सोडून मी माझ्या गाडीकडे धावलो.

४८

हार्वी आणि स्टेम्स

स्टेम्सने गाडी बिव्हार्ली ग्लेनकडून खोऱ्याच्या दिशेने आणि नंतर जास्मीनच्या घराकडे वळवली. त्याची बोटं डॅशबोर्डवर आणि गाडीतल्या सीटवर फिरत होती. त्याला ही जर्मनीत बनवलेली उत्तम प्रकारची गाडी खूप आवडली होती. रस्त्यावरून लोण्यासारखी अगदी अलगद धावत होती.

''स्टेम्स तुला जर या गाडीबरोबर एका खोलीत ठेवलं, तर प्रेम करशील या गाडीवर.'' हार्वी म्हणाला.

हार्वीच्या फोनमधून पिंक पँथर्सची धून वाजली. जी मुळात प्लास जॉन्सनने सॅक्सोफोनवर वाजवली होती. ती धून ऐकून आपल्याला प्रथम केवढा राग आला होता, हे स्टेम्स आठवण्याचा प्रयत्न करत होता.

आपल्यापासून फोन लांब नेत आणि त्यावर हात ठेवत हार्वी म्हणाला,

''घे, आपल्या अशिलाचा फोन आहे.''

हार्वीने पिंक पँथर्सची धून फक्त या अशिलासाठीच ठेवली होती. ती ऐकली की त्याला लहान मुलासारखा आणि विदूषकासारखा दिसणारा उत्साही इन्स्पेक्टर क्लॉसिया आठवायचा. स्टेम्सला वाटले ही धून खरंच चांगली आहे.

स्टेम्सने गाडी थांबवली, बिअरची बाटली काढून हार्वीला देऊ केली, हार्वीने त्याचा हात दूर केला आणि लक्षपूर्वक ऐकतोय असं दाखवत फोनवर ''हं, हं, आलं लक्षात, हो आता आम्ही तिथेच जात आहोत, स्टेम्स माझ्याबरोबरच आहे, गाडी

चालवतोय, हं,'' असं म्हणत फोन ठेवला.

''तुला पाहिजे ना तसंच झालं.'' हार्वी डोळे गरगरा फिरवत म्हणाला. ''सगळा घोटाळा झालाय.''

''काय झालं?'' स्टेम्सने विचारले.

''तो जास्मीनच्या घरात घुसलेला माणूस खाजगी गुप्तहेर आहे, त्याच्याकडे आपले फोटो आहेत. त्याने आपल्याला ओळखले आहे, त्याचं नाव एल्विस कोल.''

''थांब काय नाव म्हणालास?''

''एल्विस कोल'' ''खरंच? एल्विस?''

''आपला अशील म्हणतो, की त्याचं नाव एल्विस कोल आहे. जाऊ दे ना नावात काय आहे एवढं?''

''चिडू नकोस, काय झालंय पण एवढं?'' स्टेम्स म्हणाला.

''इन्स्पेक्टर क्लॉसियाचं म्हणणं असं, की आपण इतर सर्व शोध बाजूला ठेवून आधी याचा शोध घ्यावा. हा लॉरेलमध्ये राहतो आणि हॉलिवूडमध्ये त्याचं कार्यालय आहे.'' हार्वी म्हणाला.

स्टेम्सला हे काही आवडलं नाही.

तो म्हणाला, ''तो आत्ताच जास्मीनच्या घरातून बाहेर पडला आहे. तो तिथे कशासाठी गेला होता, हे आपण आधी शोधू आणि नंतर हवं तर त्याला शोधू, काय वाटतं?''

''माझं म्हणणं असं, की आपल्या अशिलाला हवं ते दिलं पाहिजे आणि मला माझा फोटो!'' हार्वी म्हणाला.

हार्वीचा फोन पुन्हा वाजला. स्टेम्सने वाकून बघितले.

''तो मूर्ख पुन्हा तिथे आला असेल.''

हार्वीने व्हिडिओ उघडला, पण यावेळेस कोल नव्हता, अंबर होती! ती आत आली आणि धावतच शयनगृहात गेली.

''आपण पाचच मिनिटात तिथे पोहोचू!'' हार्वी म्हणाला आणि स्टेम्सने गाडीला वेग दिला.

४९

अंबर रीड

अंबरने न्हाणीघराच्या खिडकीतून बाहेर उडी मारली, ती एका गुलाबाच्या झुडपावर पडली, तिच्या पायाला खरचटले. पण त्याचा विचार न करता ती डेव्हॉनच्या गाडीजवळ गेली. दार उघडलं. तेव्हा एवढा मोठा आवाज झाला की तिला वाटलं डेव्हॉन आतून धावत बाहेर येईल. ती पटकन आत शिरली. या ऑडी गाडीची तिला फारशी माहिती नव्हती. किल्ली कुठे लावायची ह्याचीसुद्धा नाही. तिला शोधाशोध करायला लागली.

शेवटी गाडी सुरू झाली, अंबरने अजिबात मागे वळून बघितले नाही. पुढे जाऊन तिने गाडी डावीकडे वळवली आणि सुरक्षित घर मागे टाकले. तुरुंगात जाणे हे काही त्यांच्या योजनेत नव्हतं!

अंबरला तिथला रस्ता माहीत नव्हता, म्हणून सुरुवातीस ती थोडीशी चुकली; पण नकाशाची यंत्रणा सुरू करून आणि बसण्याची जागा, आरसा सर्व व्यवस्थित लावेपर्यंत ती मुक्तमार्गावर आली. आता तिला काही अडचण नव्हती.

९२००० डॉलर्स आणि तिच्या मिनी कुपर गाडीची चावी जाझीच्या घरात होती. डेव्हॉन कदाचित पोलिसांना फोन करेल, एल्विसला कळवेल आणि एल्विस इथे येईल, याचा अर्थ तिच्याकडे जास्त वेळ नव्हता. तिला पैसे आणि गाडी ताब्यात घेऊन नंतर नवीन फोन घ्यायचा होता आणि तिला अंबरलँडमध्ये अदृश्य व्हायचं होतं, तिला स्वत:शीच हसायला यायला लागलं.

अंबरने ऑडी आपल्या इमारतीच्या अलीकडे उभी केली आणि ती फाटकाजवळ आली. घंटीची कळ दाबली पण कोणीच उत्तर दिले नाही. मग वाट न पाहता ती फाटकावर चढली आणि आत उतरली. अशा प्रकारे आत येण्याची तिची काही ही पहिली वेळ नव्हती.

जाझी नेहमी तिच्या घराची चावी एका पेटीत ठेवून ती पेटी जिन्याच्या पहिल्या पायरीखाली ठेवत असे. अंबरने त्या पेटीतून किल्ली घेतली आणि ती घरात गेली.

आता या सर्व प्रकरणापासून दूर जायची वेळ आली, या कल्पनेने तिला हसायला यायला लागलं. ती वेगाने कामाला लागली. स्वयंपाकघरातून तिने किल्ल्या घेतल्या आणि शयनगृहात गेली. अंबरने एका मोठ्या पिशवीत आपली अंतर्वस्त्रे, इतर कपडे कोंबले आणि कपाटातील पैसे काढण्यासाठी कपाट उघडले.

९२००० डॉलर्स तिने पावसाळी बुटांच्या दोन खोक्यात आणि ब्रेंटवूड यांच्या घरातून चोरलेल्या कापडी खोक्यात ठेवले होते. तिच्या कपड्यात काही पैसे तिने ठेवले, जसजसे पैसे गोळा करत होती तसतशी तिच्या घराचा निरोप घेण्याची वेळ जवळ येत होती. दागिन्याच्या खोक्यातील निवडक दागिने घ्यायचा विचार होता; पण वेळ गेला असता म्हणून हाताला लागतील तेवढे दागिने तिने पिशवीत भरले. बुटांचे खोके उघडून पैसे घेतले.

चला काम संपले.

जवळपास सर्व घेऊन झाले होते.

तिने शंभर डॉलर्सचे पुडके कपड्यांच्या खाली लपवलं, आपण काही महत्त्वाचं विसरलो तर नाही ना, याचा विचार करून तिने पिशवी बंद केली.

पैसे, कपडे, दागिने भरण्याच्या नादात पुढचा दरवाजा उघडला जात असल्याचा आवाज तिला ऐकायला आला नाही!

५०

एल्विस कोल

मी डेव्हॉनच्या गाडीच्या आसपास रेंगाळलो. काळी गाडी कुठे दिसत्येय का ते बघत होतो. अंबरची मिनी कुपर गॅरेजमध्ये होती. जास्मीनच्या इमारतीत सर्वत्र शांत होते. मी चौकातून फेरी मारली, परत आलो, पाईकला फोन केला.

"आता डेव्हॉनच्या घरावर लक्ष ठेवायची गरज नव्हती. टायसनला घेऊन आपल्या घरी जा, मी अंबरला घेऊन तिथे येतो. एकदा या दोघांच्या शरणागतीचे काम झाले की आपण केनेथ लोनकडे बघू."

"शरणागती?" त्याने आश्चर्याने विचारले.

"हो, कॅसेट त्यांची काळजी घेईल. आपण केनेथ लोनकडे बघू." मी म्हटलं.

"तू ते दागिने परत केल्यापासून त्यांचे 'लक्ष्य' झाला आहेस." तो म्हणाला.

मी दागिने परत केल्याचं त्याला आवडलं नव्हतं.

"ठीक आहे, आता तरी मी इथे आहे, मी अंबरला घेऊन सुरक्षित घरी येतो."

पाईक गप्प बसला. तो नाखूश दिसला.

मला आत जायचं होतं, नुसतं आत जायचं नव्हतं तर शक्य तितक्या लौकर बाहेर पडायचं होतं. अंबरची चावी माझ्याकडेच होती, मी त्याच किल्लीने फाटक उघडले आणि वर गेलो, किल्लीने जाझीचे घर उघडले.

शयनगृहातून आवाज येत होता. अंबर एक मोठी भरलेली पिशवी घेऊन बाहेर आली. तिने मला बघितले आणि ती किंचाळली.

"देवा. मी किती घाबरले! माझी चड्डी ओली झाली." ती म्हणाली.

"वाळेल, चल निघू,"

मी तिचा दंड धरून तिला ओढले. तिने दंड सोडवायचा प्रयत्न केला.

"मला तुमच्याबरोबर यायचं नाही." "दम आहे."

"वाटल्यास मी तुम्हाला पैसे देते."

मी तिच्या खांद्यावरची पिशवी ओढून काढली, बाजूला टाकली आणि तिला दरवाजाकडे ढकलली.

"ते माझे पैसे आहेत! माझे पैसे मी सोडणार नाही." ती ओरडली.

"अंबर तू इथे सुरक्षित नाहीस, आपल्याला जावंच लागेल."

"मी जातेच आहे, पण तू सोडलंस तर?"

तिने माझा हात सोडवायचा प्रयत्न केला. माझी बोटं पिरगळली.

"आपण ठरविल्याप्रमाणे तुला शरणागती पत्करायची आहे. मग जामिनावर बाहेर येशील, मग बोनी पार्करसारखी राहा, चल बाहेर पड."

"कोण बोनी पार्कर? तू माझी गंमत करतोयस ना?" ती म्हणाली.

मी तिला दरवाजापर्यंत नेले आणि दरवाजा उघडला, बस्स! आम्ही तेवढेच फक्त करू शकलो!

बाहेर दोन माणसांपैकी एक मोठा, एक धिप्पाड, दोघेही माझ्यापेक्षा मोठे होते! छान जॅकेट्स, छान टाय आणि हातात छान पिस्तुले!

"आम्ही आता बाहेर जातोय, तुम्ही आम्हाला नंतर भेटाल का?" मी त्यांना म्हटले.

लहान माणसाने बंदूक दाखवली.

"त्यापेक्षा तू तुझे हात डोक्यावर ठेव आणि बोटं एकमेकांत गुंतवून ठेव." तो बुटका म्हणाला.

मी मागे सरकत डोक्यावर हात ठेवले आणि बोटे एकमेकांत गुंतवली.

"आता पाच पावले मागे जा." तो म्हणाला.

मी तसं केलं.

ते आतमध्ये आले आणि लगेच वेगळे झाले. अलेकच्या खोलीतील मुलीने सांगितले होते, की त्यातला एक नेफ अर्थातच दुसरा हेन्समन होता.

नेफने दरवाजा बंद केला. हेन्समनने माझ्यावरची नजर हटवली नाही. ते मजबूत हाडापेराचे, दणकट, रुंद खांदे आणि तिशीच्या जवळपासचे असतील.

हेन्समन पिस्तुल खाली करत म्हणाला, "डोक्यावरून हात काढू नकोस आणि मागे वळ." मी तसं केलं.

"आता गुडघ्यावर बस." तो म्हणाला.

मी गुडघ्यावर बसलो.

"मी आता तुझे हात धरून डोकं पोटापर्यंत वाकवतो, कळलं." त्याने धमकावलं.

"मला माहित्येय कसं करतात ते." मी म्हणालो.

मी तशा अवस्थेत बसल्यावर त्याने माझे हात वर केले, सुपरमॅन उडताना दिसतो तसे. त्याने माझे पिस्तुल, पाकीट सगळं काढून घेतलं. स्वत:च्या खिशात टाकलं. आणि तो माझ्यापासून लांब गेला.

"तू जरा जरी हललास तरी मी तुला ठार मारेन." त्याने पुन्हा धमकी दिली.

तो दिसेल एवढी मान वर करून मी विचारलं,

"तुझं नाव हेन्समन आहे का?"

त्या धिप्पाड माणसाने फोन काढला आणि विचारले,

"तुझं नाव एल्विस आहे का?"

"मूर्ख आहेस."

त्या धिप्पाड माणसाने कोणाला तरी फोन केला. हळू आवाजात बोलत तो दूर गेला.

त्या लहान माणसाने अंबरभोवती फेरी मारली. मग तिच्या नितंबावर पिस्तुलाने हलकेसे मारत म्हणाला, "हल्लो, अंबर रीड. तुला संगीत आवडतं ना?"

अंबर म्हणाली, "कोण अंबर रीड?"

त्या धिप्पाड माणसाने फोन बंद केला, फोनवर हात ठेवला.

त्या लहान माणसाने तोंड वाईट केले आणि म्हणाला, "मला नको सांगूस."

"तो येतोय. दहा बाहेर, बारा वर. आपल्याला वाट पाहावी लागेल."

तो उंच माणूस वैतागून कोचावर बसला.

त्या लहान माणसाने अंबरभोवती पुन्हा एकदा फेरी मारली. मग तिच्यासमोर उभा राहिला. तिच्याकडे एकदा वरपासून खालपर्यंत बघितलं, आपल्या पायावर पिस्तुल वाजवत बघत राहिला.

अंबरला आणि मला दोघांनाही ते आवडलं नाही.

"माझ्याकडे असा सतत बघू नकोस." ती ओरडली.

"तू तुझ्या बहिणीसारखी दिसतेस." तो लहान माणूस म्हणाला.

मी माझी मान पूर्णपणे त्याच्याकडे वळवली आणि त्याला विचारलं, "मी कोणासारखा दिसतो?"

त्या लहान माणसाने माझ्या बरगडीत लाथा मारल्या, बहुधा हाडे तुटली असावीत.

"तू दु:खी माणसासारखा दिसतोस." तो म्हणाला.

तो मोठा माणूस हसला, लहान्या पुन्हा अंबरकडे गेला. तिने माझ्याकडे पाहिलं, तिच्या नजरेत माझ्याबद्दलची कीव होती की भीती, ते कळू शकले नाही.

पाईकचे म्हणणे बरोबर होते. लोनबरोबर सौदा करणे चुकीचेच होते. मला अंबरबद्दल वाईट वाटले. आणि मला जगायचं होतं, निदान पाईकला त्याचं म्हणणं बरोबर होतं हे सांगण्यासाठी तरी!

५१

ज्यो पाईक

पाईक धावतच आपल्या जीपकडे गेला, जाताजाता वेळ बघून त्याने डेव्हॉनला फोन केला. तिचा फोन बराच वेळ वाजला, तिची ध्वनिमुद्रित फित ऐकायला येण्यापूर्वीच त्याने 'मी पाईक, फोन कर' असा निरोप ठेवला. ताबडतोब त्याचा निरोप बघून तिने त्याला लगेच फोन केला.

"काही वाईट घडलंय का?" ती घाबरली होती.

पाईकचा आवाज स्थिर होता.

"सगळं व्यवस्थित आहे का हे विचारण्यासाठी फोन केला." तो म्हणाला.

"होतंय ते चांगले होण्यासाठीच," ती म्हणाली. "मी माझ्या वकिलाशी बोलले तसेच कॅसेटशीही बोलले, ती मदत करायला तयार आहे."

"तुला बरं वाटतंय का पण?"

"हो, परिस्थितीचा एकंदरीत विचार करता हे सगळं वेगळं आहे; पण मला चालेल."

पाईकने पुन्हा घड्याळ बघितले, डेव्हॉनच्या घरापासून जास्मीनच्या घरापर्यंत किती वेळ लागेल याचा त्याने अंदाज घेतला.

"छान, टायसन ठीक आहे का?" त्याने विचारले.

"तो अजून कार्लकडेच आहे. मला वाटलं तू किंवा एल्विस त्याला घेऊन याल."

''एल्विस म्हणाला, की कार्लला अजून त्यात काही मिळालं नाही.''

''मला कळत नाही, जर त्यात काहीच नसेल तर ते लोक असं का करतात?'' ती खेदाने म्हणाली.

''कदाचित एखादा तज्ज्ञ माणूस हे शोधू शकेल.''

''ते मिळो किंवा न मिळो, पण मला टायसन सुरक्षित हवाय आणि आमच्या मागचं हे शुक्लकाष्ठ एकदाचं संपावं. पोलीस जर काही शोधू शकले, तर चांगलेच. पण टायसनला काही व्हायला नको.'' तिच्यातली आई बोलत होती.

''मला पण तसंच वाटतं.'' पाईक म्हणाला. ''मी आता एल्विसकडे जातोय, टायसनला नंतर घेऊन येतो, चालेल ना?''

''चालेल, पण एल्विसला अंबर मिळाली का?''

''हो, आणि तुझी गाडीसुद्धा मिळाली. येताना आमच्यापैकी कोणीतरी घेऊन येईल.'' पाईक म्हणाला.

तिला तिच्या वकिलाचा फोन येत होता, पाईकने फोन ठेवला तेव्हा तिला वाटले हा किती शांत आहे, बहुधा याची झोप झाली असावी.

अंबरच्या घरापर्यंत किती वेळ लागेल हे पाईकला माहीत होतं. म्हणून त्याने जीप जोरात हाणली. रस्त्यावरून जाताना त्याची गाडी जणू काही किंचाळत होती. त्याला वेळ साधायची होती!

५२

एल्विस कोल

केनेथ लोन आला तेव्हा आम्ही जवळपास मेल्यातच जमा होतो. अंबरला तर आपण मरणार याची कल्पनाही नव्हती. साक्ष द्यायला लोन आम्हाला जिवंत ठेवणार नव्हताच. धिप्पाड माणसाने त्याला आत घेतले. त्या लहान्याने मला पायावर उभं केलं. मी कळवळलो, पण फुटणारी किंकाळी जिरवली.

"केनेथ, ही तुझी आभाराची पद्धत? हूपना दागिने मिळाले ना?"

माझ्याकडे लक्ष न देता त्याने त्या लहान्याला घाईघाईने विचारले, "तुला ते मिळाले का?"

"ते इथे नाही, आम्ही आधीच घर तपासले होते." तो लहान्या म्हणाला.

अंबर म्हणाली, "तुम्ही कोट्यधीश आहात का?"

लोनने तिची दखलही घेतली नाही. तो माझ्यासमोर आला. त्याच्या कमरेला .३८ चे पिस्तुल लटकवलेले होते.

"सरळ उभा राहा, आपण आधी हे प्रकरण संपवून टाकू." तो म्हणाला.

धिप्पाड माणूस खोलीच्या कोपऱ्यात उभा होता, लहान्या माझ्या डावीकडे आला, पण जरा दूरच. केनेथ लोन खूपच जवळ होता. माझ्या बरगडीला लागलेल्या मारामुळे माझ्या हालचाली संथ होत्या, त्याचे पिस्तुल मी हिसकावू शकत होतो, पण त्यामुळे कदाचित आम्ही दोघेही मारले गेलो असतो, पण आमच्याकडे फारसे पर्याय नव्हते.

"याचा अर्थ काय? तू कोणासाठी काम करतोयस?" लोनने मला विचारले.

"त्या मुलाच्या आईसाठी. तिला त्या मुलाकडे एक मौल्यवान घड्याळ सापडले; त्याला ते कसे कुठे मिळाले हे शोधण्यासाठी तिने मला पैसे देऊन नेमलं आहे." मी खुलासा केला.

"तोच तर सगळा घोटाळा झाला," अंबरने मधेच नाक खुपसले.

"पण तुझं काय केनी? तू कोणाकरता काम करतोयस? तुझ्यासाठी की हूपसाठी?" मी लोनला डिवचले.

लोनने त्या धिप्पाड माणसाकडे एकदा बघितले.

"हार्वी."

हार्वीने चालत येऊन माझ्या पाठीत एवढ्या जोरात मारलं, की मी गुडघ्यावर आपटलो.

ते पाहून अंबर किंचाळली. "तुम्हाला झालेय तरी काय? वेडेबिडे आहात काय?"

लोनने वैतागून हवेत हात फिरवले.

"चला, उचला त्याला." तो म्हणाला.

हार्वी मला उचलायला आला, पण मी त्याचा हात झटकला आणि पायावर उभा राहिलो. बरगड्या कुरकुरल्या, खूप वेदना झाल्या.

"आपण हूपबद्दल बोलत नाही, तो वेगळा विषय आहे," लोन म्हणाला.

"नक्की?"

"ठीक आहे, मी तुझ्यावर विश्वास ठेवतो, तुला त्या मुलाच्या आईने नेमलं आणि एकातून दुसरं निघालं. बरोबर?" लोन म्हणाला.

"तसंच आहे ते!" मी म्हणालो.

"मी इथे दागिने घ्यायला आलो नाही, मला काय पाहिजे ते तुला माहित्येय." लोन म्हणाला.

"कळायला अवघड नाही, ज्या अर्थी इथले डॉ. डूम आणि लेक्स लुथर यांच्यासह अर्धेअधिक शहर लॅपटॉपचा शोध घेत आहेत आणि ज्या अर्थी ही जनावरे त्या लॅपटॉपसाठी माणसे मारत फिरताहेत, त्या अर्थी तो लॅपटॉप अतिशय मौल्यवान असणार." मी वार केला.

"मला वाटतं खूप झालं. तो लॅपटॉप तुझ्याकडे आहे आणि त्याचसाठी तू माझ्या ऑफिसमध्ये आला होतास. तुला बहुधा तो मला विकायचा असावा." लोन म्हणाला.

"मी दागिन्यांसाठी तुझ्या ऑफिसमध्ये आलो होतो. लॅपटॉप त्यांनी आठवडी बाजारात विकले." मी म्हटलं.

हार्वीने मान हलवली. "शक्यच नाही, मी आणि स्टेम्सने हिशेब जुळवला होता. अलेक आणि अंबरने तिथे खूप वस्तू विकल्या; पण लॅपटॉप नाही विकले." तो म्हणाला.

हिशेब जुळवला? लुईस ऑगस्टकडून कोणता हिशेब कळला, मला आश्चर्य वाटले.

"मला तुला तो लॅपटॉप द्यायला आवडलं असतं; पण या मुलांनी इलेक्ट्रॉनिक वस्तू विकल्या."

लोन चिडला. तेवढ्यात अंबरने पुन्हा मूर्खासारखं नाक खुपसलं.

"तो खोटे बोलतोय, आमच्याकडे लॅपटॉप आहेत, तुम्ही काय देणार ते बोला?"

मी रागाने तिच्याकडे बघितले आणि म्हणालो,

"त्यांनी सर्व इलेक्ट्रॉनिक सामान फेकून दिलंय. त्या मुलानेच मला सांगितलं. हिचा गोंधळ उडालाय."

"ओ, साहेब तुम्हाला मी गोंधळलेली वाटते का? त्या ट्रॅकबॉल आणि डेरेकच्या चित्रांबद्दल माझ्याशी सौदा करा सांगा काय देणार?" अंबर म्हणाली.

डेरेक हूपचं नाव हा त्यांच्याकरिता हातबॉम्ब होता. डेरेकच्या उल्लेखावरून त्यांना कळले, की लॅपटॉप माझ्याकडे आहे. लोन हसला. स्टेम्सही हसला. हसताना त्याच्या गालावर खळी पडत होती.

"तू तर मला खूशच केलेस." तो म्हणाला.

"मग सांगा किती?" ती म्हणाली.

"अंबर," मी जोरात ओरडलो. तिला थांबवण्याचा प्रयत्न केला.

माझ्याकडे विखारी नजरेने पाहत ती म्हणाली, "मी काय करत्येय ते मला कळतंय, माझ्यावर विश्वास ठेव."

लोन आता तिच्याकडे वळला.

"ठीक आहे. चल मी ते लॅपटॉप विकत घेतो. कुठे आहेत ते?"

"यांनी तो लॅपटॉप माहिती चोरणाऱ्यांकडे दिला आहे. त्या लॅपटॉपमध्ये काहीतरी रहस्य असणार, असे यांना वाटते आणि तो मुलगा हुशार आहे, त्याचे नाव कार्ल, आत्ता या क्षणी तो लॅपटॉपमध्ये शोध घेत आहे." अंबरने सविस्तर सांगितले.

लोन रागाने काळानिळा झाला. संतापाने जोरजोरात श्वासोच्छ्वास करायला लागला. हार्वी आणि स्टेम्स त्याच्याकडे बघायला लागले.

"कुठे आहे तो?" तो ओरडला.

"तिला काहीही माहीत नाही. तो माझा माणूस आहे, या क्षणी लॅपटॉप

त्याच्याकडे आहे आणि शक्यता अशी आहे, की जे तुम्ही लपवायला पाहात आहात, ते त्याने शोधलेही असेल.''

स्टेम्सने माझ्या डोक्यामागे पिस्तुल लावले. मी ते पिस्तुल धरले आणि त्याचा हात पिरगळण्यासाठी त्याच्यासमोर आलो, एवढ्यात कुठून माहीत नाही; पण हार्वी आला आणि त्याने मला जोरात फटका मारला.

अंबर आमच्या दोघांच्यामध्ये पडली. ती मूर्खासारखी बडबडली.

''टायसन इथेच राहत होता, त्याच्या वस्तू इथे अजूनही आहेत, नक्की नाही पण कार्लचा पत्ता किंवा फोन क्रमांक कुठे तरी टायसनने लिहून ठेवला असेल, मी बघू का?'' तिने शयनगृहाकडे बघितले.

लोनने स्टेम्सकडे बघितलं, त्याने मान डोलवली.

मिश्कील नजरेने स्टेम्सकडे पाहत, अंबरच्या मागोमाग जात हार्वी जणू म्हणत होता, ''बघ आता जास्मीनच्या बहिणीबरोबर कोण मजा मारते आहे ते!'' नाकातून आवाज काढत तो अंबरच्या पाठोपाठ शयनगृहात गेला.

लोन लांब गेला होता. त्याच्या हातात फोन होता. स्टेम्स माझ्या बाजूला उभा होता आणि हार्वी आत होता. मला हवी तशी परिस्थिती होती. स्टेम्स धिप्पाड जाडजूड आणि स्वत:ची काळजी घेण्यास समर्थ होता, तो आता शयनगृहाकडे पाहत होता. पिस्तुल त्याच्या मांडीजवळ होतं आणि घट्ट पकडलेलं नव्हतं. अंबर आत काहीतरी बडबडत होती. मला तिचं बोलणं कळत नव्हतं.

मी थोडासा स्टेम्सकडे सरकलो, हळू आवाजात हाक मारली. 'स्टेम्स!'

त्याची नजर शांत होती; पण नजरेत दु:ख असावं!

''थोडी दया करशील का?'' मी विनंती केली. ''काय?'' मी आणखीन थोडा जवळ सरकलो. मला काय करायचे ते ठाऊक होते.

''तू जेव्हा लुईस ऑगस्टला मारलंस तेव्हाही तू दयाळू होतास?''

अचानक माझ्यासमोर एक नाट्य घडलं. एक मोठा आवाज माझ्यामागे झाला, ढॅण. परत तसाच दुसरा आवाज झाला आणि केनेथ लोन हवेतून उडून कोचावर पडला. स्टेम्सने बाजूला उडी मारली. पिस्तुल रोखण्याचा प्रयत्न केला, पण अचानक ते खाली टाकले. का ते मी पाहिलं.

माझ्या मागच्या बाजूला असलेल्या शयनगृहाच्या दरवाजात अंबर उभी होती. तिच्या हातात अलेक रिकीचं प्लॅस्टिकची पकड असलेलं चंदेरी पिस्तुल होतं.

तिचे डोळे प्रखर आणि खुनशी वाटत होते.

''त्याची बंदूक घे,'' ती ओरडली.

जोराने ओरडत हार्वीने तिच्यावर झडप घातली.

५३

ज्यो पाईक

पाईक अगदी वेळेवर जाझीच्या घराजवळ पोहोचला. तो जीपमधून बाहेर पडला. त्याने सर्वत्र नजर फिरवली. एल्विस, डेव्हॉनची गाडी दिसली. पण काळी गाडी दिसली नाही.

वळताना त्याला चकाकणारी एक शुभ्र पांढरी मर्सिडिझ दिसली, अगदी नवीन! पण त्याला काही तरी जाणवले. पाईक त्या गाडीजवळ गेला, समोरच्या काचेवर गाडीच्या तात्पुरत्या नोंदणीचा कागद चिकटवला होता. विकणाऱ्याचे नावही होते. इकेझियान मोटार क्राफ्ट. अस्तित्वात नसलेला विक्रेता! काळ्या गाडीवरही हेच नाव होते. याचा अर्थ ते इमारतीत असावेत! पाईकने आपल्या शर्टाखालचे पिस्तुल चाचपडून बघितले.

पाईक धावतच इमारतीच्या फाटकाजवळ आला. त्याने अस्पष्ट असा गोळी झाडल्याचा आवाज ऐकला आणि क्षणात दुसरीही गोळी झाडल्याचा आवाज आला. गोळ्यांचा आवाज नक्कीच इमारतीतून येत होता. पाईकने फाटकावरून उडी मारली आणि तो आत आला!

एल्विस कोल.

अंबर पाठोपाठ येणाऱ्या हार्वीचा शर्ट रक्ताने लाल झाला होता आणि तो तिच्या अंगावर कोसळला.

"हार्वी," स्टेम्स ओरडला.

मी स्टेम्सच्या कुशीवर जोरात फटका मारला आणि त्याला पिस्तुलापासून दूर ढकललं. तो खाली पडला; पण पुन्हा वळून उठणार होता, एवढ्यात मी त्याचा हात पकडला, त्याला ढकलत बाजूला सरकलो. आमची जमिनीवरच झटापट चालली होती. माझं पिस्तुल स्टेम्सच्या खिशात होतं. त्याने त्याच्या मोकळ्या हाताने मला पकडलं होतं, माझा हात माझ्या पिस्तुलावर होता.

अंबरच्या पिस्तुलातून गोळी सुटली, पुन्हा सुटली. तिच्या हातात अजूनही पिस्तुल होतं, पण हार्वीने तिचा हात बाजूला केल्यामुळे गोळ्या भिंतीवर आदळल्या. आमच्या मागे केनेथ लोन छातीवरच्या जखमेवर हात ठेवून बसला होता. जिवाच्या आकांताने ओरडत होता, जणू काही आम्ही आमच्या जीवासाठी धडपडत नव्हतो.

"मला गोळी लागलीये. ९११ला फोन करा, देवा! माझं रक्त पाहा!" तो कोचावरून खाली पडला आणि रांगत दरवाजाकडे गेला.

स्टेम्सने पुन्हा मला मारलं, अंबर ओरडली, "अरे! त्याच्या हातात बंदूक आहे."

ती लाथा झाडत होती; पण हार्वीने तिचं मनगट घट्ट पकडलं होतं आणि तो त्याच्या पिस्तुलाकडे जात होता.

स्टेम्सला जवळ ओढत मी ओरडलो, "अंबर!"

अंबरने तिचं पिस्तुल माझ्याकडे ढकललं, मी स्टेम्सला थाडथाड दोन चार ठोसे लगावले, त्याला सोडलं आणि अंबरचं पिस्तुल उचलण्यासाठी धावलो.

एक दणदणीत पिस्तुल झाडल्याच्या आवाजाने सर्व दृश्य जणू काही एकाच ठिकाणी गोठलं! सर्व स्थिर झाले!

केनेथ लोन भिंतीला टेकून बसण्याचा प्रयत्न करत होता, त्याच्या तोंडातून रक्ताच्या गुळण्या बाहेर पडत होत्या. तरीही तो कसातरी माझ्यावर पिस्तुल झाडण्याचा प्रयत्न करत होता. एवढ्यात त्याच्या हातातले पिस्तुल गवताच्या काडीसारखे हवेत उडाले.

"नालायक!"

लोनच्या हातातलं स्नबी पिस्तुल खाली पडलं आणि तो वाकला.

स्टेम्सने त्याचं पिस्तुल दोन्ही हातात धरून माझ्यावर रोखलं, आणि तो उभा राहण्याचा प्रयत्न करत होता. त्याने हाक मारली, "हार्वी?"

"मी ठीक आहे," तो ओरडला.

हार्वीने त्याच्या जॅकेटखाली हात घालून त्याचं पिस्तुल बाहेर काढलं. स्टेम्सने केनेथ लोनला हात लावून बघितलं, चेहरा वाकडा केला, "हा मेला!"

"मरू दे त्याला!" असं म्हणत तो माझ्यावर पिस्तुल रोखत हार्वीकडे धावला.

"हार्वी, चल उठ, आपण निघू या." स्टेम्स म्हणाला.

"आणि आता तू माझ्या गोळीने मरशील." स्टेम्स मला म्हणाला.

मी अलेकचं चंदेरी पिस्तुल खाली पडलेलं बघितलं होतं. मरण्यापूर्वी ते पिस्तुल मला हवं होतं. स्टेम्स मला मारणार पण निदान अंबर तरी वाचेल.

मी चंदेरी पिस्तुलाकडे सरकलो, कोणत्याही क्षणी माझ्यावर गोळी येणार अशी मी अपेक्षा करत होतो, पण ती गोळी आली नाही!

पुढचा दरवाजा इतक्या जोरात ढकलला गेला, की एखादं इंजिन धडकावे त्याप्रमाणे त्याचे तुकडे खोलीत पसरले.

पाईकने लागोपाठ दोन गोळ्या स्टेम्सच्या छातीत घातल्या!

हार्वीने त्याचं पिस्तुल अंबरच्या डोक्यावर रोखले होते, मी त्याच्या चेहऱ्यावर गोळी झाडली. तो धिप्पाड माणूस क्षणात मरून पडला.

मी त्यांच्याकडची पिस्तुले काढून घेतली आणि लोनवर रोखले,

"बंदूक! ९११ ला फोन कर."

पाईकने स्नबी पिस्तुल काढून घेतले आणि इमर्जन्सीला फोन केला.

मी हार्वीला अंबरपासून दूर केलं.

"तू ठीक आहेस का? तुला गोळी लागली आहे का?"

ती पाठीवर वळली, दीर्घ श्वास घेतला आणि मग ती बसली. तिचा झिरझिरीत शर्ट हार्वीच्या रक्ताने माखला होता.

पाईक आपत्कालीन यंत्रणेशी बोलत होता.

स्टेम्सचे जॅकेट काढून मी ते लोनच्या अंगावर टाकले. तो जिवंत होता; पण मरणार होता.

"थोडं थांबा, वैद्यकीय मदत येत आहे." पाईक म्हणाला.

स्टेम्सने माझे हात झिडकारले, त्याला वाचण्याची इच्छा नव्हती, पण मी त्याची जखम दाबून धरली.

"तो हूप होता का? की तू? आणि लॅपटॉप एवढा महत्त्वाचा का आहे?" मी त्याला विचारले.

त्याचे ओठ हलत होते, मला ऐकायला आलं नाही म्हणून खाली वाकून मी कान त्याच्या तोंडाजवळ नेले.

"विश्वास ठेवला नाही... विश्वास ठेवला नाही..."

तो काय बोलत होता ते मला कळत नव्हतं. कदाचित त्यालाही कळत नसावं.

मला पायावर उभं राहायला खूप वेळ लागला. मी पाईककडे बघितलं आणि त्याला घट्ट बिलगलो! खूप वेळ आम्ही तसेच मिठीत होतो!

"तू ठीक आहेस का?" तो कुजबुजला.

मी मान हलवली, पण त्याला घट्ट पकडून ठेवलं.

मी कॅसेटला बोलावलं. ती शक्य तितक्या लौकर येणार होती. अंबरच्या बाजूला जमिनीवर मी बसलो.

''ठीक आहेस?''

''नाही, सगळं चमत्कारिक वाटतंय, वाटतं की मी एका मोठ्या डब्यात आहे आणि अनेक प्रतिध्वनी एकाच वेळेस ऐकू येताहेत. कोलाहल माजलाय!'' ती म्हणाली.

काय बोलावं ते मला कळलं नाही म्हणून मी फक्त आभार मानले.

''तू जे काही केलेस त्याबद्दल मी आभारी आहे.'' मी तिला म्हटलं.

''मी खूप घाबरले होते!'' ती म्हणाली.

''हं, हे असंच तर असतं.''

पोलिसांच्या गाडीचा आवाज ऐकायला यायला लागला.

''जर आपल्या या सर्व प्रसंगावर सिनेमा तयार झाला, तर त्यातली नायिका मी असेन!'' अंबर हसून म्हणाली.

न बोलता मी तिच्या खांद्यावर हात ठेवला आणि आम्ही पोलीस येईपर्यंत बसून राहिलो.

५४

टायसन कॉनर

कार्लच्या बहिणीने सँडविचेस आणली. आर्ट डेलीकडून रे ब्रेड आणला. तो तिथून आणला नसता, तर कार्लने खाल्लाच नसता. येताना तिने फोन आणला कारण डेव्हॉनचा फोन आला होता.

"वीसेक मिनिटात एल्विस तुला घ्यायला येईल." ती टायसनला म्हणाली.

"ठीक आहे."

"आणि तुम्हाला लॅपटॉपमध्ये काही मिळालं की नाही?"

"मी इथेच त्याला मदत करतोय." टायसन म्हणाला.

"ठीक आहे."

आईने फोन लवकर ठेवावा, असे त्याला वाटत होते. कारण तिचे बोलणे कार्लला ऐकू येत होते. कार्लचा समज असा झाला होता, की आपल्याला लॅपटॉपमधील सांकेतिक भाषा उघड न करता आल्याबद्दल सर्वजण आपल्याला नावं ठेवत असतील.

टायसन म्हणाला "मला कार्लला मदत करायची आहे, मी लवकरच बोलतो तुझ्याशी."

कार्ल आणि टायसन दोघांनीही चार तास त्या लॅपटॉपवर काम केले होते. तेवढ्या वेळात फारतर दोन किंवा तीन वेळा त्यांनी एकमेकांकडे पाहिलं असेल. दोघेही लॅपटॉपच्या पडद्याकडे पाहत होते.

''तू काही मला मदत करत नाहीस, नुसताच उभा आहेस,'' कार्ल रोषाने म्हणाला.

''आईने फोन लवकर ठेवावा म्हणून मी तसे म्हटले.'' टायसनने खुलासा केला.

''तू मला काय मदत करणार आणि तुझ्या आईला वाटत्येय, की मला हे जमत नाही.'' कार्ल अजूनही घुश्यात होता.

''कार्ल,'' टायसन म्हणाला.

''काय?''

''मी तुला काही बोललो असेन, तर मी दिलगीर आहे.''

कार्लने पुन्हा लॅपटॉपचा मदरबोर्ड लावला, त्याच्यावर झडप बसवली, पुन्हा तो पॉवरबुक सुरू केला.

''तू काय फॉकलंडचा सम्राट होतास का? तिच्यासारखा. टंच मुलीसारखा, अश्लील फोटो देणाऱ्या मुलीसारखा आणि मी काय नुसता पाहत बसू?''

''अंबर तू म्हणतोस तशी उत्तान, कामुक फोटो देणारी मुलगी नाही.'' टायसन म्हणाला.

''तू काही बोलू नकोस यार!'' कार्लला अजूनही पटत नव्हते.

''आपण याच्यापुढे जाऊ या का? मला तुरुंगात जायची भीती वाटते.'' टायसनने म्हटले.

कार्लने पॉवरबुककडे नजर टाकली.

''तुला चांगलीच शिक्षा किंवा अन्य काही मिळेल किंवा तू मुक्त मार्गावर कचरा गोळा करत हिंडशील.''

''तुझ्याबरोबर मी खेळायचो ते दिवस आठवतील मला.'' टायसन म्हणाला.

''चल रे, तुला मी ओळखतो.'' कार्ल टायसनवर रागावलेलाच होता.

टायसनला रडायला यायला लागले, त्याचे डोळे भरून आले, काय बोलावे ते त्याला कळेना, आणि कळलं असलं तरी तो बोलू शकत नव्हता.

कार्लला त्याच्या मनाची अवस्था कळली, मुळात टायसन वाईट नव्हता. आपण खूपच कठोर बोललो, असं कार्लला वाटलं असावं, त्याने एकदा दूर बघितलं, मग टायसनकडे बघितलं आणि मग एकदम टायसनला घट्ट मिठी मारली. त्यावेळेस देखील तो टायसनकडे बघत नव्हता. त्याच्या त्या कृतीमुळे टायसनला अधिकच रडू फुटले. थोड्या वेळाने टायसन रडायचा थांबला, त्याने नाक शिंकरले. कार्लने पॉवरबुक सुरू केला.

''तू माझ्याकडे नवीन खेळ खेळायला ये, आपण खेळू.'' कार्ल म्हणाला.

''मला नाही वाटत मला परवानगी मिळेल असं आणि मला ते काहीतरी

पायमोजासारखं घालावं लागेल.'' टायसन म्हणाला.

कार्लला ओशाळल्यासारखं झालं.

''तुला खेळायचं असेल तर आपण ठरवू ना.''

पॉवरबुकच्या पडद्यावर प्रकाश दिसायला लागला. फक्त दोन आयकॉन दिसत होते. काही मिळत्येय का ते पाहण्यासाठी डेस्कटॉपच्या भोवती कार्ल कर्सर फिरवीत होता. कर्सरचा ट्रॅकबॉल कर्सरमध्ये फिरताना कचकच आवाज करत होता.

कार्लने कर्सर अगदी काळजीपूर्वक बघितला, कर्सरचे बटण मागेपुढे फिरवून बघितले. ''बहुधा हा कर्सर स्वच्छ करण्यात आला नसावा, त्यात कचरा साठला असावा.''

''का काय झालं?'' टायसनने विचारलं.

''ट्रॅकबॉल ओढला जातोय असं सहसा होत नाही,'' असं म्हणत कार्लने ज्या खोबणीत ट्रॅकबॉल फिरतो त्या खोबणीचा स्क्रू काढला.

''बाप रे!'' तो आश्चर्यचकित झाला.

''काय झालं?''

कार्लने त्या खोबणीतून दोन बारीक पाती बाहेर काढली आणि त्याच्या खालून एक अत्यंत बारीक पातळ पट्टी काढली, त्याने ती दिव्याखाली धरली. नंतर वस्तू मोठी करणाऱ्या भिंगातून बघितले.

टायसनला ती चीप दाखवत तो हसला.

''करू किंवा करू नये''

''काय आहे ते?'' टायसनने उत्सुकतेने विचारले.

''पुरावा आहे!'' कार्ल म्हणाला आणि ख्यक ख्यक करत हसला!

◆

भाग ५

पितृदिन!

५५

एल्विस कोल

लुईस आर्मस्ट्राँगच्या, न्यू ऑर्लिअन्स आंतरराष्ट्रीय विमानतळावर मी उतरलो त्यावेळेस आयव्हर हूप आणि लिलियन हूपला लॉस एंजलीस पोलिसांनी अटक केली होती. बॅटन रोग येथील हॉटेलमध्ये जाईपर्यंत मला ती बातमी कळली नव्हती. टी.व्ही.वर ती बातमी दाखवीत होते. मला त्या बातमीत अजिबात रस नव्हता. मी टी.व्ही. बंद केला. ल्युसी आणि बेनला एका छानशा हॉटेलमध्ये भेटलो. मला ल्युसी आणि बेनला भेटायचं होतं. त्यांच्याबरोबर वेळ घालवायचा होता. बॅटन रोग गाव छान होतं आणि बेनच्या नजरेतून तर ते छानच दिसत होतं!

बेन माझ्याबरोबर दोन दिवसांनी लॉस एंजलीसला आला. जास्मीन रीडच्या घरी घडलेल्या घटनांनंतर दोन दिवसांनी लॉस एंजलीस पोलीस खात्याने आणि जिल्हा वकील कार्यालयातील वकिलाने माझी सात तास चौकशी केली. कॅसेट सर्व वेळ माझ्याबरोबर होती. जास्मीन अंबरला भेटण्यासाठी आली. मलाही तिला भेटता आलं. खूप गोड मुलगी होती ती.

हूप आणि लिलियन विरुद्ध कार्ल रिगनने खटला दाखल केला. आयव्हर हूप, लिलियन हूप, वकील शेल्डन फित्झ, डेनिस एनजी ही मृत व्यक्ती आणि शेरीफचा शोधक केनेथ लोन या सर्वांनी अडेल सिलवानीचा खून करण्याचे कारस्थान रचले होते. त्या सर्वांचा पुरावा कार्लला मिळालेल्या चीपमध्ये होता. मार्क्विस नेल्सन हा तुरुंगात कॅन्सरने मेला, यावर कुणाचाच विश्वास नव्हता. आयव्हर हूपकडून

मिळालेली माहिती खूपच धक्कादायक होती आणि भीतिदायकही होती.

आयव्हर हूपने दिलेला कबुलीजबाब हे एक आश्चर्य होते. लिलियन हूपने त्याला कबुलीजबाब देण्यास तयार केले. आयव्हर हूपला कबुलीजबाब देणे ही मूर्खपणाची आणि चुकीची कल्पना वाटत होती. पण लिलियन हूपने आग्रह धरला आणि फित्झ, एनजी किंवा लोन यांच्यावर विश्वास ठेवता येण्यासारखा नाही, त्यांच्या सहभागाच्या नोंदी त्यांच्या विरुद्ध वापरल्या जातील, असं लिलियन हूपला वाटत होतं. पॉवरबुक चोरीला जाईपर्यंत केनेथ लोनला त्या चीपची माहिती नव्हती. या गोष्टीवरून तो मरताना काय म्हणत होता त्याचा उलगडा मला झाला.

जास्मीनच्या घरातील घटनेनंतर अकरा दिवसांनी माझ्या घराचे सरकते दरवाजे पुन्हा एकदा उघडले, ताजी हवा घरात आली. मला समाधानी आणि मोकळं मोकळं वाटत होतं. माझा फोन वाजला.

"मी सार्जंट कॅसेट."

"बोल काय काम काढलंस?"

"तीन आठवड्यांपूर्वी वेश्यांना ईगल रॉकजवळ एक प्रेत मिळालं, तरुण मुलगा आहे, तपासणी केली असता कळले, की त्याच्यावर हल्ल्याचा पुरावा-"

"काही लैंगिक गुन्हा."

"नाही, त्याचं नाव जेसी गझमन. बावीस वर्षांचा आहे. जामिनावर सुटला होता."

"जेड हाऊसमध्ये नोकर म्हणून काम करत होता."

"यापूर्वी नाव ऐकल्याचं आठवत नाही" मी म्हणालो.

"एका रात्री अचानक नाहीसा झाला, का ते कुणालाच माहीत नव्हतं. दुसऱ्या दिवशी तो त्या उंचवट्यावर होता, तुला काही कल्पना?" सार्जंटने विचारले.

"मला विचारण्यात आलेला हा तिरकस प्रश्न आहे का?"

"त्याच्या नखातील सापडलेल्या डीएनए वरून मारणाऱ्याचं नाव फ्लायड रॅनसन हार्वी असं आहे. तुझा विश्वास बसेल यावर? सगळी प्रेते त्यांनी टाकून दिली?"

कॅसेटने तिची भावना व्यक्त करण्यासाठी मला फोन केला होता, पण ती भावना माझ्या मनात रुजली. मला अस्वस्थ करून गेली.

"रात्री जेवण आणि ड्रिंक्स घ्यायचं का? माझ्याकडून!" कॅसेट म्हणाली.

"आभारी आहे, पण आज रात्री नाही जमणार."

कॅसेटला वाईट वाटलं असणार असं मला वाटलं.

"पुढच्या आठवड्यात?" मी विचारले.

"मला वाटलं तू मला टाळतोयस.." तिला बरं वाटलेलं दिसलं.

“तसं नाही, सार्जंट. पण आज रात्री खूप कामे आहेत, पुढच्या आठवड्यात जाऊ या ना.” मी म्हटलं.

“चालेल. पण मला सार्जंट म्हणायचे नाही.” ती म्हणाली.

माझी पाहुण्यांची खोली एकदम उघडली गेली. बेन वादळासारखा, दिवाणखान्यात घुसला. आता तो चांगलाच मोठा झाला होता, एखाद्या तट्टूसारखा. त्याने मला फोनवर बोलताना बघितलं आणि तो थांबला. “एक मिनिट” असं म्हणत मी माझं कॅसेटबरोबरचं बोलणं आटोपतं घेतलं.

“मला जावं लागेल, मी फोन करीन.” तो म्हणाला.

मी फोन ठेवून त्याच्याजवळ गेलो, त्याने शॉर्टस् आणि टी शर्ट घातला होता. त्याची त्वचा त्याच्या आईसारखीच रापली होती. सोनपिवळी. आणि तो माझ्याइतका उंच होता. तो अधिक उंच होईल.

“मला दुखवू नका हं.” तो हसत म्हणाला.

आम्ही ओट्यावर आलो, खोऱ्यात वर कुठेतरी झेंडा फडकत होता.

“आपण हळू सुरुवात करू, मग तुला वाटलं तर हळू किंवा जलद करू.”

बेन, मार्शल आर्ट शिकत होता आणि मनस्वी विद्यार्थी होता. आम्ही आता विंग चून हा डाव खेळत होतो. त्या खेळात एकमेकांशी खेळणारे काही इंच दूर असतात; पण सतत संपर्कात असतात.

बेन पाय फाकवून आणि हात वर करून उभा होता आणि मग माझ्या खूप जवळ उभा राहिला.

“तयार आहेस?”

तो हसला, “हो तयार आहे.”

“माझ्या नाकाला हात लाव.” मी म्हटलं.

तो जसा माझ्या नाकाजवळ पोहोचला, तसा मी त्याचा हात त्याच्याकडेच वळवला. तसंच दुसऱ्या हाताने कर असं सांगितलं आणि अशा रीतीने आलटूनपालटून हात लावायचा, वळवायचा, गोगलगाईसारखं.

आता हा प्रकार वेगात सुरू झाला आणि अचानक त्याने मला आश्चर्यचकित केले. माझ्या पोटाला हात लावण्यासाठी तो वळला, पण मी न चुकता त्याला तसंच वळवलं.

आमचा खेळ खूप रंगला. कधी तो ऐकायचा, कधी नाही, माझ्यासाठी ते अमूल्य क्षण होते. मला खूप आनंद झाला, दीर्घकाळ लक्षात राहतील, असे ते क्षण होते!

◆